நல்லார் ஒருவர்
யுகபாரதி

நேர்நிரை

 **யுகபாரதி**

யுகபாரதி, தஞ்சாவூரைப் பூர்வீகமாகக் கொண்டவர். கணையாழி, படித்துறை ஆகிய இதழ்களின் ஆசிரியக் குழுவில் ஆறு ஆண்டுகளுக்கு மேல் இலக்கியப் பங்களிப்புச் செய்தவர். தொடர்ந்து இரண்டு முறை சிறந்த கவிதை நூலுக்கான தமிழக அரசின் விருதைப் பெற்றவர்.

இதுவரை பதின்ஒன்று கவிதைத் தொகுப்புகளும் பதின்நான்கு கட்டுரைத் தொகுப்புகளும், தன்வரலாற்று நூல் ஒன்றும் எழுதியுள்ளார். இந்நூல், இவருடைய பதிமூன்றாவது கட்டுரைத் தொகுப்பு. வெகுசனத் தளத்திலும் தீவிர இலக்கியத்தளத்திலும் ஒருசேர இயங்கிவரும் இவருடைய திரைஉரையாடல்கள் குறிப்பிட்டுச்சொல்லத்தக்கக் கவனத்தைப்பெற்று வருகின்றன.

திரைமொழியையும் மக்கள்மொழியையும் நன்கு உணர்ந்த இவர், ஏறக்குறைய ஆயிரம் திரைப் பாடல்களுக்குமேல் எழுதியிருக்கிறார். இவரே இன்றைய தமிழ் சினிமாவின் முன்னணிப் பாடலாசிரியர்.

விலை: ரூ. 250/-
ISBN : 978-81-945898-8-4

நல்லார் ஒருவர் * கட்டுரைகள் * யுகபாரதி © முதல் பதிப்பு: நவம்பர் 2019 * பக்கங்கள்: 256 வெளியீடு : நேர்நிரை, 181, இரண்டாம் தளம், சி.வி.ராமன் தெரு, ராமகிருஷ்ணா நகர், ஆழ்வார்திருநகர், சென்னை – 87. அலைபேசி : 98411 57958 * வடிவம் : தமிழ்அலை, சென்னை– 86.

nallaar oruvar * Essays * Yugabharathi ©
First Edition: November 2019 * Pages: 256 * Published by **Nehrnirai,** 181, Second Floor, C.V.Raman Street, Ramakrishna Nagar, Alwarthirunagar, Chennai - 87 Cell: 98411 57958 yugabhaarathi@gmail.com, Designs : **Tamil Alai,** Chennai-86

நல்லார் ஒருவர் உளரேல்
யுகபாரதி

எழுத்தின் அடிப்படையே அறத்தை வலியுறுத்துவது என்ற நிலை இன்றில்லை. ஏனெனில், அறத்தையே கேள்விக்குள்ளாக்கும் எழுத்துக்கள் மிகுந்துவிட்டன. அதிர்ச்சியை ஏற்படுத்தவும், அவ்வதிர்ச்சியின் வழியே தம்மையும் தம் வாழ்வையும் தகவமைத்துக்கொள்ளவும் எழுத்தாளர்கள் என்னும்பேரில் சிலர் உருவாகியிருக்கிறார்கள். இந்நூல், அவர்களுக்கு எதிரான கோஷத்தையோ முழக்கத்தையோ முன்வைக்கவில்லை. மாறாக, அவர்களால் கைவிடப்பட்ட அறத்தை நினைவூட்டுகிறது. 'நல்லார் ஒருவர்' எனும் தலைப்பில் வெளிவரும் இந்நூலில், சகமனிதர்களின் வாழ்வைக் கரிசனத்துடன் பார்த்த, பார்த்துவருகிற தலைவர்களையும் எழுத்தாளர்களையும் தரிசிக்கத் தந்திருக்கிறேன். அவர்களின் நினைவுகளே என்னை சுழல வைக்கின்றன.

இந்நூலில், வாழும் தலைவர்களில் அப்பழுக்கற்ற சத்தியத்தின் சாட்சியாக விளங்கும் தோழர் நல்லகண்ணுவின் பணிகளையும் பயணத்தையும் விரிவாக எழுதியிருக்கிறேன். அவர்குறித்த என் புரிதல்கள், ஆறேழு ஆண்டுக்காலம் அவருடன்

பழகிய பழக்கத்திலிருந்து பெறப்பட்ட அனுபவங்கள் மட்டுமல்ல, பொதுவெளியில் அவர் ஏற்படுத்தியுள்ள பதிவுகளையும் உள்ளடக்கியே உருவானவை. நேரடிப் பரிச்சயத்தில் ஒருவரைப் புரிந்துகொள்வதைவிட, வாழ்வின் நெடுங்கணக்கில் ஒருவர் என்னவாக இருந்திருக்கிறார் என்பதைவைத்தே மதிப்பீடுகள் முகிழ்க்கின்றன. ஆரென்கே என்று தோழர்களால் அழைக்கப்படும் நல்லகண்ணு, தொண்ணூறு ஆண்டுகளைக் கடந்தும் மக்களுக்காக உழைத்துவருபவர். இன்றும் போராட்டக்களங்களில் அவரைப் பார்க்கமுடிகிறது. தள்ளாத வயதிலும் நாட்டுக்கு உழைத்த எத்தனையோ தலைவர்களை நாம் கண்டிருக்கிறோம். ஆனால், நடப்புஅரசியலில் தூய்மையையும் தொடர்நேர்மையையும் கொண்ட அவரைத் தவிர, வேறு ஒருவரை உதாரணம் காட்ட இயலவில்லை.

ஆட்சியோ அதிகாரமோ பெரிதெனக் கருதாமல், சமகாலத்தின் எதிர்சக்திகளை வீழ்த்தும் பெரும்பணியே அவருடையது. எளிய பின்புலத்தில் இருந்து அரசியலுக்குள் நுழைந்த அவர், அதே எளிமையுடனும் அதே புரட்சிகர எண்ணத்துடனும் போராடிவருவது எளிய காரியமல்ல. தவவாழ்வென்று காப்பியங்களிலும் இதிகாசங்களிலும் சொல்லப்படுகின்றனவே அப்படியான வாழ்வையே அவரும் மேற்கொண்டிருக்கிறார். அவரைப் பற்றி அறியாதவர்கள் இல்லை. ஆனால், அவர் எதனால் அறியப்பட்டவராக இருக்கிறார் என்பதை உணர்த்தவே ‘தோழமையின் தூயசொல்’ கட்டுரையை எழுதியிருக்கிறேன்.

அதேபோல, ஆட்சிக்கும் அதிகாரத்திற்கும் வந்தபிறகும் தம்மை மக்களுக்கு ஒப்புக்கொடுத்த முன்னாள் முதல்வர் ஓமந்தூர் இராமசாமியைப் பற்றியும் இந்நூலில் பதிந்திருக்கிறேன். பதவியைப் பற்றற்ற மனநிலையுடன் அணுகிய அவர், தம் உறவினர்களையும் நெருக்கமான நண்பர்களையும் நடத்தியவிதம் குறித்து விவரித்திருக்கிறேன்.

பட்டம்பெறும் பாடசாலைகளையே அறியாத அவர், கொண்டிருந்த கூர்த்த மதியால் அதிகாரிகளைக் கையாண்ட தருணங்கள் ஆச்சர்யத்துக்குரியவை. வேளாண்முதல்வர் என்னும் தலைப்பில் எழுத்தாளரும் பத்திரிகையாளருமான

சோமலே ஒரு சிறு நூலை அவர்குறித்து எழுதியிருக்கிறார். அதுகூட தற்போது கிடைப்பதில்லை. எத்தனையோ வருடங்களுக்கு முன் வாசித்த அந்நூல், ஓமந்தூராரை எழுதும் எண்ணத்தைத் தோற்றுவித்தது. அந்நூலிலும் சொல்லப்படாத பல தகவல்களை 'முதல்வரான மக்கள் ஊழியர்' கட்டுரையில் தந்திருக்கிறேன். அவர் ஆட்சிபுரிந்த இரண்டே ஆண்டுகளில் எத்தனையோ நல்லவைகள் நடந்துள்ளன. குறிப்பாக, பாரதியின் நூல்கள் நாட்டுடைமையாக்கப்பட்டது அவர் காலத்தில்தான். அந்த ஒன்றுக்காகவே ஓமந்தூராரை நினைக்கலாம். ஆகப்பெரும் கவியாக பாரதி இன்று அனைவராலும் ஏற்றுக்கொள்ளப்பட்டிருப்பதற்கு அவரே கருவியாகவும் காரணமாகவும் இருந்திருக்கிறார்.

எழுத்துப்பணிக்கு என்னைநான் ஆட்படுத்திக்கொள்வதற்கு முன்பு, ஓர் ஓவியனாக வரவே ஆசைப்பட்டிருக்கிறேன். அந்த ஆசையினால் அறிந்துகொண்ட சுவரெழுத்து சுப்பையா, வீர.சந்தானம், ஆகியோரைப் பற்றியும் இந்நூலில் சொல்லியிருக்கிறேன். அக்கட்டுரைகள் அரசியலின் வண்ணங்களையும், வண்ணங்களிலுள்ள அரசியலையும் தெளிவாக விளங்கிக்கொள்ளத் தேர்ந்தவை.

'பேச்சரங்கின் பிதாமகன்' என்னும் கட்டுரை, பேராசிரியர் பெரியார்தாசனைப் பற்றியது. அவர் பேசாத பேச்சில்லை. விளக்காத பொருளில்லை. ஆனால், அவரைப் பற்றி இன்று எத்தனைபேர் பேசுகிறார்கள் என்பதுதான் கேள்வி. ஒரு பேச்சாளன், அதுவும் கொள்கைசார்ந்த விளக்கங்களை மக்களுக்குக் கொண்டுசெல்பவன் ஏன் ஏககாலத்தில் பேசப்படாமல் போகிறான்? நீண்ட விவாதங்களை நிகழ்த்தி மக்களைச் சேர்ந்த அவர், ஏற்படுத்திய மாற்றங்கள் கவனத்துக்குரியவை. அம்மாற்றங்கள் அவருக்குள்ளும் சில சிந்தனைகளை ஏற்படுத்தியுள்ளன. தெளிவை நோக்கிப் பிறரை நகர்த்திய அவருமே ஓரிடத்திலிருந்து மற்றொரு இடத்திற்கு வாழ்வின் பிற்பகுதியில் நகர்ந்திருக்கிறார்.

கொள்கைரீதியான மாற்றங்களுக்குத் தயக்கமில்லாமல் நகர்ந்த அவரை விமர்சனத்துடன் அணுகவேண்டிய அவசியமிருக்கிறது. அவரை அந்த நகர்வுகளைத் தடுமாற்றங்களாகக் கருதுபவர்கள் உண்டு. நானோ அவர் தடுமாற்றங்களையும் தர்க்கத்தின்

வளர்ச்சியாகவே பார்க்கிறேன். மேலதிக விவாதங்களை வேறு எவரேனும் முன்னெடுக்கவும் அக்கட்டுரை உதவலாம். திராவிட சந்நியாசி எனும் தலைப்பில் வந்துள்ள கட்டுரை பத்திரிகையாளர் சின்னக்குத்தூசியைப் பற்றியது. சனாதன சக்திகளுக்கு எதிராக எழுத்தாயுதம் ஏந்திய ஒருவரை, சந்நியாசி என்னும் சொல்லால் விளித்திருப்பது சிலருக்குச் சங்கடத்தைத் தரலாம். எனினும், இறுதிகாலத்தில் அவர் சகல சங்கடங்களையும் எதிர்கொண்டதைக் கவனப்படுத்தவே அப்படியொரு தலைப்பைத் தந்திருக்கிறேன்.

எழுத்தை மட்டுமே மணந்துகொண்ட அவர், துயருற்ற முதுமையில் துணையின்றித் தவித்திருக்கிறார். தாம் நம்பிய கொள்கைகளும் கோட்பாடுகளும் வெற்றியைச் சமைத்த பிற்பாடும், அவரைக் கைப்பற்ற மறந்த காலத்தை அக்கட்டுரையில் காண்பித்திருக்கிறேன். ஈரோடு தமிழன்பன், பொ.ஐங்கரநேசன், நாகூர் சலீம், தம்பி ராமையா, தேனிசை செல்லப்பா, இளவேனில், ஆகியோர் தனிப்பட்ட முறையில் என் வாழ்வில் புரிதல்களை ஏற்படுத்தியவர்கள். அவர்களை எழுதுவதன்மூலம் என்னை நான் எழுதிகொண்டிருக்கிறேன் என்றுதான் சொல்லவேண்டும்.

இக்கட்டுரைகளில் சில குங்குமம் வார இதழில் வெளிவந்தவை. திருலோகசீதாராம் பற்றிய பதிவும், ஆரூர் புதியவன் பற்றிய கட்டுரையும் வெவ்வேறு இதழ்களில் பிரசுரமானவை. கண்ணுக்குத் தெரிந்த, தெரியாத காரணங்களுடன் சமூக அரசியலையும் இலக்கியத்தையும் எதிர்கொள்ளும் நாம், அந்த எதிர்கொள்ளலில் எதிர்பாராத எல்லைகளைத் தொட்டுவிடுகிறோம். அப்படியொரு எல்லைக்கு நகர்த்திய அந்நூல், ஏனைய சுயசரிதை நூல்களைவிட, கூடுதல் முக்கியத்துவம் வாய்ந்தது.

எந்த ஒரு செயலும் நமக்குச் சில அடிப்படைகளையும் அனுபவங்களையும் தருகின்றன. அவ்வடிப்படைகளையும் அனுபவங்களையும் அடுத்தவர்க்குக் கடத்துவதே இலக்கியத்தின் அறமெனவும் சொல்லப்படுகிறது. அறமும் அன்புமே நம்மை ஈரப்பதத்துடன் இயங்க வைக்கிறது. ஈரமற்ற எழுத்துக்குச் சாரமும் இல்லை. சவால்களுமில்லை. இந்நூல் ஆக்கத்தில் என்னுடன் இணைந்து பணியாற்றிய புதுவை சீனு.தமிழ்மணி,

இசாக், கமலாலயன், பிஆர்.ராஜன் ஆகியோருக்கு நன்றிகள் பல. நேர்நிரைத் தோழர்களுக்கு வந்தனங்கள். ஒருநூல் வாசிக்கப்படுகிறவர்களால்தான் வாழ்கிறது. எழுத்துக்கள் வாழவேண்டுமெனில், எழுதுபவர்களைவிட வாசிப்பவர்களே முக்கியம். என்னை நீங்கள் தொடர்ந்து வாசிக்கிறீர்கள். என் எழுத்துக்கள் வாழ்வாங்கு வாழும் எனும் நம்பிக்கைப் பிறக்கிறது.

நிறைய பிரியமுடன்,

யுகபாரதி
98411 57958

தலைப்புச் சொற்கள்

தோழமையின் தூயசொல் 13
கலைகளின் விவரணை 42
ஒன்றுக்குமேல் ஒன்றுமில்லை 58
திராவிடச் சந்நியாசி 67
வண்ணங்களின் அரசியல் 95
வெளுக்கவைத்த கருப்பெழுத்து 115
குழலான ஒரு மூங்கில் 124
பேச்சரங்கின் பிதாமகன் 136
விரலைச் சேராத கணையாழி 152
இயற்கையெனும் இளையக்கன்னி 162
பாப்லோவும் பாரதிதாசனும் 179
களத்தை வென்ற கானங்கள் 209
மற்றுமொரு மலை பிரசங்கம் 220
கவிதைகளின் ஒலியழகர் 234
முதல்வரான மக்கள் ஊழியர் 238

எல்லார்க்கும் எப்போதும்
பெய்யும் மழைக்கு

தோழமையின் தூயசொல்

தனிநபரைப் போற்றுவதோ அல்லது அவரை முன்வைத்து முழக்கங்களை எழுப்புவதோ இடதுசாரிகளுக்கு ஏற்படையதல்ல. எதையும் கொள்கை அடிப்படையில் அணுகிப் பார்ப்பவர்களே அவர்கள். தனிநபர் சாகசங்களை நம்பியோ தற்குறித்தனமான வாக்குறுதிகளை வழங்கியோ தங்களை உயர்த்திக்கொள்ள அவர்கள் உத்தேசிப்பதில்லை. மக்கள் மத்தியில் செல்வாக்கைப் பெற, கற்பனைப் பிம்பங்களைக் காட்டவோ கட்டியமைக்கவோ எண்ணுவதில்லை. அவர்களைப் பொதுச்சமூகம் எப்படி வேண்டுமானாலும் புரிந்துவைத்திருக்கலாம்.

அதிகாரத்தைக் கைப்பற்றும் அக்கறையில்லாதவர்கள் என்றோ, பதவிக்கு வரவே லாயக்கில்லாதவர்கள் என்றோ விமர்சிக்கவும் செய்யலாம். ஆனால், அந்த விமர்சனங்களை எல்லாம் ஓரத்தில் ஒதுக்கிவிட்டுப் பார்த்தால், அவர்களுக்கு மட்டுமே போராட்ட வாழ்வை எதிர்கொள்ளும் சக்தியிருக்கிறது. இலட்சிய வாழ்வின் இலட்சணங்களைப் பெற்றிருக்கும் அவர்களின் தகுதி குறித்தும், திறமை குறித்தும், சந்தேகிக்க இடமே இல்லை. தற்போதைய தமிழ்நில இடதுசாரிகளின் ஒற்றை உதாரணம், இரா.நல்லகண்ணு. தலைமைப்

பொறுப்புக்கு வரக்கூடிய ஒருவர், கடைப்பிடிக்கவேண்டிய அத்தனை அம்சங்களையும் கருத்திற்கொண்டு செயல்படுவதில் இடதுசாரிகளுக்கு நிகர் இடதுசாரிகளே. கூட்டுத் தலைமையின் கீழ் செயல்படும் அவர்கள் ஒழுக்கம், நேர்மை, எளிமை, சுயசார்பற்ற தன்மை எனப் பல விஷயங்களை எப்படிப்பட்ட இக்கட்டிலும் விட்டுக்கொடுப்பதில்லை. ஒருவகையில் அதுவே அவர்களின் அடையாளம். பணமே பிரதானம் என்றாகிவிட்ட இன்றைய அரசியல் சூழலிலும், உண்டியல் குலுக்கி, கட்சிக்கான நிதியைத் திரட்டுபவர்கள் அவர்களே.

கார்ப்பரேட்டுகளின் நன்கொடையில் ஆட்சியையும் அதிகாரத்தையும் கைப்பற்றிவிடத் துடிக்கும் எத்தனையோ கட்சிகளுக்கு மத்தியில், இன்னமும் கண்ணியத்தையும் கட்டுப்பாட்டையும் கற்பிப்பவர்களாகக் காம்ரேடுகள் மட்டுமே இருக்கிறார்கள். போராடுவதே வாழ்வென்று புரிந்து, அதற்கேற்ப நாள்களை நகர்த்திச்செல்லாமல், வாழ்வையே போராட்டமாக்கிக் கொள்ள அவர்கள் தயங்கியதுமில்லை; தயங்கப் போவதுமில்லை.

தொண்ணூறுகளின் இறுதியில் 'கணையாழி' எனும் இலக்கியச் சிறுபத்திரிகையில் உதவி ஆசிரியனாக வேலைக்குச் சேர்ந்திருந்தேன். ஏதோ ஒரு வேலையைப் பார்த்துக்கொண்டு, இலக்கியத்தில் எனக்கிருந்த ஆர்வத்தை மேம்படுத்த முனைந்திருந்த தருணம் அது. கணையாழியில் சேரும்வரை ராஜரிஷி எனும் அரசியல் வார ஏட்டில் செய்திக் கட்டுரைகளை எழுதுபவனாக இருந்தேன். ஒரு கவிஞனாக அரசியல் பத்திரிகையில் என்னுடைய இடமென்பது எனக்கே திருப்தியளிக்கும் விதத்தில் இல்லை. என் இயல்புக்கும் தகுதிக்கும் கணையாழியே வழியமைத்தது.

இலக்கியப் புரிதல்களைத் தீவிரமாக்கிக் கொள்ளவும் என்னை நானே கண்டடைந்து கொள்ளவும் கணையாழி செய்த உதவியை காலம் உள்ளளவும் மறப்பதற்கில்லை. மாத இதழ் என்பதால் வேலை அதிகமில்லை. கணையாழிக்கு வரக்கூடிய கதை, கவிதை, கட்டுரைகளை வாசித்து, பிரசுரத்திற்கு ஏற்புடையதைத் தேர்ந்தெடுக்கும் பணியே என்னுடையது. தேர்ந்தெடுத்த படைப்புகளைக் கணையாழியின் ஆலோசனைக் குழுவிலிருக்கும் ஒருவரிடமோ இருவரிடமோ

காட்டி ஒப்புதல் பெற வேண்டும். ஒப்புதல் பெறப்பட்ட படைப்புகளை வடிவமைத்து, மெய்ப்புத் திருத்தி அச்சுக்கு அனுப்புவதோடு என் வேலை முடிந்துவிடும். அதன்பின், அதைச் சந்தாதாரர்களுக்கும் கடைகளுக்கும் விநியோகிக்கும் பொறுப்பை மேலாளர் விஸ்வநாதன் கவனித்துக் கொள்வார்.

விஸ்வநாதன், சுபமங்களாவில் பணியாற்றிய அனுபவம் உள்ளவர். அவ்வப்போது சுபமங்களாவின் ஆசிரியராயிருந்த கோமல் சுவாமிநாதன் பற்றியும் இன்னபிற படைப்பாளர்கள் பற்றியும் அவர் பகிர்ந்துகொண்டதைத் தனிப் புத்தகமாக எழுதலாம். படைப்பாளர்களின் மனத்தையும் குணத்தையும் அறிந்து வைத்திருந்த விஸ்வநாதன், மாதத்தின் இறுதி நாள்களில் மட்டுமே அலுவலகம் வருவார். மெய்ப்புத் திருத்தும் பணியில் எனக்கு உதவியாயிருந்த சேது, அலுவலகம் வருவதில்லை. அலுவலகப் பணிக்காக அமர்த்தப்பட்டிருந்த குமாரும் நானும் மட்டுமே தினசரி கணையாழி இருக்கையில் அமர்ந்திருப்போம்.

முதலிரு மாதங்களிலேயே கணையாழியின் வேலைத் தன்மை விளங்கிவிட்டது. எந்தத் தேதிவரை படைப்புகளை தேர்ந்தெடுக்கலாம், எதிலிருந்து எதுவரை வடிவமைப்பு, மெய்ப்புத்திருத்த எத்தனை நாள், அச்சகப் பணிக்கான அவகாசம் எவ்வளவு என எல்லாவற்றையும் திட்டமிட்டுச் செயல்படுவதில் எந்தச் சிக்கலும் இருக்கவில்லை. தலையங்கமும் கடைசிப் பக்கமும் வந்துவிட்டால் இதழ் தயாராகிவிடும். எழுத்தாளர் சுஜாதா கடைசிப் பக்கத்தை எழுதிவந்தார். திரைப்படங்களுக்குக் கதை வசனமும், வெகுசன இதழ்களில் தொடர்கட்டுரைகளும் எழுதிவந்த அவர், அத்தனைப் பரபரப்பிலும் கணையாழிக்கு எழுதுவதைப் பிரத்யேகமாக வைத்திருந்தார்.

கணையாழி அலுவலகத்திற்கு அருகில்தான் இந்தியக் கம்யூனிஸ்ட் கட்சியின் தலைமை அலுவலகமான பாலன் இல்லம் அமைந்திருந்தது. அங்கிருந்து வெளிவந்த தாமரை இதழை அண்ணன் கவிதாபாரதி கவனித்துவந்தார். இடதுசாரிப் பத்திரிகையான தாமரையும் வலதுசாரிச் சிந்தனைகளை அனுமதித்த கணையாழியும் அருகருகே இருந்தாலும், அவை இரண்டும் தத்தமது நிலைகளிலிருந்து இடம்பெயர

எண்ணியதில்லை. இரண்டு பத்திரிகைகளுக்கும் முகப்பைத் தயாரித்துத் தருபவராக ஓவியர் மருது இருந்துவந்தார். நானும் கவிதாபாரதியும் ஒரே வாகனத்தில் கிளம்பிப்போய் கணையாழிக்கும் தாமரைக்கும் மருது வரைந்து வைத்திருக்கும் முகப்புஅட்டைகளை வாங்கி வந்திருக்கிறோம். என் கவிதைகள் தாமரையிலும் கவிதாபாரதியின் கவிதைகள் கணையாழியிலும் பிரசுரமாகியுள்ளன.

ஒத்த கருத்துடைய இரண்டு பேர் பணி நிமித்தம் வெவ்வேறு பத்திரிகைகளைக் கவனிக்க நேர்ந்தது. இரண்டுபேரும் இணைந்தே செயலாற்றிய அக்காலங்களில், அன்பையும் நட்பையும் பகிர்ந்துகொள்ளும் இடமாகப் பாலன் இல்லம் இருந்தது. எங்களுக்கு எழும் இலக்கிய மற்றும் அரசியல் சந்தேகங்களைத் தீர்த்து வைப்பவராகத் தோழர் நல்லகண்ணு இருந்தார். தமிழக அரசியலில் நேர்மைக்கும் தூய்மைக்கும் உதாரணமாகக் காட்ட, நல்லகண்ணுவைத் தவிர ஒருவரில்லை.

என் வாழ்வில் அற்புதமான தரிசனங்களையும் தருணங்களையும் கொண்ட நாள்கள் அவை. இலக்கியமென்பது நுகர்வல்ல. அரசியலென்று அறிந்துகொள்ள, காலம் வழங்கிய சந்தர்ப்பம் என்றே அந்நாள்களைக் கருதுகிறேன். கணையாழியில் வேலை செய்கிறேன் என்பதைவிட, நல்லகண்ணுவை தினமும் சந்தித்து உரையாடுகிறேன் என்பதே மகிழ்வைக் கொடுத்தது. அப்போது "போத்தியம்மன்" என்னும் தலைப்பில் என்னுடைய கவிதை ஒன்று தாமரையில் வெளிவந்திருந்தது. அதைப் படித்திருந்த நல்லகண்ணு, "நெல்லைச் சீமையிலுள்ள சிறுதெய்வம் குறித்து, தஞ்சை மாவட்டத்து ஆசாமியான உங்களுக்கு எப்படித் தெரியும்?" எனக் கேட்டார்.

இடதுசாரிகள் கடவுள் மறுப்புக் கொள்கையுடையவர்கள். ஆனாலும், நல்லகண்ணு சிறுதெய்வங்களைப் பற்றித் தெரிந்து வைத்திருந்தது திகைப்பூட்டியது. அந்தச் சந்திப்பில் அவர், ஜெயமோகனின் விஷ்ணுபுரம் நாவலை வாசித்துக்கொண்டிருந்தார். சில பக்கங்கள் மட்டுமே விஷ்ணுபுரத்தை வாசித்திருந்த என்னிடம், 'முழுதாக நாவலை வாசித்ததும் சொல்லுங்கள். விவாதிக்கலாம்' என்றார். என் வயதையோ வாசிப்பையோ முக்கியமாகக்

கருதாமல், என்னுடன் விவாதிக்க விரும்பிய அவர், அதன்பின் எத்தனையோ நாவல்கள் குறித்தும் உலக இலக்கியங்கள் குறித்தும் விவாதித்திருக்கிறார். விவாதமென்றால் இரண்டுபேரால் நடத்தப்படுவது. உண்மையில், அவருடன் நான் எதையுமே விவாதித்ததில்லை. தவிர, அவருடன் விவாதிக்கும் அளவுக்கான அறிவை அப்போது நான் பெற்றிருக்கவில்லை. எனக்குத் தெரிந்த விஷயங்களை மட்டுமே அவருடன் பேசியிருக்கிறேன். என் பேச்சில் தவறிருந்தால் அவர் திருத்துவார். ஒரு விஷயத்தை அவர் சொல்லத் தொடங்கினால் அதில் விவாதிக்கவே ஒன்றுமிருக்காது. அத்தனைத் தெளிவுடனும் அத்தனைச் சிரத்தையுடனும் அதை அவரே விளக்கிவிடுவார்.

விவாதிக்கவே தேவையில்லாதபடி பேசும்முறையே அவருடையது. எளிய உவமைகளால் வரலாற்றையும் இலக்கியத்தையும் புரியவைக்கும் சாமர்த்தியம் அவரிடம் உண்டு. எது மக்களுக்கானதாக அமைகிறதோ அதுவே இலக்கியமென்றும் மக்கள் இலக்கியத்தை நோக்கி நகர்வதே படைப்பாளிகளின் தகுதியென்றும் அவர் சொல்லாமல் இருந்திருந்தால், நானுமே செளந்தர்ய உபாசகர்களின் சங்கத்தில் சங்கமித்திருப்பேன்.

கட்சி அரசியலுக்கு அப்பாற்பட்டவர்களாலும், அவர் இன்று கொண்டாடப்படுவதற்கு அதுவே காரணம். யாரையும் நேசத்துடன் ஏந்திக்கொள்ளும் அவருடைய புன்னகையில், களங்கமோ கறைகளோ இருந்ததில்லை. தெளிந்த நீரோடையின் மேல் நின்று பார்க்கையில், உருண்டோடும் கூழாங்கற்கள் தெரிவதுபோல, நிதானத்துடன் அவர் உதிர்க்கும் சொற்களில் காரல்மார்க்ஸும் ஜீவானந்தமும் கண்முன்னே தெரிவார்கள். உடலாலும் மனதாலும் தியாகத் தழும்புகளைத் தாங்கிய அவர், சுதந்திர இந்தியக் கனவுகளுடன் பொதுவாழ்வுக்கு வந்தவர்.

ஸ்ரீவைகுண்டம் காரனேஷன் உயர்நிலைப் பள்ளியில் படித்துக்கொண்டிருக்கும்பொழுதே தேச விடுதலைக்கு உழைக்க வேண்டுமெனும் உறுதியைப் பெற்றிருக்கிறார். தேசபக்த நூல்களில் ஈடுபாடு காட்டிவந்த அவருக்கு, மார்க்சிய நூல்களை அறிமுகப்படுத்தியவர் அவருடைய இந்தி

ஆசிரியர் சு.பலவேசம் செட்டியார். அவரே, நல்லகண்ணுவின் அனைத்திந்தியப் பற்றை அகில உலகப் பற்றாக மாற்றியவர். 'கலைத் தொண்டர் கழகம்' என்னும் பெயரில் சமூகக் கலை இலக்கியப் பணியை மேற்கொண்டிருந்த நல்லகண்ணுவை, பொதுவுடைமைச் சிந்தனைக்கு உந்தித் தள்ளியதில் புத்தகங்கள் பெரும் பங்காற்றியுள்ளன. நூல்களின் வாயிலாக இடதுசாரிப் பற்றாளராக மாறிய நல்லகண்ணு, கல்லூரிக் காலங்களில் இடதுசாரித் தலைவர்களுடன் பழகியிருக்கிறார்.

சமூகமாற்றத்திற்காகத் தங்களை வருத்திக்கொள்ளும் அவர்களைப் பார்க்கும்தோறும், தாமும் அவர்கள்போல ஆக வேண்டுமென எண்ணியிருக்கிறார். அதன் விளைவாக, முதல் முதலாக ஸ்ரீவைகுண்டத்தில் உருவாக்கப்பட்ட இந்திய கம்யூனிஸ்ட் கட்சியின் கிளையில் இணைந்திருக்கிறார். தமிழகத்தின் தென்கோடியில் இருந்த ஓர் ஊரின் கிளைச் செயலாளராக அரசியல் வாழ்வைத் தொடங்கிய அவர், நான்குமுறை தொடர்ச்சியாக அக்கட்சியின் மாநிலச் செயலாளர் என்னும் பொறுப்பை வகித்திருக்கிறார். தகுதியால் பொறுப்புக்கு வந்த அவர், தன்னுடைய செயல்களால் அப்பொறுப்புக்கு ஏற்படுத்திக்கொடுத்த கௌரவத்தால் இன்றளவும் மதிக்கப்படுகிறார்.

கம்யூனிஸ்ட் கட்சியின் ஸ்தாபன விதிகளுக்கு உட்பட்டு வாழ்வதே சிரமம் என்னும் பட்சத்தில், தன்னை வருத்தி அவர் அடைந்த உயரமென்பது வேறு எவரும் எட்ட முடியாதது. சாதி, மதம், பணம், சந்தர்ப்பவாதம் என்று தறிகெட்டுப்போன இன்றையத் தேர்தல் அரசியலுக்கு, நல்லகண்ணுவின் தியாக வாழ்வைத் திரும்பிப்பார்க்கவும் நேரமில்லை என்பதுதான் வருத்தத்துக்குரியது. இப்பொழுதும் நம்முடைய ஊடகங்கள் தோழர் நல்லகண்ணுவைத் தோற்றுவிட்ட அரசியல் ஆளுமையாகக் காட்டுவதையே வாடிக்கையாக வைத்திருக்கின்றன.

அவர் எங்கேயும் எப்போதும் தோற்கவில்லை. தவிர, அவருடைய அரசியல் நெறிகள் ஒருபோதும் அஸ்தமனமாகக் கூடியதும் அல்ல. தனிநபரைப் போற்றுவதோ அவரை முன்வைத்து முழக்கங்களை எழுப்புவதோ இடதுசாரிகளுக்கு வழக்கமில்லை. என்றாலும்,

நல்லகண்ணுவைச் சொல்லவேண்டியதும் அவரை முன்வைத்து விவாதங்களை எழுப்புவதும் அவசியமே. தனி நபர் துதியாக அதை எடுத்துக்கொள்ளாமல், ஓர் இடதுசாரியின் பண்பு நலன்களைச் சீர்தூக்கிப் பார்ப்பது காலத்தின் தேவையாகிறது. பணமும் படாடோபமுமே அரசியல் என்பதாகப் போய்க்கொண்டிருக்கும் இக்காலத்திய அறப்பிறழ்வுகளை அறிந்துகொள்வதற்கு, நல்லகண்ணு போன்றோரின் வாழ்க்கைப் பதிவுகள் நேர்மறை அரசியலின் நியாயங்களைப் பேசக்கூடியவை.

இடதுசாரிகள்மீது வைக்கப்படும் விமர்சனங்கள், கொள்கை சார்ந்ததாக இருக்கிறதே ஒழிய, ஒருபோதும் அது அவர்களின் நேர்மையைப் பரிசோதிப்பதாக இருந்ததில்லை. அவதூறுகளையும் பொய்ப்பிரச்சாரங்களையும் அவர்களுக்கு எதிராகப் பரப்பிவருபவர்கள்கூட இத்தனை ஆண்டுகளில் ஒரு குற்றச்சாட்டுக்கும் ஆளாகாத இடதுசாரிகளின் கை சுத்தத்தில் கறையோ குறையோ கண்டதில்லை.

இந்தியா சுதந்திரம் அடைந்தவுடன் ஆட்சிக்கும் அதிகாரத்துக்கும் வந்த காங்கிரஸின் முதல் குறிக்கோள் கம்யூனிஸ்டுகளை அடக்கி, ஒடுக்கி, அழிப்பதாக இருந்திருக்கிறது. பொய்வழக்குகளைப் போட்டு உள்ளே தள்ளுவது, கிடைத்தவர்களைத் துப்பாக்கிக் குண்டுக்கு இரையாக்குவது, சிறையிலிட்டுச் சித்ரவதை செய்வது, சிறைக் கொட்டடியிலேயே சிலரைக் கொன்றுவிடுவது எனத் தீர்மானித்த காங்கிரஸின் தொடர் கொடுமைகளுக்குக் கம்யூனிஸ்டுகள் பலியான அக்காலத்தில், தோழர் ஜீவானந்தத்தின் புரட்சிகரப் பேச்சினால் நல்லகண்ணு ஈர்க்கப்பட்டிருக்கிறார். ஜீவாவின் இலக்கியப் பேச்சினால் கம்பனும் பாரதியும் புதிய கவனத்தைப் பெற்றது குறிப்பிடத்தக்கது.

தேசம் விடுதலை அடைந்துவிட்டால் சுபிட்சம் வந்துவிடுமென்று எண்ணிய கம்யூனிஸ்டுகளுக்கு, காங்கிரஸின் இந்த அடாத செயல்கள் அதிருப்தியையே தந்திருக்கின்றன. சென்னை சதி வழக்கு, மதுரை சதி வழக்கு, நெல்லை சதி வழக்கு, ராமநாதபுரம் சதி வழக்கு என வழக்குக்குமேல் வழக்காகப் போட்டு கம்யூனிஸ்டுகளை ஒடுக்கிய காங்கிரஸ், ஒரு கட்டத்தில் கம்யூனிஸ்ட் கட்சியைத் தடைசெய்தது.

ஆங்கிலேயே ஆட்சியை அப்புறப்படுத்த தங்களுக்குச் சமமாக உழைத்த கம்யூனிஸ்டுகளைக் காங்கிரஸ் விரோதிகளாகப் பார்த்திருக்கிறது. கம்யூனிஸ்டுகள், தேசத் துரோகச் செயல்களில் ஈடுபடுவதாகவும் மக்களைக் கிளர்ச்சிக்குத் தூண்டுவதாகவும் காங்கிரஸின் பதவி சுகத்தை அனுபவித்தவர்கள் வதந்திகளைப் பரப்பியிருக்கிறார்கள். விவசாயத் தொழிலாளர்களுக்குச் சங்கம் ஏற்படுத்தி அதன் மூலம் அவர்களின் உரிமைக்குப் போராடிய கம்யூனிஸ்டுகளைக் காங்கிரஸுக்குப் பிடிக்கவில்லை. ஆனால், மக்களோ அலை அலையாகக் கம்யூனிஸ்டுகளின் பின்னே அணிதிரண்டிருக்கிறார்கள்.

அதிகாரத்திலிருந்த காங்கிரஸுக்கு இந்த அணிசேர்க்கை அச்சத்தை உண்டாக்க, தீவிர வேட்டையில் ஈடுபட்டிருக்கிறது. 1948இல் காங்கிரஸ் பிறப்பித்த தடை உத்தரவை அடுத்து, ஓராண்டுக்காலம் நல்லகண்ணுவும் தலைமறைவாக வாழ வேண்டிய சூழலுக்குத் தள்ளப்பட்டிருக்கிறார். நாங்குனேரி தாலுக்காவில் புலியூர்க்குறிச்சி எனும் கிராமத்தில் தாழ்த்தப்பட்ட தோழர் ஒருவரின் வீட்டில் தலைமறைவாகத் தங்கியிருந்த நல்லகண்ணுவை, காங்கிரஸ் அரசு கைதுசெய்து, கடும் சித்ரவதைக்கு உள்ளாக்கியிருக்கிறது.

உண்மையை வரவழைக்க விசாரணை என்னும் பெயரில் நல்லகண்ணுவின் மீசையை ஒரு காவல்துறை ஆய்வாளர் சிகரெட்டால் பொசுக்கியிருக்கிறார். அன்றுமுதல் மீசையே வைப்பதில்லை என முடிவெடுத்த நல்லகண்ணு, புரட்சிகர வாழ்விலிருந்து பின் வாங்கவோ அச்சுறுத்தலுக்குப் பயந்து கம்யூனிஸ்டுகளைக் காட்டிக்கொடுக்கவோ நினைக்கவில்லை.

அவரைக் கைது செய்து சிறையில் அடைத்த காங்கிரஸ் அரசு, கைது செய்யும்போது நல்லகண்ணு, வெடிகுண்டு வைத்திருந்ததாகப் பொய்வழக்குப் போட்டு நீதிமன்றத்தில் நிறுத்தியிருக்கிறது. அரசின் நீதி, போராளிகள் பக்கம் ஒருபோதும் சாய்ந்ததில்லை என்பதால், அரசின் விருப்பப்படியே ஆயுள் தண்டனையை நல்லகண்ணு பெற்றிருக்கிறார். ஏழாண்டுகாலச் சிறைவாழ்வுக்குப்பின் வெளியே வந்த அவர், அதிக ஈடுபாட்டுடன் கட்சிப் பணியைத் தொடர்ந்திருக்கிறார். அதன்பின்னும், வீரம் செறிந்த அவர் எத்தனையோ போராட்டங்களை அரசுக்கு எதிராக நடத்தியிருக்கிறார்.

சிறை அவருடைய போராடும் வெறியை அதிகரிக்கச் செய்ததே தவிர, மட்டுப்படுத்தவில்லை. ஏனெனில், ஆர்வ மிகுதியில் அவர் போராடக் கிளம்பவில்லை. அர்த்தத்தோடும் ஆத்ம சுத்தியோடுமே அவருடைய இலட்சியப் பயணம் தொடங்கியிருக்கிறது. அவர், தலைமை தாங்கி நடத்திய பல போராட்டங்கள் கோரிக்கைகளை வென்றிருக்கின்றன.

விவசாயப் போராட்டத்திலிருந்து அணு உலை எதிர்ப்புப் போராட்டம் வரை, தயக்கமில்லாமல் மக்களுடன் களத்தில் நிற்கும் அவருடைய போராட்டக் குணத்தைப் பிரதிபலிக்கும் சம்பவங்கள் அநேகமுண்டு. குறிப்பாக, ஆதிக்கச் சக்திகளை அசைக்க தலித்துகளுக்கும் பெண்களுக்கும் ஆதரவாக நடந்த ஸ்ரீவைகுண்ட கோட்டைத் தகர்ப்புப் போராட்டத்தைச் சொல்லலாம். அதுவே தோழர் நல்லகண்ணு முன்நின்று வெற்றி சாதித்த முதல் களப்போராட்டமென எழுத்தாளர் பொன்னீலன் ஒரு கட்டுரையில் எழுதியிருக்கிறார்.

கோட்டைகள் என்றால் மன்னர்கள் வாழும் இடமென்று அர்த்தமல்ல. கோட்டைப் பிள்ளைமார் சமூகத்தைச் சேர்ந்தவர்கள், தங்கள் குலப்பெண்களை யார் கண்ணிலும் படாமல் பாதுகாக்கக் கட்டிய கோட்டை ஒன்று ஸ்ரீவைகுண்டம் பகுதியில் இருந்திருக்கிறது. சுமார் 450 அடி சுற்றளவும் 10 அடி உயரமும் கொண்ட அக்கோட்டை மண்ணால் கட்டப்பட்டது. மூன்று நூற்றாண்டுகளாக அக்கோட்டையைப் பராமரித்து, தங்கள் குலப்பெண்களை வெளியுலகையோ வெயிலையோ பார்க்காதவாறு ஆண் ஆதிக்கச் சமூகம் அடிமைப்படுத்தியிருக்கிறது.

கோட்டையைச் செப்பனிட ஆண்டுதோறும் தலித்துகள் அழைக்கப்பட்டாலும், அப்பணியில் ஈடுபடுபவர்களுக்குக் குறைந்த கூலியே கொடுக்கப்பட்டிருக்கிறது. கூடவே தீண்டாமைக் கொடுமைகளும் நிகழ்ந்திருக்கின்றன. பொறுத்துப் பொறுத்துப் பார்த்து, கொதிப்படைந்த தலித்துகள், ஒருகட்டத்தில் பலநூறு ஆண்டுகளாக நிலவிவரும் ஆதிக்கத்தை வேரோடும் வேரடி மண்ணோடும் வீழ்த்த எண்ணியிருக்கிறார்கள். கூலி உயர்வுக்கென்று தொடங்கிய அப்போராட்டம், கோட்டை பிள்ளைமார் சமூகப் பெண்களை விடுவிக்கும் போராட்டமாகவும் மாறியிருக்கிறது.

வாழவல்லான் ந.ஜெயபாண்டியன், சிவகளை கந்தப்பா செட்டியார் உள்ளிட்டோரின் உறுதுணையுடன் பெரும் எழுச்சியோடு நடந்த அப்போராட்டம், மக்கள் மத்தியில் புரட்சிகர நம்பிக்கைகளை விதைத்திருக்கிறது. கடும் சாதீயக் கட்டுமானத்தையும் நிலப்பிரபுத்துவ நடைமுறையையும் தகர்க்க எண்ணிய நல்லகண்ணு, பெருந்திரளான மக்களுடன் கோட்டையைத் தகர்த்தெறிந்திருக்கிறார்.

சொந்த சாதி அபிமானத்தை விட்டொழித்து, தலித்துகளுக்காக போராடிய அவரை, கட்சித் தோழர்களில் சிலர் தலித்தென்றே நினைத்துமிருக்கிறார்கள். பாவனையில் பழக்கத்தில் எங்கேயும் அவரிடம் சாதியின் சாயலைப் பார்க்கமுடியாது. 1999இல் மாஞ்சோலைத் தோட்டத் தொழிலாளர்கள் தங்கள் கோரிக்கையை முன்வைத்து, மாவட்ட ஆட்சியரிடம் மனு கொடுக்கப் போனபோது நிகழ்ந்த கொடூர சம்பவம் நினைவுக்கு வருகிறது.

தாமிரபரணிக்கரையில் அமைந்திருந்த ஆட்சியர் அலுவலகத்தைத் தொழிலாளர்கள் நெருங்கவும் அனுமதிக்காத அன்றைய அரசு, பலரைப் படுகாயப்படுத்தியதுடன் பதினேழுபேரைச் சுட்டுக்கொன்றது. அந்தக் கோரச் சம்பவத்தை எதிர்த்துத் தமிழகமெங்கும் போராட்டங்கள் வெடித்தன. இந்தியக் கம்யூனிஸ்டு கட்சியோ இன்னும் ஒருபடி மேலே போய், கொடூரத்தைக் கண்டித்து ஒலிநாடா ஒன்றை வெளியிட விரும்பியது.

இசைப் பாடல்களை எழுதித்தரும்படி என்னிடமும் கேட்கப்பட்டது. “மனுநீதி சோழன் ஆட்சி / மக்கி மக்கி இத்துப்போச்சு / மனு கொடுக்கப் போன பசு / மணி விழுந்து செத்துப் போச்சு” என்று நான் எழுதிக்கொடுத்தேன். நண்பர் இலக்கியன் அப்பாடலுக்கான இசையை அமைத்திருந்தார். தேர்க்காலில் அடிபட்ட கன்றுக்காக, நீதிகேட்ட பசுவின் கதையைக் குறியீடாக வைத்து, நான் எழுதிய அப்பாடல் பெரும் வரவேற்பைப் பெற்றது. தேர்தல் சமயமென்பதால் பிரச்சாரக் கூட்டங்களில் தொடர்ந்து ஒலித்த அப்பாடலைக் கேட்ட நல்லகண்ணு, தனிப்பட்ட முறையில் என் எழுத்திலிருந்த கோபத்தை உணர்ந்து பாராட்டினார். அதுமுதல் என் எழுத்து முயற்சிகள் எதுவானாலும், கவனித்துக் கருத்துக்களைச்

சொல்லுவார். ஆழ்ந்த இலக்கியப் பரிச்சயமுடைய அவர், சொற்களுக்கு இடையேயுள்ள மௌனங்களையும் புரிந்துகொள்பவர். அதிகாலையிலேயே பத்திரிகைகளை வாசித்து, அதில் என் பெயர் வந்திருந்தால் தொலைபேசியில் அழைத்து வாழ்த்தைத் தெரிவிப்பார். எனக்கு மட்டுமல்ல, என்போன்ற பல இளம் படைப்பாளர்கள் அவருடைய வாழ்த்துக்களால் வளர்ந்திருக்கிறார்கள். "வணக்கம் காம்ரேட்" என்றொரு கவிதை.

அக்கவிதையில் இடதுசாரிகளின் புரட்சிகர எண்ணங்களை எள்ளலுடன் எழுதிவிட்டேன். புரட்சி வரும் என்கிற கம்யூனிஸ்டுகளின் முழக்கத்திற்கும், ஏசு வருகிறார் என்கிற கிறிஸ்தவர்களின் நம்பிக்கைக்கும் அதிக வித்தியாசமில்லை என்பதுபோல அமைந்த கவிதை அது.

இடதுசாரிகளை விமர்சித்த அக்கவிதை, அப்போதைய என்னுடைய அரசியல் போதாமையினால் எழுதப்பட்டது. சொன்ன தேதியில் வருவதற்குப் புரட்சி ஒன்றும் பால்பாக்கெட் இல்லையென்பது அந்நாளில் எனக்குத் தெரிந்திருக்கவில்லை. இருபத்தி இரண்டாவது நாள் அடை வைத்த முட்டைக் குஞ்சு பொறிக்கவில்லையென்றால், அது கூமுட்டை என்பதாக விமர்சித்த நான், எதார்த்தத்தை எழுதுகிறேன் என்னும் பேரில் எதை எதையோ எழுதியிருக்கிறேன். இடதுசாரி குடும்பப் பின்னணியுடைய நானே, கம்யூனிஸ்டுகளை அவ்வாறு எழுதியது நல்லகண்ணுவுக்கு அதிருப்தியைத் தந்திருக்கிறது. ஆனால், அதை அவர் வெகுகாலம்வரை வெளிப்படுத்தவில்லை.

ஆண்டுகள் செல்லச் செல்ல, சரியான தடத்தையும் புரிதலையும் நான் அடைந்த பிறகே, உள்ளத்தில் இருந்ததை மெலிதாக உணர்த்தினார். சமூகத்தில் நிகழும் எந்தப் பிரச்சனைக்கும் குரல் கொடுக்காமல், எல்லாப் பிரச்சனைகளுக்கும் களத்தில் நின்று போராடுபவர்களை, கிண்டலடித்துக் கவிதை எழுதியது இரக்கமற்ற செயலென்று இப்போது படுகிறது. மாற்றுக்கருத்தே ஆனாலும், அதை அக்கறையுடன் எதிர்கொள்பவர்களைக் காயப்படுத்திய என்செயல் கண்டிக்கத்தக்கது. தோழர் நல்லகண்ணு, ஒரே வார்த்தையில் என் கவிதைக்கும் அறியாமைக்கும் பதிலடியைத்

தந்திருக்க முடியும். ஆனால், அவர் அப்படியெல்லாம் செய்யவில்லை. எதிர் முகாமிற்குப் போன எனக்கு எப்போது முதிர்ச்சி வருகிறதோ, அப்போது சொல்லிக் கொள்ளலாம் என்றே இருந்திருக்கிறார். காலம் சிலவற்றை மாற்றும். மாற்றாத பட்சத்தில் பார்த்துக்கொள்ளலாம் எனவும் எண்ணியிருக்கலாம். மார்க்சியம் என்பது படிப்பல்ல. படிப்பினால் வரும் அறிவுமல்ல. அது ஒரு பக்குவம். அந்தப் பக்குவத்தைப் பெற, இருப்பதை எல்லாம் இழக்கவேண்டும்.

இல்லாதவர்களின் கண்களிலிருந்து உலகத்தை அளக்க வேண்டும். வயதினால் வருவதே பக்குவமென்று பலபேர் நினைத்திருக்கிறோம். உண்மையில், கொள்கையாலும் கொண்டிருக்கும் நம்பிக்கையாலும் விளைவதே அது. "வணக்கம் காம்ரேட்" கவிதைக்கு மறுப்புக் கட்டுரை எழுத எத்தனையோ முறை நினைத்ததாகவும் நாமே நம்முடைய பிள்ளைக்கு மறுப்பு எழுதுவதா? எனத் தயங்கியதாகவும் பதினேழு ஆண்டுகளுக்குப் பிறகு, என் நூல் வெளியீட்டில் நெகிழ்வுடன் பகிர்ந்துகொண்டார். நீண்ட காத்திருப்பு. ஆனாலும், அவருடைய நம்பிக்கை என் விஷயத்திலும் நல்ல பலனையே தந்திருக்கிறது.

உடனே அவர் தன்னுடைய மறுப்பையோ விமர்சனத்தையோ தெரிவித்திருந்தால், அப்போதிருந்த என் மனநிலை அதை ஏற்றிருக்க வாய்ப்பில்லை. நூல் வெளியீட்டில் பேசிய அவர் "இனி மறுப்பே எழுதவேண்டியதில்லை. சரியான திசைக்கு வந்துவிட்டீர்கள்" என மகிழ்ச்சியைத் தெரிவித்தார். பதினேழு ஆண்டு கழித்து அவரிடமிருந்து அப்படி ஒரு வார்த்தை வருமென்று நான் எதிர்பார்க்கவில்லை. அரங்கே கைதட்டி ஆரவாரம் செய்த நொடியில், குற்றமிழைத்த நான் குறுகுறுப்பை அடைய நேர்ந்தது.

என்மீது அவருக்கிருந்த மெல்லிய அதிருப்தியைக்கூட வெளிப்படுத்தாமல், அதே புன்னகையுடனும் அதே அன்புடனும் அவரால் எப்படிப் பழக முடிந்தது? என்பதுதான் ஆச்சர்யம். கருப்பு அவர் வண்ணமானாலும், சிவப்பே சித்தாந்தமெனப் பல சந்தர்ப்பங்களில் உணர்த்தியிருக்கிறார். கணையாழியில் பணியாற்றிக்கொண்டே அவரிடம் தினமும் பாடம் கேட்கப் போய்விடுவேன். ஒருநாள் இருநாள் அல்ல,

ஆறு ஆண்டுகள் ஒவ்வொருநாளும் பாலன் இல்லத்தில் அமைந்திருந்த நூலகத்தில் கழிந்த நாள்கள் மறக்கமுடியாதவை. கட்சித் தோழர்களுக்குப் பாலன் இல்லத்திலேயே மதிய உணவைச் சமைப்பார்கள். வரிசையாக ஒவ்வொருவரும் நின்று, உணவை தாமே எடுத்துத் தட்டில் போட்டுக்கொள்ள வேண்டும். பலநாள் அந்த வரிசையில், கடைசி ஆளாக தோழர் நல்லகண்ணு நிற்பதைப் பார்த்திருக்கிறேன்.

ஒரு அகில இந்தியக் கட்சியின் மாநிலச் செயலாளர் என்னும் எண்ணமே அவரிடம் இருந்ததில்லை. அதே வரிசையில் தோழர். கே. டி. கே. தங்கமணியும் சி. மகேந்திரனும் ஏ. கே. கோபுவும் இன்னபிறரும் நின்றிருக்கிறார்கள். இலட்சியவாதம் பொய்த்துவிட்டது, இனி இடதுசாரிகள் எழவே வாய்ப்பில்லை என்பவர்களுக்கு, இந்தக் காட்சியைக் காணும் சந்தர்ப்பம் கிடைத்திருக்காது.

பாலன் இல்ல நூலகத்தில், பழந்தமிழ் இலக்கிய நூல்கள் இருந்தன. தொ.மு.சி. ரகுநாதனின் “பாரதி காலமும் கருத்தும்” என்ற நூலை அங்கிருந்தே நான் வாசித்தேன். வானமாமலை தொகுத்த “நாட்டார் பாடல் தொகுப்பு, மார்ச்சிய, பௌத்தத் தத்துவ நூல்கள்” என எண்ணிகையில் அடங்காத எத்தனையோ நூல்கள் அங்கிருந்தன. வாசித்த நூல்களில் எழும் சந்தேகங்களைத் தீர்க்க முன்னறையில் தோழர் நல்லகண்ணு அமர்ந்திருப்பார். எது குறித்தும் அவரிடம் இயல்பாகக் கேட்கலாம். இளவயது முதலே பாரதி என்றால் அவருக்கு உயிர். பாரதி மணி மண்டபம் கட்ட நிதி திரட்டிக் கொடுத்தவர்களில் அவர் முக்கியமானவர்.

பொதுவாகக் கம்யூனிஸ்ட் கட்சியில் முழுநேர ஊழியர்களாக இருப்பவர்கள், கட்சிதரும் சொற்பப்பணத்தில்தான் தங்கள் தேவைகளைப் பூர்த்தி செய்துகொள்ளவேண்டும். வருமானத்திற்கு வேறு வழியில்லை. ஊர்தோறும் கட்சித் தோழர்கள் வசூலித்துத் தரும் பணத்தில்தான் அவர்கள் வண்டி ஓடும். அதிலும் மிச்சம் பிடித்து, வெளியூரிலிருந்து வரும் கட்சித் தோழர்களின் வழிச்செலவுக்குப் பணம் கொடுப்பவரே நல்லகண்ணு. ஒருமுறை மணப்பாறையில், ஆர்வமுடைய கட்சித் தோழர்கள் பொதுக்கூட்டத்திற்கு நல்லகண்ணுவை அழைத்திருக்கிறார்கள். போனால், ஊரே திருவிழாக்

கோலம் பூண்டிருக்கிறது. வீதியெங்கும் குழல் விளக்குகள். அலங்கரிக்கப்பட்ட மேடை. தர்பார் நாற்காலி எனத் தடபுடலாக ஏற்பாடு செய்திருக்கிறார்கள். தலைவரை மகிழ்விக்கக் கட்சித் தொண்டர்கள் இப்படியெல்லாம் செய்வது வழக்கம்தான். ஆனால், தோழருக்கோ முகம் சுருங்கிவிட்டது. "நாட்டுக் கஷ்டத்தை இத்தனை விளக்குப் போட்டா விளக்குவது" எனக் கேட்டிருக்கிறார். "ஆதாயத்துக்காகச் செய்யப்படும் அரசியலுக்குதான் விளம்பரம் தேவை. நாமோ, அன்றாடங் காய்ச்சிகளின் வாழ்வுக்குப் போராடுபவர்கள். இதற்குச் செலவழித்த காசைக் கட்சி நிதியாகக் கொடுத்திருந்தால் தேர்தல் செலவுக்கு ஆகியிருக்குமே" எனவும் சொல்லியிருக்கிறார்.

பட்டினப்பாக்கத்தில் இருந்து பாலன் இல்லம் அமைந்திருந்த தியாகராய நகருக்கு, கட்சி கொடுத்த வாகனத்தில் வந்துகொண்டிருந்த அவர், திருமுல்லைவாயிலுக்குக் குடிபெயர்ந்ததும் பெட்ரோல் செலவு அதிகமாகும் எனச்சொல்லி, மாநகரப் பேருந்தைப் பயன்படுத்தியதை நானறிவேன். கட்சிதானே பெட்ரோலுக்குச் செலவழிக்கிறது நமக்கென்ன கவலை? என அவர் இருந்துவிடவில்லை.

ஏழை எளிய மக்கள் வசூலித்துத் தரும் பணத்தின் மதிப்பையும், அதன் வேர்வை வாசத்தையும் விளங்கிக்கொண்டவரே நல்லகண்ணு. அகில இந்தியாவிலும் நல்லகண்ணுவைத் தவிர, மகளின் திருமணத்திற்கு ஐநூறு ரூபாயோடு போன ஒரு கட்சித் தலைவரைக் காட்டுவதற்கு வழியில்லை. கூட்டம் நடத்திய கட்சித் தோழர்களின் சிரமத்தை உணர்ந்து, விடுதிகளில் தங்காமல், பேருந்து நிலையத்திலேயே படுத்துறங்கிய அவரையே, வியாபார ஊடகங்கள் தோற்ற அரசியல் ஆளுமையாகச் சித்திரிக்கின்றன.

அவருடைய நெடிய அரசியல் வாழ்வில், எத்தனையோ கட்சித் தோழர்களுக்கு அவர் தலைமையில் திருமணம் நடந்திருக்கிறது. தஞ்சை மாவட்டத்தைச் சேர்ந்த கட்சித்தோழர் ஒருவர், தன் மகளின் திருமணத்தை நல்லகண்ணு தலைமையில் நடத்தப் பிடிவாதம் பிடித்திருக்கிறார். "கட்சிப் பணிகள் அதிகமிருந்ததால் வேறு யாரையாவது தலைமை தாங்க அழையுங்களேன்" என்றிருக்கிறார் நல்லகண்ணு. தோழரோ விடுவதாயில்லை. காத்திருந்து தேதி வாங்கித் திருமணத்தை

நடத்தியிருக்கிறார். அத்திருமணத்தை நடத்தி வைத்துவிட்டு வற்புறுத்திய தோழரிடம் நல்லகண்ணு, "கட்சியில் பலபேர் இருக்கையில், நானே வரவேண்டுமென ஏன் வற்புறுத்தினீர்கள்" எனக் கேட்டிருக்கிறார். "அது வந்து தோழர்... என் மகளின் திருமணம், ஒரு தலித் தலைவர் தலைமையில்தான் நடக்கவேண்டும் என எண்ணினேன், அதனால்தான் உங்களை விடாமல் வற்புறுத்தினேன்" என்றிருக்கிறார் அத்தோழர்.

இடதுசாரிகள் சாதி பார்ப்பதில்லை. அப்படியே பார்த்தாலும், எந்தச் சாதியையும் அவர்களுக்குத் தாழ்வாகப் பார்க்கத் தெரியாது. எந்த மாவட்டத்தில் எந்தச் சமூகம் அதிக எண்ணிகையில் இருக்கிறதோ அந்தச் சமூகத்தைச் சேர்ந்த ஒருவருக்கு மாவட்டச் செயலாளர் பதவி கொடுக்கும் பழக்கமும் இடதுசாரிகளின் மரபில்லை. யாராயிருந்தாலும் கட்சியின் விதிகளுக்கு உட்பட்டு, மக்களை வழிநடத்தும் ஆளுமை பெற்றிருந்தால் போதும்.

சாதி என்பது தமிழ் மண்ணுக்கே உரிய மோசமான குணக்கேடு. இந்தக் குணக்கேட்டை இடதுசாரிகளிலும் ஒருசிலர் கொண்டிருப்பது நல்லகண்ணுக்குக் கவலையளித்திருக்கிறது. என்றாலும், திருமணத்திற்கு வற்புறுத்தி அழைத்த அத்தோழர், என்ன சாதியைச் சேர்ந்தவர் என்று நல்லகண்ணு விசாரிக்கவில்லை. "அப்படியா சேதி" என்று சிரித்துவிட்டு அவரைக் கடந்திருக்கிறார். "தவறாக நினைத்து அழைத்துவிட்டீர்களே" என்றோ "நான் தலித்தில்லையே" என்றோ சொல்லவில்லை. தன்னைத் தலித்தாக நம்பி, தலைமையேற்க அழைத்ததற்கு மகிழ்ந்திருக்கிறார்.

தலித்துகள் தலைமைக்கு வரவேண்டுமெனப் பள்ளிப் பருவம் முதற்கொண்டு பாடுபடுபவரே நல்லகண்ணு. உலகமகாயுத்தத்தின்போது உணவுக் கமிட்டி ஒன்றை அரசு அமைத்திருக்கிறது. அந்தக் கமிட்டியில் வசதி படைத்த மிராசுதாரர்களுடன் பள்ளி மாணவராயிருந்த நல்லகண்ணுவும் பெரிய குடும்பன் என்ற தாழ்த்தப்பட்ட தோழரும் இருந்திருக்கிறார்கள். தங்களுக்குச் சமமாகத் தாழ்த்தப்பட்ட பெரிய குடும்பன் அமர்வதை விரும்பாத மிராசுதாரர்கள், கமிட்டிக் கூட்டத்திற்குப் பெரிய குடும்பனை அழைக்காமல்

தவிர்த்திருக்கிறார்கள். கமிட்டியில் கலந்துகொண்டதாகக் கையொப்பத்தை மட்டும் பெற்றுக்கொண்டு, பெரிய குடும்பனை ஒதுக்கியிருக்கிறார்கள். கண்ணெதிரே நடந்த சாதியக் கொடுமையைப் பொறுக்காத நல்லகண்ணு, அந்த வயதிலேயே அவர்களுடன் சண்டையிட்டு, பெரிய குடும்பனை அழைத்துப் போய் கமிட்டிக் கூட்டத்தில் அமர வைத்திருக்கிறார். பெரிய குடும்பன் சமமாக அமர்ந்த ஒரே காரணத்திற்காகக் கமிட்டி கலைக்கப்பட்டிருக்கிறது. தன்னை யார் எப்படிக் கருதுகிறார்கள் என்பது பற்றிய அக்கறையின்றி, சக மனிதன் மீது அன்பு செலுத்தும் குணம் நல்லகண்ணுவினுடையது.

சுயமரியாதை முறைப்படிதான் என்னுடைய திருமணமும் நடந்தது. திருமணத்திற்கு யார் தலைமை என்றதும், அப்பாவிடம் நான் சட்டென்று சொன்ன பெயர் நல்லகண்ணு. அப்பா இந்திய மார்க்சிஸ்ட் கட்சியில் பொறுப்பிலிருந்தாலும், என் விருப்பத்தைத் தட்டிக்கழிக்காமல் ஏற்றுக்கொண்டார். மார்க்சிஸ்ட்டான அவர், இந்தியக் கம்யூனிஸ்ட்டான நல்லகண்ணுவைத் தயக்கமில்லாமல் தலைமையேற்க அனுமதித்தது வியப்பல்ல.

தோழர் நல்லகண்ணுவை அழைக்க, நானும் அறிவுமதி அண்ணனும் போயிருந்தோம். “நாங்கள் அழைக்க வந்தது உங்களை அல்ல. அம்மாவை” என்றதும் நல்லகண்ணு அதிர்ந்து சிரித்தார். “அவர்களை எந்தவிழாவுக்கும் அழைத்துப் போனதில்லையே, வருவார்களா? தெரியாதே” என்றவர், “இரண்டொரு நாளில் கேட்டுவிட்டுச் சொல்கிறேன்” என்று வழியனுப்பினார். சொன்னதுபோலவே இரண்டாவது நாளில், “யார் திருமணத்திற்கும் வராதவர்கள், உங்கள் திருமணத்திற்கு என்றதும் முந்திக்கொண்டு கிளம்புகிறார்கள்” என்று மீண்டுமொரு அதிர்ந்த சிரிப்புடன் முகமளித்தார்.

ரஞ்சிதம் அம்மாளை அழைக்கப் போகும்வரை இதுதான் அவர்கள் இணைந்து கலந்துகொள்ளும் முதல் திருமணவிழாவென்று எனக்கோ அண்ணன் அறிவுமதிக்கோ தெரியாது. “முதல் முறையாக ஒங்க திருமணத்துக்குத்தான் ஒண்ணா வந்து வாழ்த்துறோம்” என்று அவர் பெருமிதத்துடன் சொன்ன காட்சி, நெஞ்சில் படமாக ஓடுகிறது. என்

திருமணத்திற்குப் பிறகும் அவர்கள் இருவரும் இணைந்து வேறொரு திருமணத்திற்குச் செல்லவில்லை என்பதையும், நூல் வெளியீட்டில்தான் நல்லகண்ணு வெளிப்படுத்தினார். ரஞ்சிதம் அம்மாவுடன் இணைந்து அவர் கலந்துகொண்ட ஒரே திருமணம் என்னுடையதே என்ற செய்தியை, வெறும் செய்தியாக எடுத்துக்கொள்ள இயலவில்லை.

மணமேடையில் நான், "தாலி கட்ட மாட்டேன். பெரியவர்கள் முன்னிலையில், உறுதிமொழியை மட்டுந்தான் வாசிப்பேன்" என்றேன். தலைமை தாங்கிய நல்லகண்ணு, "நீங்கள் முற்போக்குக் குடும்பத்தைச் சேர்ந்ததால் இப்படிச் சொல்கிறீர்கள். ஆனால், பெண் வீட்டார் அப்படியில்லையே. தாலி இத்யாதிமீது நம்பிக்கைகள் உடையவர்களாயிற்றே. உங்கள் விருப்பத்திற்கு செய்வது சரியா" என்றார். அப்போதுதான் எனக்கு என் தவறு புரிந்தது. பெண் வீட்டைக் கலந்துகொள்ளாமல் முடிவெடுப்பதும் ஆதிக்கமே என்றவர், என் நெற்றியிலும் என் மனைவி நெற்றியிலும் பொட்டிட்டு வாழ்த்தினார்.

ரஞ்சிதம் அம்மாள், ஊரிலிருந்து பிரத்யேகமாக எடுத்து வந்திருந்த குங்குமக் கவரைக் கொடுத்து ஆசீர்வதித்தார். சிறுவயதிலேயே தந்தையை இழந்த என் மனைவி, அன்றுமுதல் அப்பா என்று அழைப்பது நல்லகண்ணுவைத்தான். வீட்டில் ஒருவராக மாறிவிடக்கூடிய அவர், ரஞ்சிதம் அம்மாளின் பூர்வீக வீட்டை விற்றுத்தான் தன் இரண்டு மகள்களுக்கும் திருமணம் நடத்தி வைத்திருக்கிறார். தோழர் நல்லகண்ணுவின் எளிமையைப் பாராட்டாதவர்கள் இல்லை. கொள்கைப் பிடிப்பிலும் கோட்பாட்டு அறிவிலும் தலைமைப் பண்பிலும் தனித்து விளங்கும் அவரை, எளிமையின் அடையாளமாக மட்டுமே உயர்த்திப் பார்ப்பது ஏன்? என விளங்கவில்லை.

இந்திய அரசியல் வரலாற்றை எடுத்துக்கொண்டால், எத்தனையோ தலைவர்கள் எளிமையில் சிறந்திருக்கிறார்கள். ஆனால், அவர்களிடம் இருந்தது, எப்படிப்பட்ட எளிமை? என்பதுதான் கேள்வி. காமராஜரும் கக்கனும் கடைபிடித்த எளிமை வேறு. ஜீவானந்தமும் நல்லகண்ணுவும் வரித்துக்கொண்ட எளிமை வேறு. காமராஜரும் கக்கனும் மந்திரி சபையில் இருந்தும் எளிமையாக இருந்ததாக

நினைப்பவர்கள், அதே தராசில்தான் ஜீவாவையும் நல்லகண்ணுவையும் அளக்கிறார்களா? என்பது அவர்களுக்கே வெளிச்சம். ஆட்சியில் இருந்தவர்களும் ஆட்சிக்கு எதிராகப் போராடுகிறவர்களும் ஒரே மாதிரிதான் என்பதுகூட மேம்போக்கான பார்வையே. வேண்டுமானால், இருந்ததைக் கொடுக்க அவர்களும் இழந்ததை மீட்க இவர்களும் எளிமையைக் கைகொண்டதாகக் கருதிக்கொள்ளலாம்.

தினம் ஒரு போராட்டம். வருடத்தில் சிலநாள் சிறை என்னும் நடைமுறைக்குத் தன்னைத் தயார்படுத்திக்கொண்ட நல்லகண்ணு, சிறையிலிருந்து எழுதிய கட்டுரைகளை இளசை மணியன் தொகுத்துப் புத்தகமாக்கியிருக்கிறார். "சமுதாய நீரோட்டம், சிறையிலிருந்து ஓர் இசை" எனும் தலைப்புகளில் வெளிவந்துள்ள அந்நூல்களில் பல முக்கியமான கட்டுரைகள் இடம்பெற்றுள்ளன. அவை தமிழகத்தில் அவ்வப்போது நடந்த போராட்டக் குறிப்புகளில்லை.

வரலாற்றையும் இலக்கியத்தையும் நடைமுறை வாழ்வையும் கலந்துகட்டி எழுதப்பட்ட கருத்துக் குவியல்கள். அஜாய்குமார்கோஷ், அம்பேத்கர், திரு.வி.க, ஹோ சி மின், ஜீவா ஆகியோரைப் பற்றிய நினைவுக் குறிப்புகளை அந்நூல்களில் தந்திருக்கிறார். "வேதம் பரப்பிய பாதுஷா" என்றொரு கட்டுரை. இஸ்லாமியர்களுக்கு எதிராக இந்துத்துவ அமைப்புகள் இன்று தொடுத்துவரும் தாக்குதலுக்கெல்லாம் பதிலாக அக்கட்டுரை அமைந்துள்ளது. ஔரங்கசீப்பின் மூத்த அண்ணன் தாராஷ¬கோ காசி மண்டலத்தை ஆட்சி செய்தபோது, அவரைச் சந்தித்த குமரகுருபரர் சைவ சித்தாந்தத்தையும் மத நல்லிணக்கத்தையும் விளக்கிப் பேசியதை அக்கட்டுரையில் விவரித்திருக்கிறார். குமரகுருபரரின் தத்துவச் சிறப்பையும் விவாதத் திறனையும் கேட்ட தாராஷ¬கோ, அனைத்து மதத்தினரையும் அழைத்து மாநாடு நடத்தியிருக்கிறார்.

அது மட்டுமல்ல, காசியில் குமாரசாமி மடத்தை நிறுவ நில மானியமும் நன்கொடையும் வழங்கியிருக்கிறார். இந்தத் தகவல்களை அக்கட்டுரையில் பகிர்ந்துகொள்ளும் நல்லகண்ணு, கட்டுரையின் இறுதியில் "வரலாற்றில் இரு பக்கங்கள் உள்ளன. இந்துக்களுக்கு எதிரான முகலாய மன்னர்கள் சிலரின் நடவடிக்கைகளுக்கு பழிவாங்க

முயற்சித்தால் மனிதகுல வரலாற்றில் ரத்தக் களறிதான் மிஞ்சும்'' என்றிருக்கிறார். ஔரங்கசீப்பையும் தாராஷுகோவையும் வேதம் பரப்பிய பாதுஷாக்களாக சொல்லவந்த அவர், ஏனைய முகலாய பாதுஷாக்கள் இந்துமத எதிர்ப்பு நடவடிக்கையில் ஈடுபட்டதை ஆதரித்துவிடவில்லை என்பது குறிப்பிடத்தக்கது.

காசியில் கம்யூனிஸ்டு கட்சியின் பன்னிரெண்டாவது மாநாடு நடந்தபோது அதில் கலந்துகொள்ளச் சென்றிருந்த நல்லகண்ணு, கட்சிப் பணிக்கு இடையிலேயும் காசியில் பாரதி வாழ்ந்த பகுதியைப் போய்ப் பார்த்திருக்கிறார். "காசியில் பாரதி தரிசனம்'' என்னும் கட்டுரையில் பாரதியின் சித்திரத்தைப் புதுவிதமாகத் தீட்டியிருக்கிறார். இலக்கியத்தையும் வரலாற்றையும் இணைத்து எழுதும் வழக்கம் ஜீவாவிடமிருந்து அவருக்கு வந்திருக்கலாம்.

தெளிவுறத் தெரியாத எதைப்பற்றியும் அவர் எழுதுவதில்லை. தோழர் பாலனுக்கும் பேத்தி சண்முக பாரதிக்கும் அவர் எழுதியுள்ள உருக்கமான கடித வரிகள் கண்ணீரைத் தருவன. கடவுள் மறுப்புக் கொள்கையுடைய அவர், தமிழகத்திலுள்ள பல கோயில்களின் ஸ்தல புராணங்களைத் தெரிந்துகொள்ளும் ஆர்வத்துடன் இருந்திருக்கிறார். சைவ வைணவ பெயர்களின் வழியே அவ்வூரின் தோற்றத்தை அவரால் யூகிக்க முடிந்திருக்கிறது. ஒருமுறை தஞ்சை மாவட்டம் திருக்கண்ணபுரத்திற்குச் சென்றபோது "முனியோதனம்'' என்ற சொல்லைக் கேட்டிருக்கிறார். திருக்கண்ணபுரம் கோயிலில் இரவு பூசை முடித்துக் கொடுக்கப்படும் பொங்கலின் பெயரே முனியோதனம். தோழர் ஒருவர் மூலம் முனியோதனத்தைத் தெரிந்துகொண்ட அவர், திருகண்ணபுரம் ஆழ்வார்கள் ஸ்தலமாயிற்றே, அங்கே எப்படி முனி என்ற சைவப் பெயர் வருமென்று ஆராய்ந்திருக்கிறார்.

வீரசோழ பூபாலன் என்னும் சோழமன்னன் ஆண்டு வந்த காலத்தில். திருக்கண்ணபுரம் உள்ளிட்ட இருபது ஊர்களுக்குத் தண்டல் வசூலிக்கும் பணியை முனியன் என்பவன் பார்த்துவந்திருக்கிறான். முனியன், கோதிலன். அதாவது குணம் உள்ளவன். மன்னனுக்கும் மக்களுக்கும் விசுவாசமாயிருந்த முனியன், துளசிமாலையும் பூமாலையும் சாத்தி கண்ணபுரப் பெருமாளுக்குக் கடமையாற்றியிருக்கிறான்.

சைவனான அவன், ஒருகட்டத்தில் வைணவப் பக்தனாக மாறிவிடுகிறான். தண்டல் வசூலித்து வந்த முனியன், அப்பகுதியில் ஏற்பட்ட விவசாயப் பஞ்சத்தை அடுத்து, மன்னனுக்குச் செலுத்த வேண்டிய வசூல் பணத்தை மக்களுக்குச் செலவழித்திருக்கிறான்.

மக்களிடத்தில் செல்வாக்கையும் நற்பெயரையும் பெற்ற முனியனை, அவ்வூரில் இருந்த பணக்காரர்களுக்குப் பிடிக்காமல் போகிறது. மக்கள் செல்வாக்கை மன்னனே அடைந்தாலும், பணக்காரர்களுக்குப் பிடிக்காதென்பதுதானே வரலாறு. இது ஒருபுறமிருக்க, பெயரும் புகழும் ஓங்கிய திருக்கண்ணபுர பெருமாள் கோயிலில் பணிபுரிய தேவதாசிகள் அமர்த்தப்படுகிறார்கள். மாடவீதியில் குடியிருந்து கோயில் பணிகளைக் கவனிக்க வந்த தேவதாசிகளை, ஆதிக்கக்காரர்கள் தங்கள் ஆசைநாயகிகளாக ஆக்கியிருக்கிறார்கள்.

அந்தச் சூழலில், முனியனுக்கும் ஒரு பெண்மீது காதல் வந்துவிடுகிறது. தண்டல் வசூலிப்பவனுக்குக் காதலா? என்று ஆத்திரமடைந்த ஆதிக்கக்காரர்கள், மன்னனிடம் முனியனைப் பற்றி இல்லாததும் பொல்லாததும் சொல்லிவிடுகின்றனர். எந்த மன்னன் எளியவனின் காதலுக்கு மதிப்பளித்திருக்கிறான்? நியாயத்தைக் கேட்டிருக்கிறான்? பணக்காரர்கள் பக்கமிருந்த வீரசோழ மன்னனும், ஆதிக்கக்காரர்களின் வார்த்தைகளைக் கேட்டு, முனியனின் ஒற்றைக் காலை மடக்கிக்கட்டி, வெயிலில் நிற்கவைத்து, நெற்றியில் கல்லேற்றியிருக்கிறான். கிட்டியால் உடலை நெரித்து, குறடுகளால் துடைகளை இறுக்கித் துன்புறுத்தியிருக்கிறான். வசூல் பணத்தை மன்னன் அனுமதியில்லாமல் செலவழித்த குற்றத்தைவிட, தன்னைவிட தாழ்ந்த ஒருவன் காதலித்தான் என்பதே கடும் குற்றமாகப் பார்க்கப்பட்டிருக்கிறது. காதலன் துயருற்ற சேதி கேட்ட காதலி, உள்நிறை அன்பு பூண்டு உறுபொருள் கொடுத்த காதலுனுக்காகப் பெருமாளிடம் வேண்டியிருக்கிறாள்.

“சீதையையும் திரௌபதையையும் காத்த பெருமாளே, என்னையும் காப்பாற்று” என்று இறைஞ்சியிருக்கிறாள். “வேசி என என்னை விட்டுவிடாதே. அவ்வாறு நீ என்னை விட்டுவிட்டால், தீயில் விழுந்து உயிரை மாய்த்துக்கொள்வேன்” என்றும் எச்சரித்திருக்கிறாள். காதலியின் வேண்டுதலைப்

பொருட்படுத்திய பெருமாள், மன்னனின் கனவில் தோன்றி முனியனை விடுவிக்கச் சொல்லியிருக்கிறார். தீக்குளிக்க இருந்த காதலியிடம் காதலனை ஒப்படைத்த மன்னன், ஊர்க் காவலர்கள் முன்னிலையில் முனியனின் காலில் விழுந்து வணங்கியிருக்கிறான். இது நடந்தது நள்ளிரவில்.

மறுநாள் காலை அந்தணர் ஒருவர், மூலவருக்கு அர்ச்சனை செய்ய கருவறைக்குள் நுழைந்திருக்கிறார். அப்போது பார்த்தால் பெருமாள் மேனி முழுதும் பொங்கல் சிதறியிருக்கிறது. அந்தப் பொங்கலின் பெயரே முனியோதனம் என நிலைத்ததாக அக்கட்டுரையை நல்லகண்ணு முடித்திருந்தால், அதிலொன்றும் சிறப்பில்லை. இந்தக் கதையைச் சொல்லிவிட்டு, "பக்தி இலக்கியங்களிலும் மக்கள் இயக்கங்கள் மறைமுகமாகக் குறிப்பிடப்பட்டுள்ளன" என்கிறார். மக்கள் செல்வாக்கும் காதலும் பெற்ற ஒருவனுக்கு, தெய்வமே துணையிருக்கும் என்று கதைக்குப் புதுவிளக்கம் தரும் இடத்தில்தான் நல்லகண்ணு மிளிர்கிறார். ஒரு சொல்லுக்குப் பின்னே உள்ள கதையை ஆராய்ந்து, அக்கதையைப் புரட்சிகரச் சிந்தனைக்கு மடைமாற்றும் ஆற்றல் அவரது தனித்துவம். பக்தி இலக்கியங்கள் புரட்சிகர எண்ணங்களுக்கு மாறுபாடு உடையன என விட்டுவிடாமல், அதிலிருந்தும் மக்களை கிளர்ச்சிக்குத் தூண்டலாம் என்பதே அவருடைய எழுத்துமுறை. பாரதி, பாரதிதாசன், தமிழ் ஒளி என்று நீளும் வரிசையில், இடதுசாரிக் கவிஞராக அறியப்பட்ட தமிழ் ஒளி, போதிய அளவு போற்றப்படவில்லை எனும் வருத்தம் நல்லகண்ணுவுக்கு உண்டு. "சரித்திரத்தை மாற்றியது மனித சக்தி, சாத்திரத்தை மாற்றியது மனித சக்தி" என்று நிலவில் மனிதன் கால்வைத்த செய்தியறிந்து, கவிதை எழுதியவர் தமிழ் ஒளி.

தமிழ் ஒளிப் படைப்புக்களை ஆவணப்படுத்தியதில் பேராசிரியர் செ.து. சஞ்சீவிக்குப் பெரும் பாத்தியமுண்டு. பேராசிரியர் சஞ்சீவி, சென்னைப்பல்கலைக்கழகத்தின் தமிழ்த்துறைத் தலைவராக இருந்தபொழுது, பட்டுக்கோட்டை அறக்கட்டளை சார்பாக ஒரு விழாவை ஏற்பாடு செய்திருக்கிறார். "பாட்டாளிகளைப் பாடிய பாவலர்கள்" எனும் தலைப்பில் நல்லகண்ணு அவ்விழாவில் பேசியிருக்கிறார். முதல் பாவலர்

தமிழ் ஒளி, இரண்டாவது பாவலர் திருமூர்த்தி, மூன்றாவது பாவலர் வரதராஜன் என்பதாக அமைந்த அப்பேச்சில், இலக்கியத்தை எந்த அளவுகோலால் தான் அளக்கிறேன் என்பதையும் தெரிவித்திருக்கிறார்.

அதேபோல, தமிழ் ஒளிக்கு சஞ்சீவி எடுத்த வைரவிழாவிலும் கலந்துகொண்டு சிறப்பித்திருக்கிறார். அவ்விழாவில். பேராசிரியர் இளவரசு, தமிழ் ஒளியை இடதுசாரிகளே மறந்துவிட்டார்கள் எனும் பொருள்படும்படி பேசியிருக்கிறார். தலித் என்பதால் தமிழ்ஒளி மறக்கடிக்கப்பட்டதாக, அவ்விழாவில் வேறொருவர் பேசியிருக்கிறார். உண்மையில், ஆதாரமில்லாமல் சொல்லப்படும் இப்படியான குற்றச்சாட்டுகளை அவ்விழாவிலேயே மறுத்த நல்லகண்ணு,

மிக நீண்ட உரையை ஆற்றியிருக்கிறார். தமிழ் அறிஞர்களும் ஆய்வாளர்களும் நிறைந்த அவ்வரங்கில் கையில் குறிப்பேதும் இல்லாமல் நினைவிலிருந்தே பல பாடல்களைச் சொல்லியிருக்கிறார். ஆழ்ந்து படித்திராமல், மனனம் செய்திராமல் அப்படியான உரையை நிகழ்த்துவது சாத்தியமில்லை. வர்க்கப் போராட்டமும் வர்ணாசிரமப் போராட்டமும் சம அளவில் நிகழ்த்தப்பட வேண்டும் எனக் குறிப்பிட்டு, இலக்கியத்தையும் இலக்கியவாதிகளையும் இடதுசாரிகள் எப்படிப் பார்க்கிறார்கள் என்பதை அவ்விழாவில் புரிய வைத்திருக்கிறார். "பெரியார் பக்தி இலக்கியத்தை மறுத்தபோதும், ஜீவா அவ்விலக்கியத்தில் இருந்த நயங்களைச் சொல்லத் தயங்கவில்லையே" என்றது குறிப்பிடத்தக்கது. இலக்கிய அவதூறுகளால் இடதுசாரிகளைக் காயப்படுத்த யார் துணிந்தாலும், அதை நல்லகண்ணு பொறுத்துக் கொண்டதில்லை.

கலை இலக்கிய மேடைகளில், கருத்துக்கு எதிர்க்கருத்து வைக்கக்கூடிய தரவுகளோடுதான் அவர் எப்போதும் இருந்துவருகிறார். தயாரித்துக் கொண்டுபோய் பேசும் வழக்கம் அவரிடமில்லை. அனுபவத்திலிருந்தும் ஆழ்ந்த வாசிப்பிலிருந்தும் பதிலளித்து, எந்த மேடையையும் தனதாக்கிவிடும் தனித்துவம் அவருடையது. எனவேதான், எளிமை மட்டுமே அவர் அடையாளம் என்று சொல்வதை ஏற்க முடியாமல் போகிறது. திராவிட இயக்கத்தையும்

பொதுவுடைமை இயக்கத்தையும் புரிந்த கொள்ளாத தமிழறிஞர்கள் சிலர், அவை இரண்டுக்கும் சிண்டு முடியும் வேலையைத் தொடர்ந்து செய்திருக்கிறார்கள். சோறா? மானமா? என்று வந்தால் பொதுவுடைமைக் காரர்கள் சோற்றையும் திராவிட இயக்கத்தவர்கள் மானத்தையும் முதன்மையாகக் கொள்வார்கள் என அமைச்சர் தமிழ்க்குடிமகன் ஒருமுறை பேசியிருக்கிறார்.

இரண்டுமே முக்கியமென்று விளக்கமளித்த நல்லகண்ணு, "சோற்றுக்காக மானத்தையும் மானத்துக்காகச் சோற்றையும் இழக்கவேண்டியதில்லை" என்றிருக்கிறார். "மானமே முக்கியமென்பவர்கள் சாப்பிடவே மாட்டார்களா?" என்ற கேள்வியில் அரங்கம் அதிர்ந்திருக்கிறது. மூலதன மீட்பும் மூடத்தன எதிர்ப்பும் ஒருங்கே நடைபெற்றதால்தான் மக்கள் நல்வாழ்வு பெறுவார்களே அன்றி, ஒன்றை விடுத்து ஒன்று முதன்மைப்படுத்துவதால் இரண்டுமே வீணாகும் என்பதே அவர் எண்ணம்.

அறுபதுகளில் வெளிவந்த சாந்தி பத்திரிகையில் நல்லகண்ணு பல அற்புதமான கட்டுரைகளை எழுதியிருக்கிறார். ஆண்டான் கவிராயன் எனும் பெயரில் வசைகவி ஒருவன் அக்காலத்தில் வாழ்ந்து வந்திருக்கிறான். தன் தோதுக்கு வராத எவர்மீதும் வசைபாடுவதை வழக்கமாக வைத்திருந்த அந்தக் கவிராயனின் வார்த்தைகள் அப்படியே பலிப்பதாக ஐதீகமும் இருந்திருக்கிறது. பலித்ததோ இல்லையோ மக்களைப் பயமுறுத்தி, ஆண்டான் கவிராயன் ராஜவாழ்வை வாழ்ந்திருக்கிறான். எந்த ஊருக்குப் போனாலும், அந்த ஊரிலுள்ள சாதிக் கட்டுமானத்தை வசைபாடிவந்த அவன், தன் பசிக்கு உணவிடாதவர்களை உண்டு இல்லை என்று பண்ணியிருக்கிறான்.

ஏழைக்கு உணவிட எண்ணாதவர்கள், கோயிலிலும் பூசையிலும் செலுத்திவரும் கவனத்தைக் கேள்வி கேட்டிருக்கிறான். ஒருகட்டத்தில் பெருமாளையும் முருகனையுமே வசைபாடிய அவனை, நல்லகண்ணு பார்த்தவிதம் பரவசத்தில் ஆழ்த்திவிடுகிறது. கவிராயனின் பாடல்களைச் சொல்லி, கீழே அதன் விளக்கத்தையும் தந்திருக்கிறார். ஆண்டாளைப் பேசிய கவிராயர் ஒருவரின்

சர்ச்சைகள் ஓடிக்கொண்டிருக்கும் நிலையில், ஆண்டான் கவிராயனின் வசைப்பாடல் விளக்கங்கள் ஏனோ நினைவுக்கு வந்தன. பொதுவாகக் கவிஞர்களே முற்காலங்களில் வசைபாடும் வல்லமை படைத்தவர்கள். ஆனால், தற்போதோ கவிஞர்களை வசைபாடி, அரசியல் ஆதாயங்களைத் தேட மத அமைப்புகள் முயன்று வருகின்றன. ஒருவரின் தகுதியையும் திறமையையும் பிறப்பை வைத்து அளவிடுவது சமூக நீதிக்கு எதிரானது என்னும்போது, ஆண்டாளின் பிறப்புக் குறித்து ஆராய்ச்சி செய்வதும் அநாவசியம் என்றே தோன்றுகிறது. தோழர் நல்லகண்ணுவிற்கு இரண்டு மகள்கள். ஒருவரின் பெயர் ஆண்டாள். இன்னொருவர் பெயர் காசிபாரதி.

*1995*இல் நெல்லைப் பகுதியில் நடந்த சாதிக் கலவரத்தை விட்டுவிட்டு நல்லகண்ணுவின் நிதானத்தை நினைத்துப்பார்க்க முடியாது. அந்தக் கொடூரக் கலவரத்தில்தான், இடதுசாரிப் போராளியான தன் மாமனார் அ.க. அன்னசாமியை அவர் இழக்க நேர்ந்தது. வெட்டுப்பட்டுச் சரிந்த அன்னசாமி, யார் வெட்டினார்களோ அவர்களுக்காகப் பாடுபட்டவர். சாதி இழிவை நீக்கவும் சமத்துவத்தைப் பேணவும் முனைந்த அவரைக் கலவரக் கத்திகள் கண்டந் துண்டமாக்கின.

அந்த நிலையிலும் உணர்ச்சிவசப்படாமல் “நம்மிடம் நல்லிணக்கம் வேண்டும். பழிவெறியோ, பகைவெறியோ நம் இலட்சியங்களைச் சின்னாபின்னமாக்கிவிடும். சகோதர உறவுகளைப் பேணுங்கள். அன்பைப் பெருக்கி சாந்தம் அடையுங்கள்” என்றவர்தான் நல்லகண்ணு. “இத்தனை ஆண்டுகளாக உங்களுக்காக உழைத்தவரை உணர்ந்துகொள்ளாமல் வெட்டிச் சாய்த்துவிட்டீர்களே பாவிகளே” என வெகுண்டு எழவில்லை.

துக்கத்திலும் கோபத்திலும் நிதானமிழக்காத அவர், “பி.சீனிவாசராவ் வாழ்க்கை வரலாறு, விடுதலைப் போரில் விடிவெள்ளிகள், கங்கை காவிரி இணைப்பு, பாட்டாளிகளைப் பாடிய பாவலர்கள், கிழக்கு ஜெர்மனியில் கண்டதும் கேட்டதும், வீணாதி வீணன் கதை, விவசாயிகளின் பேரெழுச்சி” ஆகிய நூல்கள் எழுதியிருக்கிறார். ஒரு சிறுகதையையும் சில கவிதைகளையும் சேர்த்துக் கொள்ளலாம்“டாலர் தேசத்து அனுபவங்கள்” என்னும்

தலைப்பில் வெளிவந்துள்ள அவருடைய அமெரிக்கப் பயணக் கட்டுரை நூலும் குறிப்பிடத்தக்கது. அடிநாள் தொட்டே அமெரிக்க எதிர்ப்பாளரான அவர், அந்த மண்ணில் பார்த்த காட்சிகளையும் கட்டடங்களையும் வியப்பில்லாமல் விவரித்திருக்கிறார். அமெரிக்க ஐக்கிய நாடுகளில் இருபது நாள்கள் பயணம் மேற்கொண்டிருக்கிறார்.

அப்பயணத்தில் நிகழ்ந்த சம்பவங்களையெல்லாம் உணர்வுபூர்வமாக அந்நூலில் குறிப்பிட்டிருக்கிறார். அமெரிக்கக் கம்யூனிஸ்டுக் கட்சியின் அதிகாரப்பூர்வ நாளேடான "பீப்பிள்ஸ் வேல்டு" அச்சடிக்கப்படும் சிகாகோ நகரில் நின்று, மேதினத் தியாகிகளுக்கு அஞ்சலி செலுத்தியிருக்கிறார். அட்லாண்டாவில் அமைந்துள்ள மார்ட்டின் லூதர் கிங்கின் நினைவிடத்திற்குச் சென்ற அவர், கறுப்பின மக்களின் விடுதலைப் போராட்டத்தை நினைத்துக்கொண்டே அவ்விடத்தில் நின்றதாகத் தெரிவித்திருக்கிறார்.

நூலின் இறுதியில், "நான் ஒரு கனவு கண்டேன்" என்னும் தலைப்பில் அமைந்த மார்ட்டின் லூதர் கிங்கின் புகழ்பெற்ற சொற்பொழிவையும் இணைத்திருக்கிறார். "ஒவ்வொரு பள்ளத்தாக்கும் உயர்ந்து நிற்கும், ஒவ்வொரு மலையும் குன்றும் பள்ளமாக்கப்பட்டுவிடும் என்று நான் கனவு கண்டேன். கரடுமுரடான இடங்கள் சமதளமாகவும் வளைந்து காணப்படும் இடங்கள் நேரானதாகவும் ஆக்கப்பட்டுவிடுமென்று நான் கனவு கண்டேன்" என்பதாகப் போகும் அச்சொற்பொழிவு, விடுதலைக் கனவுடைய எவரையும் ஈர்த்துவிடக் கூடியது.

ஒருபக்கம், வாஷிங்டன் நதிக்கரையில் மார்ட்டின் லூதர் கிங்கிற்கு முழு உருவச்சிலை. இன்னொரு பக்கம், வியட்நாம் மக்களைக் கொன்று குவித்த அமெரிக்கப் படைவீரர்களின் சாகசத்தைப் பாராட்டிய வாசகங்கள். ஒன்றுக்கு ஒன்று முரண்பட்டது. ஏனெனில், அப்பாவி வியட்நாம் போராளிகளைக் கொன்று குவிக்க, அமெரிக்கா படையனுப்பியதற்கு எதிர்ப்பைத் தெரிவித்தவர் மார்ட்டின் லூதர் கிங். ஆனால், அவருக்கும் சிலையை நிறுவிவிட்டு, அவர் எதிர்த்த அமெரிக்கப் படைவீரர்களையும் அமெரிக்கா சிறப்பித்திருப்பதை நல்லகண்ணு அந்நூலில் விமர்சித்திருக்கிறார். முரண்பாடுகளின் முழுவடிவம்

யுகபாரதி ⬜ 37

அமெரிக்கா என்பதைப் புரிந்துகொள்ள, இது ஒன்றே போதும் என்றிருக்கிறார். உலகமயமாக்கல் மூலம் உலக ஆதிக்கத்தைப் கைப்பற்றும் சூழ்ச்சிகளை வரலாற்றுப் பின்னணியுடன் உள்வாங்கிக் கொண்ட அவர், ஓர் இடத்தில்கூட அமெரிக்காவை அந்நூலில் பிரமிக்கவில்லை.

அழகர்சாமியின் குதிரை எனும் தலைப்பில் எழுத்தாளர் பாஸ்கர் சக்தி எழுதிய கதை, அதே தலைப்பில் சுசீந்திரனால் படமாக்கப்பட்டது. மூட நம்பிக்கையால் எளிய மனிதன் ஒருவன், என்னவிதப் பாடுகளுக்கு உள்ளாகிறான் என்பதே கதையின் சாரம். அப்படம் தயாரிக்கப்பட்டு வெளிவரும் நிலையில், அதைத் தோழர் நல்லகண்ணு பார்த்து கருத்துத் தெரிவிக்க வேண்டுமென்று படக்குழுவினர் விரும்பினர். தோழரைத் தொடர்பு கொண்டு நான்தான் பிரத்யேகக் காட்சிக்கு அழைத்துப்போனேன். அப்படத்தைப் பார்த்த அவர், "மூட நம்பிக்கையைவிட, எளிய மக்களின் சூழ்ச்சிகளே பிரதானப்பட்டுவிட்டது" என்றார்.

ஒரு கதையையோ ஒரு திரைப்படத்தையோ பார்த்துவிட்டு அவர் உதிர்க்கும் சொற்கள், நெஞ்சின் அடியாழத்திலிருந்து பிறப்பவை. ராஜுமுருகனின் ஜோக்கர் திரைப்பட விழாவில் அவர் ஆற்றிய உரையும் அத்தகையதே. முற்போக்குப் படைப்பாளரும் திரை எழுத்தாளருமான கே.ஏ. அப்பாஸைப் பற்றி அவ்விழாவில் நினைவுகூர்ந்தார். "எதார்த்தப் படங்களைப் பார்க்கும்போதெல்லாம் இதைத்தானே தினமும் தெருவில் பார்க்கிறோம். இதைத் திரையில் வேறு பார்க்க வேண்டுமா? என்று தோன்றும்.

ஆனால், என் இளவயதில் அப்பாஸின் படங்களையும் நாவல்களையும் படித்த பிறகுதான் மக்கள் பிரச்சனைகளை மக்களிடம் கொண்டு செல்வதற்கு இப்படியான படங்களும் படைப்புகளும் தேவை என்பதை உணர்ந்தேன்" என்றார். சேர்ந்து செய்ய வேண்டியதைச் தனித்தும், தனித்துச் செய்ய வேண்டியதைச் சேர்ந்தும் செய்யக்கூடிய சமூகமாக இந்தியச் சமூகம் இருப்பதை நேரு தன் டிஸ்கவரி ஆப் இந்தியாவில் எழுதியிருக்கிறார். அதைக் குறிப்பிட்டுப் பேசிய நல்லகண்ணு, இயற்கைக் கடனைக் கழிக்கக்கூட வசதிசெய்து தராத நாடு ஒரு நாடா எனவும் குரல் உயர்த்தினார். தனித்துச் செல்ல

வேண்டிய கழிப்பிடத்திற்கும் வசதியில்லாததால், நம்முடைய கிராமப் பெண்கள், காட்டுக்கும் மேட்டுக்கும் கூட்டாகச் செல்லவேண்டிய நிலையை நேருவின் மேற்கோளில் கொண்டுவந்து முடித்தார்.

தீவிர வாசிப்புப் பழக்கமுடைய நல்லகண்ணு பல நூல்களுக்கு முன்னுரைகளும் அணிந்துரைகளும் எழுதியிருக்கிறார். குறிப்பாக, வீரத் தியாகி தூக்குமேடை பாலு என்னும் ஐ. மாயாண்டி பாரதியின் நூலுக்கு அவர் எழுதிய முன்னுரை கவனத்துக்குரியது. ஐம்பதுகளில் காங்கிரஸ் அரசால் கைது செய்யப்பட்ட தோழர் பாலு, மக்களை நேசித்த ஒரே குற்றத்திற்காகத் தூக்கிலிடப்பட்டிருக்கிறார். பஞ்சாலைத் தொழிலாளியான பாலு, வேலை நிறுத்தப் போராட்டங்களில் கலந்துகொண்டதனால் பணியிலிருந்து நீக்கப்படுகிறார்.

நீக்கப்பட்ட அவர் சிறிது காலம் கழித்து, காவல் துறையில் பணிக்குச் சேர்கிறார். பணியில் சேர்ந்த அவர், தெலுங்கானாவில் விவசாயிகளை ஒடுக்குவதற்கு அரசால் அனுப்பப்படுகிறார். அடிப்படையில் கம்யூனிஸ்ட்டான பாலு காவல்துறையின் கொலைவெறிச் செயல்களுக்கு உடன்பட மறுக்கிறார். அரசு வேலையில் இருந்துகொண்டே, அரசுக்கு எதிரான நடவடிக்கையில் ஈடுபட்டதாகப் பொய்வழக்கில் கைது செய்யப்படுகிறார். ஒரு குற்றமும் இழைக்காத அவருக்கு, நீதிமன்றம் மரண தண்டனையைத் தீர்ப்பாக வழங்குகிறது. விவசாயிகளைச் சுட மறுத்ததற்காகத் தனக்கு மரண தண்டனை விதித்தாலும், மகிழ்ச்சியே என்ற பாலு சிறையில் இருந்தபோது அதே சிறையில் நல்லகண்ணுவும் இருந்திருக்கிறார். தூக்கிடப்படும் நாளில்கூட அச்சமோ துக்கமோ இல்லாமல், அனைவருடனும் சகஜமான மனநிலையில் இருந்த பாலுவின் நினைவுகளை நல்லகண்ணு உணர்வுப்பூர்வமாக எழுதியிருக்கிறார்.

முன்னுரையிலேயே முழுப் புத்தகத்தையும் படித்த நிறைவு வந்துவிடுகிறது. மதில் சுவருக்கு அப்பால் தூக்கிலிடப்பட்ட பாலு, "புரட்சி ஓங்குக, செங்கொடி வாழ்க" என முழக்கமிட்டபடியே மரித்திருக்கிறார். மதில் சுவருக்கு எதிரே இருந்த தோழர் நல்லகண்ணு உள்ளிட்ட தோழர்கள், "தோழர் பாலு நாமம் வாழ்க, புரட்சி ஓங்குக"

என வீரவணக்கம் செலுத்தியிருக்கிறார்கள். நினைத்தாலே நெஞ்சு கனத்துவிடும் அச்சம்பவத்தை உணர்வு உந்த எழுதிய மாயாண்டி பாரதியின் தியாக வாழ்வையும், அம்முன்னுரையில் நல்லகண்ணு பகிர்ந்திருக்கிறார்.

இடதுசாரிகள் இத்தனை ஆண்டுகளாக இந்த மண்ணை உழுது நட்ட, புரட்சிப் பயிர் முளைக்கவில்லையே என்கிற மாயத் தோற்றத்தை ஊடகங்களும் சமூக வலைத் தளங்களும் உண்டாக்கி வருகின்றன. ஆறுகள் பாழ்பட்டுவிட்டன; நீர் ஆதாரங்கள் நிலைகுலைந்து கிடக்கின்றன; கனிம வளம், காட்டுவளம், மலை வளம் எல்லாமும் தனியார் நிறுவனங்களின் ஏகபோகச் சுரண்டலுக்கு ஆளும் அரசுகளால் கிரயம் செய்து தரப்பட்டுவிட்டன; கூடங்குளமும் கதிராமங்கலமும் நெடுவாசலும் மக்களை பீதி கொள்ள வைத்திருக்கின்றன.

இந்த நிலைகளையெல்லாம் கணக்கிலெடுத்துக்கொண்டு, கடந்த எண்பது ஆண்டுகளாய்ப் பொதுவாழ்வுக்கென்று வாழ்வை ஒப்புக்கொடுத்த நல்லகண்ணு போராடி வருகிறார். இந்தப் போராட்ட வாழ்வுக்கு நடுவில், மகளுடைய காதுகுத்து நிகழ்வுக்குக்கூட அவரால் கவரிங் தோடுதான் வாங்கிக்கொண்டு போக முடிந்திருக்கிறது. பொருளாதார ரீதியில் அவருக்கு எதையாவது செய்ய வேண்டுமென விரும்பிய கட்சித் தோழர்கள், அவரது 80ஆவது பிறந்த நாளை முன்னிட்டு ஒருகோடி ரூபாயை வசூலித்துக் கொடுத்திருக்கிறார்கள்.

வெகு விமர்சையாக நடந்த அவ்விழாவில், பரிசுத் தொகையைப் பெற்றுக்கொள்ள மேடையேறிய நல்லகண்ணு, அதே மேடையிலேயே அப்பணத்தைக் கட்சிக்கான வளர்ச்சி நிதியாக வைத்துக்கொள்ளச் சொல்லிவிட்டு, துண்டை உதறித் தோளில் போட்டபடி கீழே இறங்கியிருக்கிறார். அதைவிட, "இவ்வளவு ரூபாயை வைத்துக்கொண்டு நானென்ன செய்யப் போகிறேன் என்றதுதான்" விசேஷம்.

தமிழக அரசு அவருக்கு அம்பேத்கர் விருது வழங்கி, ஒரு லட்சம் ரூபாயைப் பரிசளித்தபோதும் அதேகதைதான். பரிசுத் தொகையை இரண்டாகப் பிரித்து, ஒரு பங்கைக் கட்சிக்கும் இன்னொரு பங்கை விவசாயச் சங்கத்திற்கும்

வழங்கியிருக்கிறார். பண மதிப்பிழப்பு நடவடிக்கையை வெகுகாலத்திற்கு முன்பே ஆரம்பித்தவர் நல்லகண்ணுதான். எதற்கும் ஒரு விலையுண்டு என்று தத்துவம் பேசுபவர்கள், அவருடைய வாழ்வை அறிய நேர்ந்தால் அவ்விதம் சொல்லத் தயங்குவர். இலட்சியத்தில் நம்பிக்கையும் பற்றும் உடையவர்கள் நல்லகண்ணுவிடம் கற்றுக்கொள்ள நிறைய இருக்கிறது.

சுற்றுச்சூழலில் மிகுந்த அக்கறை கொண்ட அவர் எழுதிய ஒரு கட்டுரை, குற்றால அருவிக்கு அருகே அமையவிருந்த ரேஸ் கோர்ஸ் முயற்சியைத் தடுத்திருக்கிறது. தாமிரபரணி ஆற்றில் நடைபெற்றுவந்த மணற்கொள்ளையைத் தடுக்க, அவரே மதுரை உயர்நீதிமன்றத்தில் வாதாடி தடை வாங்கியிருக்கிறார். இன்னமும் அவருடைய போராட்ட இதயத்தின் வீரியம் குறையவில்லை. மதவாதத்திற்கு எதிராகவும் மக்கள் பிரச்சனைகளுக்கு ஆதரவாகவும் களத்தில் நிற்கிறார்.

அதிகாரக் கண்களுக்கு அவர் சாதாரணமானவர்; ஊடகங்களுக்கு எளிமையானவர்; ஊழல் அரசியல்வாதிகளுக்குப் பிழைக்கத் தெரியாதவர்; இயற்கையைச் சுரண்டுபவர்களுக்கு எதிரானவர்; எவருடைய கண்களிலிருந்து பார்த்தாலும், ஏழைகளுக்கும் எளியவர்களுக்கும் மட்டுமே அவர் தோழர். வேட்பாளராகத் தோற்றிருக்கலாம். ஒருபோதும் தோழராக அவர் தோற்கப்போவதில்லை. தோழமையின் தூயசொல், நல்லகண்ணு அல்லது செவ்வணக்கம்.

கலைகளின் விவரணை

தம் வாழ்நாள் முழுவதையும் கலை இலக்கிய ரசனைக்கு ஒப்புக்கொடுத்தவர் தேனுகா. ஆனால், அவரைப்பற்றி எத்தனைப் பேருக்குத் தெரியும்? இலக்கிய விமர்சனத்தைவிட கலைவிமர்சனமே தகுதிவாய்ந்த ஒன்றென்பது என் எண்ணம். காரணம், காகிதத்தில் எழுதப்படும் இலக்கியத்தை, ஓரளவு எழுதவும் படிக்கவும் தெரிந்தவர்கள்கூட கொஞ்சம் முயன்றால் உணர்ந்துகொள்ளலாம். கலைவிமர்சனம் என்பது அப்படியல்ல. கலை என்றால் சிற்பம், ஓவியம், இசை. சிற்பத்தையோ ஓவியத்தையோ பார்க்கக்கூடிய ஒருவர், அதன் உட்பொருளைப் போதிய பயிற்சியில்லாமல் கிரகித்துக்கொள்ள முடிவதில்லை.

கண்ணிருப்பதால் பார்க்கிறோம் என்பதோடு ஓர் ஓவியத்தையும் சிற்பத்தையும் நாம் கடந்துவிடுகிறோம். உண்மையில், அதன் வரையறைகள் பற்றியோ வார்ப்புமுறைகள் பற்றியோ யாராலும் நமக்குச் சொல்லித் தரப்படவில்லை அல்லது நாமுமே அப்படியான அக்கறைகளை அக்கலைகள் மீது கொண்டிருக்கவில்லை. ஓவியம் என்றால் வரையப்படுவது. சிற்பம் என்றால் செதுக்கப்படுவது என்பதோடு நிறுத்திக்கொள்கிறோம். எது சிறந்த ஓவியம்? எது

சிறந்த சிற்பம் என்பதை அறிந்துகொள்ளவும் அறிவுறுத்தவும் முனைந்தவர்களில் தேனுகா முக்கியமானவர். எதன் அடிப்படையில் ஒரு சிற்பம் வடிக்கப்படுகிறது என்பதையும் எந்த வரையறைக்குள் ஓர் ஓவியம் தீட்டப்படுகிறது என்பதையும் அவர் போல இன்னொருவர் சொல்ல நான் கேட்டதில்லை.

தமிழ்ச் சூழலில் நிலவிவந்த கலை இலக்கிய விமர்சன வெறுமையைப் போக்கியதில் அவருக்குப் பெரும் பங்குண்டு. இன்றைக்குக் கலை இலக்கியப் பாரம்பர்யமிக்கவர்களாகத் தமிழர்கள் தங்களைக் காட்டிக்கொள்ள போதிய தரவுகளை ஏற்படுத்திக்கொடுத்தவர் அவரே. தேனுகா, கும்பகோணத்தை அடுத்த சுவாமிமலையைப் பூர்வீகமாகக் கொண்டவர். வண்ணங்கள் வடிவங்கள் என்னும் நூல் வாயிலாகக் கலை இலக்கிய விமர்சனத்துறைக்கு அறிமுகமானவர். தன்னுடைய செயற்கரிய ஆய்வுகளால் தமிழ்க் கலைகளுக்கும் முதுகெலும்பு உண்டென்று நிரூபித்தவர். சோழர் காலத்திலேயே அதிக அளவு சிற்பிகள் வாழ்ந்த ஊராகக் கருதப்படும் சுவாமிமலை, முருகனின் ஆறுபடை வீடுகளில் ஒன்று.

அங்கிருந்துதான் நடராஜர், விநாயகர், ரிஷபதேவர், அர்த்தநாரீஸ்வரர், மாரியம்மன் என விதவிதமான விக்கிரகங்கள் ஏனைய ஊர்களுக்கு வருவிக்கப்பட்டன. சிற்பக்கலையில் புகழ்வாய்ந்த அண்ணாசாமி ஸ்தபதி, தேவசேனா ஸ்தபதி, மூர்த்தி ஸ்தபதி, வைத்தியநாத ஸ்தபதி எனத் தேசிய விருது பெற்ற எத்தனையோ ஸ்தபதிகள் அவ்வூரிலிருந்துதான் தங்கள் ஆளுமைமிக்கப் படைப்புகளை உலகுக்கு ஆக்கியளித்தார்கள்.

அவர்கள் வாழ்ந்துவந்த அதே ராஜவீதியில்தான் தேனுகாவின் பூர்வீக வீடும் அமைந்திருந்தது. எனவே, சதா விக்ரகங்களை வார்ப்பதும் செதுக்குவதுமான ஒலிகள் அவர் காதில் கேட்டுக்கொண்டே இருந்திருக்கிறது. அதன்மூலம் அவர் தெய்வச் சிலைகளை வடிப்பதற்கான இலக்கணங்களை மிக இளவயதிலேயே கற்றிருக்கிறார். உத்தம தாளம், மத்திம தாளம் என்ற அளவுகளோடு வடிக்கப்பட்ட கோவில் சிற்பங்களை நாள்தோறும் பார்த்துப் பழகிய அவர், அது குறித்துப் பேசவும் எழுதவும் தொடங்கியிருக்கிறார். சிவபெருமானைத் தச தாளத்திலும் அம்பாளை நவ தாளத்திலும் விநாயகரைப்

பஞ்ச தாளத்திலும் வடிப்பார்கள் என்னும் தகவலே அவர் எழுதும்வரை என் போன்றோர்க்குத் தெரியாது. சீனிவாசன் என்னும் இயற்பெயரை உடைய தேனுகா, வித்யாஷங்கரின் சிற்பமொழி, மைக்கேலேஞ்சலோ, லியனார்டோ டாவின்சி, பியத்மோந்திரியானின் நியோபிளாஸ்டிசம், ஓவியர் வான்கோ, பழகத் தெரிய வேண்டும், ஆல்பர் காம்யூவிற்கு என் அஞ்சலி ஆகிய நூல்களை எழுதியிருக்கிறார். விமர்சனத்துறையில் மிகத் தீவிரமாக இயங்கிய அவருடைய படைப்புகள் அவருடைய பெயரைப் போலவே தனித்த கவனத்தைப் பெறுபவை.

கும்பகோணத்தில் வங்கி ஊழியராக இருந்துவந்த அவர், அவ்வப்போது எழுத்தாளர் ப்ரகாஷைப் பார்க்கத் தஞ்சாவூருக்கு வருவார். அவர் தஞ்சைக்கு விஜயம் செய்யும் போதெல்லாம், அதைப் பயன்படுத்திக்கொள்ளும் விதமாகக் கலை இலக்கியத் தோழர்கள் அவரை முன்வைத்து, கூட்டத்திற்கு ஏற்பாடு செய்வார்கள். மேடையோ ஒலிபெருக்கியோ இல்லாமல் அக்கூட்டம் சோழன் சிலைக்கு அருகே அமைந்துள்ள அகலமான நடைபாதையில் நடைபெறும். நாங்கள் எல்லோரும் வட்டமாக அமர்ந்துகொண்டு அவரை நடுநாயகமாக இருத்தி, அவர் பேசுவதைக் கேட்டுக்கொண்டிருப்போம்.

மெல்லிய குரலில் அவர் பேசத் தொடங்குவார். முதல் கால்மணிநேரம் மிதமாகவும் அடுத்த அரைமணி நேரம் அடர்த்தியாகவும் அவருடைய பேச்சுகள் அமையும். உலகத்தின் பல பகுதிகளிலும் அன்றைக்கு நிலவிவந்த கலை இலக்கியப் போக்குகளை அவர் விரல்நுனியில் வைத்திருப்பார். அலெக்சாண்டர் கால்டரின் நகரும் சிற்பங்கள் பற்றியும் ஓவியர் தியோபான்தஸ்பர்க்கின் எலிமெண்டரிசம் பற்றியும் அப்படித்தான் எங்களுக்குத் தெரிய வந்தன. நடைபாதையில் அமர்ந்து பேசிக்கொண்டிருக்கிறோம் என்ற எண்ணமே இல்லாமல் உலகளாவிய விஷயங்களை வெகு சாதாரணமாகச் சொல்லிச் செல்வார்.

அவருடைய ஒவ்வொரு பேச்சின் இறுதியிலும் அதுவரை திறக்கப்படாதிருந்த கலை இலக்கியக் கதவுகள் தங்களைத் தாங்களே திறந்து கொள்ளும் ஓர் அதிசயத்தைக் கண்ணுற்றதைப்போல அவரை நாங்கள் பார்த்துக் கொண்டிருப்போம். ஒரே தாளத்தில் இசைக்கப்படும்

மெல்லிய இசையைப் போல அவர் பேச்சின் அடவுகள் அமைந்திருக்கும். எதிரே அமர்ந்திருப்பவர்களின் முகபாவத்திற்கு ஏற்ப அவருடைய உடல்மொழிகள் உணர்ச்சிகளைக் கொப்பளிக்கும். தத்துவவிசாரங்களில் அவருக்கிருந்த ஈடுபாட்டில் சற்றும் குறைவில்லாத ஈடுபாட்டை இசையிலும் அவர் கொண்டிருந்தார். அதிலும் எம்.எஸ். சுப்புலட்சுமியைப் பற்றியோ நாதஸ்வரச் சக்ரவர்த்தி திருவாவடுதுறை ராஜரத்தினத்தைப் பற்றியோ கேட்டுவிட்டால் அவ்வளவுதான். அன்றைய பொழுது முழுக்க அவர்களின் சிறப்புகளைப் பாடிப்பாடி உற்சாகப்படுத்துவார்.

சுப்ரபாதம் ரெக்கார்டுகள் மூலம் கிடைத்த அளப்பரிய செல்வத்தையெல்லாம் திருப்பதி தேவஸ்தானத்துக்கும் தொண்டு நிறுவனங்களுக்கும் வழங்கிய எம். எஸ். எஸ்.ஸை தபஸ்வி என்றுதான் குறிப்பிடுவார். நான் சொல்வது சற்றேறக் குறைய இருபது ஆண்டுகளுக்குமுன். அப்போது இசங்கள் குறித்தும் இசை குறித்தும் கலை இலக்கிய விமர்சனம் குறித்தும் இப்போதும்போல யாருமே எழுதியிருக்கவில்லை. அன்றைக்கு யாருமே இல்லாத அல்லது யாருமே முன் வராத விமர்சனக் காட்டுக்குள் ஒற்றைச் சிங்கமாக அவர் உலவி வந்த கம்பீரம் அசாத்தியமானது. க.நா.சு., வெங்கட்சாமிநாதன் ஆகியோருக்குப் பிறகு தேனுகாவின் பங்களிப்புகளே ஸ்திரமானவை.

உதிரிகளாக ஒருசிலர் அத்துறையில் இயங்கியிருந்தாலும் தேனுகா அளவுக்குத் தொடர்ச்சியாக அத்துறையில் யாருமே பங்களிப்புச் செய்யவில்லை. மேற்கில் மட்டுமே இருந்துவந்த கலை இலக்கியக் கோட்பாடுகளையெல்லாம் தமிழில் பிரபல்யப்படுத்த, அவர் இடையறாமல் உழைத்துக் கொண்டிருந்தார். என்னுடைய பதின்ம வயதில்தான் தேனுகா என்னும் பெயரை முதன்முதலில் கேட்டேன். பெயரைக் கேட்ட மாத்திரத்தில் அப்பெயருக்கு உரிய நபர் பெண்ணாக இருக்கக்கூடும் என்றே நானும் எண்ணினேன்.

ரேணுகா மாதிரி தேனுகா என எண்ணி அவர்மீது காதல் மீதூறியக் காலம் அது. என்போலவே தேனுகாவைப் பெண்ணென்று நம்பிப் பிரியம் வைத்த இன்னொருவர் கவிஞர் புத்தகன். அவ்வப்போது நானும் புத்தகனும் “இந்த

தேனுகா பெரிய அறிவாளியா இருப்பா போலிருக்கே" எனப் பேசிக்கொள்வதை எழுத்தாளர் தஞ்சை ப்ரகாஷ் நமட்டுச் சிரிப்போடு கேட்டுக் கொண்டிருப்பார். சுஜாதா மாதிரியே தேனுகாவும் பெண் பெயரில் எழுதிவரும் ஆண்தான் என்று அவர் சொல்லவே இல்லை. பல நாட்களாக இந்தக் கூத்து நடந்துகொண்டிருந்தது.

ஒருகட்டத்தில் தேனுகாவுக்கு என்ன வயதிருக்கும் என்று நானும் கல்யாணமானவளா? கல்யாணமாகாதவளா? என்று புத்தகனும் விவாதிக்கும் அளவுக்குப் போனோம். அப்போதுதான் தஞ்சை ப்ரகாஷ், "அவ நாளைக்கி சாயந்தரம் வர்றா... மறக்காம வந்திடுங்க அறிமுகப்படுத்துறேன்" என்றார். "தனியாவே கும்பகோணத்திலிருந்து வந்திடுவாங்களா.. இல்லக் கூட யாராச்சும் வருவாங்களா? என்று புத்தகன் கேட்கும்வரைகூட அவர் அந்தப் புதிர்மூட்டையை அவிழ்க்கவில்லை. தேனுகா கும்பகோணத்துக்காரி என்பதுவரை விசாரித்த எங்களால் அந்தப் பெயருக்குரிய நபர் ஆணா பெண்ணா என விசாரித்திருக்கவில்லை என்பதுதான் அதிலுள்ள விநோதம். தஞ்சை ப்ரகாஷ் சொன்ன அந்த சாயந்திரமும் வந்தது.

ஒருநாளுமில்லாத திருநாளாக அன்று ஏனோ முகத்தில் தூக்கலாகப் பவுடரைப் பூசிக்கொண்டு நானும் புத்தகனும் தேனுகாவுக்காகக் காத்திருந்தோம். எங்களைப் பொருத்தவரை அவள் தேனுகா அல்ல தேவதை. வாராதிருந்த அந்த தேவதைக்காக, தஞ்சை ப்ரகாஷ் வைத்திருந்த ரப்பர் ஸ்டாம்ப் கடை வாசலிலேயே நின்றிருந்தோம். வெகுநேரமாக எங்கள் கற்பனைகளில் அந்த தேவதை வெண்சாமரச் சிறகுகொண்டு எங்களைப் பறக்கவைத்தாள்.

அப்போதுதான் அந்தப் பெரியவர் கடைக்கு உள்ளே வந்தார். "வாங்க தேனுகா எப்படியிருக்கீங்க" என்று ப்ரகாஷ் அந்தப் பெரியவரை ஆரத் தழுவினார். எனக்கும் புத்தகனுக்கும் முகத்தில் ஈயாடவில்லை. உங்களைச் சந்திக்கத்தான் இவர்களும் வெகுநேரமாகக் காத்திருக்கிறார்கள் என்று எங்களை நையாண்டியாக அறிமுகப்படுத்தினார். அவரும் அத்தியைந்த புன்னகையோடு எங்களை எதிர்கொண்டார். தேவதை ஆணாக இருந்ததையும் அதைவிட அது வயதான தேவதையாக

இருந்ததையும் எங்களால் ஜீரணிக்கவே முடியவில்லை. என்ன செய்ய? அன்றிலிருந்து பெண் பெயரிலுள்ள போதையிலிருந்து வெளியேறி, பெண்ணே ஆயினும் அன்பு செலுத்த முடியாத அவலத்திற்கு ஆளானோம். இப்போது நினைத்தாலும் நானும் புத்தகனும் சேர்ந்து செலவழித்த ஐம்பது கிராம் கோகுல் சாண்டலில் தேனுகாவின் வாசனைதான் வீசுகிறது.

இதன் தொடர்ச்சியாக தேனுகாவிடமே "நீங்கள் ஏன் சார் இப்படியொரு பெயரைத் தேர்ந்தெடுத்தீர்கள்" என்றேன். "ஓ... அதுவா, அது ஒரு ராகத்தின் பெயர். அந்த ராகத்தில் எனக்கொரு மயக்கமுண்டு, முடியுமானால் நீங்களும் தெளியலேது ராமா என்று ஆரம்பிக்கும் தியாகராஜர் கீர்த்தனையைக் கேட்டுப்பாருங்கள். அக்கீர்த்தனை அமைந்திருக்கும் ராகத்தின் பெயர்தான் என்னுடையது" எனவும் பெருமிதப்பட்டுக்கொண்டார். "உங்களுக்கு ஏற்பட்ட அதே மயக்கம் இங்கேயும் சிலருக்கு ஏற்பட்டு, பவுடரைக் காலி செய்தவர்கள்தான் இந்த இருவரும்" என்று கொனஷ்டையாக ஒரு சந்தர்ப்பத்தில் தேனுகாவிடம் தஞ்சை ப்ரகாஷ் எங்களைப் போட்டுக்கொடுத்தார்.

கர்நாடக இசையின் ஒன்பதாவது மேளகர்த்தா ராகமே தேனுகாவென்பது. இதன் மத்திமத்தைப் பிரதி மத்திமமாக மாற்றினால் நாற்பத்தி ஐந்தாவது மேளகர்த்தா ராகமான சுபபந்துவராளி வரும் எனக் கவிஞரும் நண்பருமான ரவிசுப்ரமணியன் ஆளுமைகள் தருணங்கள் நூலில் எழுதியிருக்கிறார். ராகங்களைப் பற்றித் தெரியாதவர்களுக்கும் தேனுகாவைப் பிடிக்கும்.

புன்னகை நிரம்பிய அந்த முகத்திலிருந்து ராகங்கள் தங்களை ஆலாபனை செய்து கொண்டன. தமிழைப் புரியாமல் எழுத சில எழுத்தாளர்கள் கிளம்பியிருக்கிறார்கள். அவர்களில் தேனுகாவும் ஒருவர் என்று அந்தக் காலத்தில் அவரை விமர்சித்தவர்கள் உண்டு. ஆனால், அவர் ஒருவர்தான் தமிழ்ச் சூழலில் புழக்கத்தில் இல்லாத பல இசங்களைக் கற்றுணர்ந்து, அதன் தேவைகளையும் புரிதலையும் ஏற்படுத்தியவர். எப்போதும் தனக்குத் தெரியாத விஷயத்தை ஒருவர் எழுதினால் அவரை வார்த்தைகளால் சேதப்படுத்தும் வழக்கத்தைத் தமிழ்ச்சமூகம் கொண்டிருக்கிறது. என்றாலும், அவர் தன்

மீது வீசப்பட்ட அத்தனை விமர்சன அஸ்திரங்களையும் மாலைகளாக மாற்றிக்கொள்ளும் பக்குவத்தைப் பெற்றிருந்தார். கேட்க மிரட்சியாகவும் ஆச்சர்யமாகவும் உள்ள அநேகச் செய்திகளை அவர் ஆர்வத்தோடு எங்களிடம் பகிர்ந்து கொண்டிருக்கிறார். காந்தியமே உலகை வழிநடத்தும் என்றும் காந்திக்காக ஏங்கும் உலகு என்றும் அவர் கட்டுரைகளின் வாயிலாகக் காந்தீயக் கருத்துகளைத் தூக்கிப் பிடித்தார். குறிப்பாக கியூபிசம், கன்ஸ்டிரக்ஷனிசம், இம்ப்ரஷனிசம், போஸ்ட் இம்ப்ரஷனிசம், எக்ஸ்பிரஷனிசம், சர்ரியலிசம் போன்ற இசங்களின் ஊடே கலை இலக்கியத்தை அணுகும் பயிற்சியை அவரே எங்களுக்கு வழங்கினார்.

“ஒருவன் சிரிக்கிறான். ஆனால், ஆழ்மனதில் அவன் அழுகிறான் என்று வைத்துக்கொள்ளுங்கள். அதை எப்படி ஓவியத்தில் கொண்டுவருவது? இந்தச் சிக்கலைத் தீர்க்கத்தான் சர்ரியலிச ஓவியம் பிறந்தது” என்பார். “ஒரு கோப்பையைப் பார்க்கிறீர்கள். அதன் வடிவம் என்ன என்றால் உடனே வட்டம் என்பீர்கள். உண்மையில், கோப்பையின் மேற்புற வாயைக் கவனத்தில் கொண்டு வட்டம் என்கிறீர்கள். ஆனால், அது வட்டமில்லை. நீங்கள் எதிரில் பார்ப்பது வேறு. சாய்கோணத்தில் அமைந்திருக்கும் வடிவம் வேறு.

ஒரு பொருளைப் பல்வேறு கோணங்களாகப் பார்க்க விரும்பினால் அதுவே கியூபிசம்” என எளிய உதாரணங்களால் இசங்களை விளக்குவார். இயல்பிலேயே எதையும் தன்னுள் மறைத்துக்கொள்ளாத அவருடைய பண்பினால் ஓவியம், சிற்பம், இசை மட்டுமல்ல கட்டடக்கலை குறித்தும்கூட ஓரளவு எங்களால் புரிந்துகொள்ள முடிந்தது.

முதன்முதலில் கவிஞர் பாலா எழுதிய சர்ரியலிசம் பற்றிய நூலை வாசித்த தேனுகா, “இலக்கியத்தில் உள்ள சர்ரியலித்தை எழுதிய நீங்கள் ஓவியத்தில் உள்ள சர்ரியலிசத்தையும் எழுதியிருக்கலாமே” என்றிருக்கிறார். டாலி, ஆந்த்ரே பிரத்தோன், மார்க்ஸ் ஏனிஸ்ட் போன்ற ஓவியர்களைக் குறிப்பிட்டு, தேனுகா பேசியதைக் கேட்ட பாலா, “இவ்வளவு தெரிந்த நீங்கள் என்னைவிடச் சிறப்பாக எழுத முடியும்” என உற்சாகப்படுத்தியிருக்கிறார். அதன் விளைவாகவும் அதன் தொடர்ச்சியாகவும் எழுதப்பட்டதுதான் “டாக்சிடெர்மிஸ்டுகள்

தேவை'' என்னும் அவருடைய முதல் கட்டுரை. இறந்த உடலின் உள்ளே உள்ள சதை எலும்புகளை எடுத்துவிட்டுப் பதப்படுத்தி வைப்பவர்களுக்கு டாக்சிடெர்மிஸ்டுகள் என்று பெயர். தமிழ் மரபு சார்ந்த வடிவங்கள் அழிந்துவருகின்றன. அழிந்துவரும் அவ்வடிவங்கள் நவீனத்திற்கு முன் நிற்காது. எனவே, அதைப் பதப்படுத்தி வைக்கவேண்டும் என்ற கருத்தைத்தான் அக்கட்டுரையில் எழுதியிருப்பார். 'தமிழ்ப்பாலையில் ஒரு பசுஞ்சோலை'' என அக்கட்டுரை குறித்து இந்தியன் எக்ஸ்பிரஸில் க.நா.சு. வியந்தது குறிப்பிடத்தக்கது.

சிற்பங்களிலும் ஓவியங்களிலும் தென்படும் தமிழ்ப் பண்புகளைப் பற்றி அவருடைய ஆய்வுகள் பேசுகின்றன. போக சக்திஅம்மன் திரிபங்கமாக அமர்ந்திருப்பதையும் அர்த்தநாரீஸ்வரர் தோற்றம் சரிபங்காக அமைந்திருப்பதையும் காரண காரியத்தோடு விளக்கியிருக்கிறார். இந்தியத் தத்துவ மரபிலிருந்தும் தமிழ்த் தத்துவ மரபிலிருந்தும் நடராஜரையும் சோமாஸ்கந்தரையும் அணுகிய அவருடைய பார்வைகள் வித்தியாசமானவை.

அழகுணர்வை மட்டுமே அடிப்படையாகக் கொண்ட இந்திய ஓவியங்களில் பயன்படுத்தப்படும் தாந்திரிக் வண்ணங்களுக்குப் பின்னாலுள்ள தொன்மத்தை அவர் ஆய்ந்திருக்கிறார். கறுப்பை ராமருக்கும் நீல வண்ணத்தைக் கண்ணனுக்கும் பச்சையைக் காளிக்கும் பயன்படுத்தும்முறை தத்துவங்களிலிருந்து பெறப்பட்டிக்கிறது. ஒரு நடன மாதுவை வரையும்போது அவள் இடையும் கையிலுள்ள கிளியும் நளினமும் எப்படி வரவேண்டும் என முன்னோர்கள் வகுத்துள்ள இலக்கணங்களை அவர் அறிவார்.

ஆர்ட்டும் கிராப்ட்டும் எங்கு வித்தியாசப்படுகின்றன என்பதுதான் அவருடைய பெரும்பாலான கட்டுரைகள்.''பார்த்தது போலவே செய்வது ஒருபோதும் கலையாகாது. மீண்டும் மீண்டும் பார்க்கத் தூண்டக்கூடியதாக இருந்தால் அதில்தான் கலையம்சம் இருக்கிறது'' என்னும் தெளிவை அவர் கொண்டிருந்தார். ஒருமுறை இலக்கியப் பேரவையில் நானொரு கவிதை வாசித்தேன். அன்றையக் கூட்டத்தில் கலந்துகொண்ட அத்தனைபேருமே அதைக் கவிதையே இல்லை என்றுதான் சொன்னார்கள். எல்லோருடைய

கருத்துரைகளையும் அமைதியாகக் கேட்டுக்கொண்டிருந்த தேனுகா, "இதையேன் கவிதை இல்லை என்கிறீர்கள். உண்மையில், இதுவே கவிதை. லகுவாகப் புரிந்துகொள்ள முடியாததை இல்லை என்றோ தவறு என்றோ நம்முடைய மனம் சொல்கிறது. ஆனால், ஒவ்வொரு படைப்பிலும் ஏதோ ஒன்று இருக்கிறது. வெறுமனே ஒரு படைப்பு உருவாவதில்லை. ஒரு மனிதனிடம் புரிந்துகொள்ள முடியாத சில விஷயங்கள் இருப்பதால் அவன் மனிதனே இல்லை என்றா சொல்கிறோம். அப்படித்தான் படைப்பும்.

புரிந்த கொள்ள முடியாத எல்லையிலிருந்துதான் ஒரு படைப்பு உருவாகிறது, நம்முடைய முயற்சியினால் அதைக் கண்டடைய வேண்டுமே தவிர, புறக்கணிக்கக் கூடாது. இதே கவிதையைப் பாரதி, இன்னும் சில ஆண்டு கழித்து வேறு மாதிரி எழுதலாம். ஒருவேளை அப்போது நம்மால் புரிந்துகொள்ளப்படலாம். உடனே, புரியவேண்டுமென்பதில்லையே. காலத்தைப்போலவே கவிதைகள் கனிவதற்கும் காத்திருக்க வேண்டும்.

பொதுவாகப் படைப்பு என்பதில் அனுபவத்தைத்தான் பார்க்கவேண்டுமே அன்றி, சரியையோ தவறையோ புரிதலையோ பார்க்க வேண்டியதில்லை" என்றார். ஒருபுறம் புதுமைகளை ஏற்கவும் இன்னொரு புறம் மரபுசார்ந்த ஆக்கங்களை வளர்த்தெடுக்கவும் அவர் விரும்பினார். கர்நாடக இசைச் சாரங்களை உள்வாங்கி வியந்தோதும் அவருக்குப் பீத்தோவானின் இசைக் குறிப்புகளைச் சிலாகிப்பதில் எந்தச் சிக்கலும் ஏற்படவில்லை. ஜியாமெட்ரி வடிவங்களைக் கொண்டு ஓவியம் வரைந்த எஸ்சரைப் புகழ்ந்துகொண்டே இந்திய ஓவியர்களான தையப் மேத்தாவையும் எம்.எப்.உசேனையும் சுட்டிக்காட்டுவார். இப்படியெல்லாம் வியப்பதற்காகவே அவர் நூல்களைத் தேடித்தேடி வாசித்தார்.

பார்த்து வந்த வங்கி வேலையைப் பாதியிலேயே விட்டுவிட்டு ஓவியக் கண்காட்சிகளைக் காண, பிற ஊர்களுக்கும் வெளிநாடுகளுக்கும் பயணப்படும் அதி தீவிர கலா ரசனை உடையவராக அவரிருந்தார். "ஒருமுறை பட்டீஸ்வரம் கோயிலுக்குப் போயிருந்தேன். அங்கே

நின்றபடி வீணை வாசிக்கும் சிற்பம் ஒன்றிருந்தது. அதன் கையில் இருந்த வீணையில் இரண்டு கும்பங்கள் மட்டுமே இருந்தன. நடுப்பகுதி இல்லை. ஆனாலும், அந்தச் சிற்பத்தின் அழகு எவ்விதத்திலும் கெடவில்லை. ஏனெனில், சிற்ப லட்சணங்களைப் புரிந்துகொண்டால் ஒரு சின்ன கல்லில் கூட உங்களால் சிற்பத்தைப் பார்க்கும் முடியும்'' என்று அவர் விவாதிக்கத் தொடங்கினால் நேரம் போவதே தெரியாது.'

"மேற்கு நாடுகளிலெல்லாம் நம்மூரைப் போல வரைவதை எல்லாம் ஓவியமென்று ஏற்றுக்கொள்ள மாட்டார்கள். ஒரு ஓவியத்தை ஏற்றுக்கொள்வதற்குமுன், அதில் காம்போசிஷன் இருக்கிறதா, அறிவியல் சார்ந்து உள்ளதா, இம்பரஷனிசம் என்றால் ஆப்டிக்கல் கலர்ஸ் இல்யூஷன் உள்ளதா என்றெல்லாம் பார்ப்பார்கள். ஓர் ஓவியத்தைக் கூர்ந்து கவனித்தால்தான் அனலிட்டிகளுக்கும் சிந்தட்டிக்கல் கியூபிசத்திற்கும் உள்ள வேறுபாடுகள் விளங்கும்'' என்பார்.

பெரிய பெரிய தத்துவங்களைக்கூட எளிய விதத்தில் சொல்லக்கூடிய அவரைச் சுற்றி எப்போதும் நண்பர்கள் சூழ்ந்திருப்பார்கள். உங்களைச் சந்திக்க வருகிறோம் என்று சொல்லிவிட்டால் போதும், தேதியிலிருந்து கிழமையிலிருந்து தங்க ஏதுவான அறைவரை கவனித்துக்கொள்வார். நவீன ஓவியக் கோட்பாடுகளை உள்ளடக்கிக் கட்டப்பட்ட அவருடைய வீடே ஆர்ட் கேலரியைப் போலிருக்கும். அவ்வீட்டை அவர் பொறியாளர் முகமது ரஃபியின் துணையுடன் பியத் மோந்திரியானின் நியோபிளாஸ்டிஸ பாதிப்பில் கட்டியிருந்தார். குறிப்பாக, அவர் வீட்டிலிருந்த ஒரு நாற்காலி ரொம்பவும் விசேஷமானது. ரீத்வெல்த்தின் உலகப் புகழ்பெற்ற சிவப்பு நீலநிற நாற்காலியைப் போலவே ஆசாரி துரையின் உதவியுடன் ஒரு நாற்காலியை அவர் வடிவமைத்து வைத்திருந்தார்.

இந்த நாற்காலி வித்தியாசமாக இருக்கிறதே என்றால் ரீத்வெல்த்தின் சிறப்புகளைப் பகிர்ந்துகொள்வார். பெரும்பாலும் நண்பர்களுடனான அவரது உரையாடல் இப்படித்தான் ஆரம்பிக்கும். இசையிலிருந்து சிற்பத்திற்கும் சிற்பத்தில் இருந்து ஓவியத்திற்கும் ஓவியத்திலிருந்து இலக்கியத்திற்கும் இலக்கியத்திலிருந்து இசைக்குமாக

அவருடைய உரையாடல்கள் பெரிய வட்டமடிக்கும். அந்த வட்டப்பாதையில் சிக்கிக்கொண்டால் அவ்வளவு எளிதாக அதிலிருந்து வெளிவர முடியாது. உலகமே அவரைக் கலைவிமர்சகர் என்று அடையாளப்படுத்தினாலும் அவர் அந்தப் பதாகைக்குள் அடைபட மறுத்தார். தெரிதாவைப்போல் அவருமே மொழியின் குழப்பங்களிலிருந்து விடுதலை பெறவே விரும்பினார். சூரசம்ஹாரத்தில் முருகன், சூரன் தலையை வெட்ட, யானைத்தலை வரும். யானையின் தலையை வெட்ட, யாளித் தலை வரும். அப்படித்தான் தேனுகாவும் இருந்தார்.

ஒன்றோடு நிறுத்திக் கொள்வதில் அவருக்குச் சம்மதமில்லை. ஒன்றிலிருந்து இன்னொன்றைத் தாவிப் பிடிக்க முயன்றார். இசை, ஓவியம், சிற்பம் என்ற வெவ்வேறு கலை வடிவங்களை கைக்கொண்டாலும் அந்த மூன்றிலுமுள்ள மையப் புள்ளியாகத் தத்துவத்தையே முதன்மையாகக் கருதினார். "வெட்டிக்கிட்டேன் துளிர்த்துக்கிட்டேன். வேற தல வச்சிக்கிட்டேன்" என்ற சூரசம்ஹாரப் பாடலைப் போல வேறு வேறு உருவங்களாக அவர் வெளிப்பட எண்ணினார். இறுதியில் தத்துவம் சார்ந்து செல்ல விரும்பிய தேனுகா, வார்த்தைகளைத் துறக்கப் போகிறேன் என்று சபதமெடுத்தார்.

மத்திய அரசு வழங்கும் பெலோசிப் விருது உள்பட அவர் எழுதிய பல நூல்களுக்கு விருதுகள் கிடைத்திருக்கின்றன. என்றாலும், நிறைவுறாத மனத்துடனே அவரிருந்தார். படைப்பாளர்களுக்கே உரிய நிறைவுறாத அந்த மனம், அவரைப் பல்வேறு தளங்களுக்குப் பயணப்பட வைத்தது. தமிழ்ப்போதாமைகளையும் தமிழ்த்தேவைகளையும் கவனத்தில் கொண்டிருந்த அவர், போலிகளைப் புகழ்வதில் தயக்கம் காட்டினார். அதன் விளைவாகப் பெரும் மன உளைச்சலுக்குள் அந்தப் போலிகள் அவரைத் தள்ளினார்கள்.

தங்களைப் பாராட்டாத தேனுகாவை அங்கீகரிப்பதில்லை என்று முடிவெடுத்த அந்தப் போலிகள், அவருக்கு எதிரான காரியங்களில் ஈடுபட்டதைக் கலை இலக்கிய உலகு நன்கறியும். உள்ளூர்க்காரர்களை உதாசீனப்படுத்திவிட்டு உலகப் பார்வையென்பது பம்மாத்து என்று அந்தப் போலிகள் தேனுகாவைத் திணறடித்தார்கள். பட்டீஸ்வரத்திலுள்ள

நாயக்கர்க் காலத்துச் சுவரோவியத்தைக் காப்பியடித்து, அதை மைசூருக்கு அனுப்பி விருது பெற்ற ஒருவர், ஆள்பிடித்துத் தேசிய விருது பெற முயன்ற இன்னொருவர் என அந்தப் போலிகள் கூட்டத்திலிருந்த தத்துப்பித்துகளே தேனுகாவைக் காயப்படுத்தினார்கள். நிஜத்தை உணர்ந்தவர்களுக்கு வார்த்தைகள் கைகொடுப்பதில்லை. மொழிகளின் குழப்பங்களிலிருந்து விடுதலை பெற விரும்புகிறேன் என்று அவர் சொன்னதுகூட அந்த உளைச்சலின் வெளிப்பாடுதான்.

தேனுகாவின் தாத்தா சீனுவாசம் பிள்ளை. அந்த சீனுவாசம் பிள்ளைதான், வள்ளலாரின் அருட்பாப் பாடல்களைத் தெருவெங்கும் நடந்தபடியே பாடிப் பரப்பியவர். அவருடைய மகனான முருகையா, சுவாமிமலை முருகன் கோயிலில் நாதஸ்வர சேவகம் செய்துவந்தவர். அதாவது தேனுகாவின் தந்தை. கோவில் நடையில், ஓவ்வொரு நாளும் ஆறு வேளை நாதஸ்வரம் வாசித்த தந்தை முருகையாவுக்குத் தாளம் தட்டும் சிறுவனாகத் தேனுகா இருந்திருக்கிறார்.

தம்முடைய பால்ய வயதிலேயே இசையின் நுட்பங்களை அறிந்துகொள்ளும் வாய்ப்பு அவருக்கு அப்படித்தான் கிடைத்திருக்கிறது. அவரே ஒருதரம் சொன்னதுபோல, தினசரி கோவிலின் ஆறு வேளையும் அறுபது படிகள் ஏறி இறங்கியும் சங்கீதத்தைப் பயின்றிருக்கிறார். காலையில் பூபாளம், பௌளி, மலையமாருதம், பிலஹரி. மதியத்திற்கு முன் சுருட்டி, மதியத்தில் மத்தியமாவதி. சாயங்காலத்தில் பூர்வீ கல்யாணி, கல்யாணி. இரவில் நீலாம்பரி என்று அவருடைய தந்தை நாதஸ்வரத்தை இசைத்திருக்கிறார். தவிர, சந்நிதித் தெருவிலேயே அவர்கள் வீடு இருந்தபடியால் பெரிய பெரிய இசை மேதைகள் எல்லாம் அவருக்கு இளவயதிலேயே அறிமுகமாகிவிடுகிறார்கள்.

அவர்கள் வீட்டுத் திண்ணையில் அமராத இசை ஜாம்பவான்களே இல்லை. ஒருபுறம் இசை ஜாம்பவான்கள் என்றால் மற்றொரு புறம் இலக்கிய ஜாம்பவான்கள். மௌனி, கு.ப.ரா,ந.பிச்சமூர்த்தி, தி.ஜானகிராமன், கரிச்சான்குஞ்சு, வெங்கட் சுவாமிநாதன், க.நா.சு., எம்.வி.வெங்கட்ராம் போன்ற பெரும் இலக்கியவாதிகளின் பரிச்சயத்தையும் அவர் அந்த வயதிலேயே பெற்றுவிடுகிறார். எல்லோருக்கும்

எல்லாமும் வாய்ப்பதில்லை. அப்படியே வாய்த்தாலும் அதைப் பயன்படுத்திக்கொள்ளும் திறமும் உரமும் தேனுகாவைப் போன்றோருக்கே சாத்தியமாகிறது. ஒருமுறை "பெரும்பாலும் நின்று கொண்டே வாசிக்கும் நாதஸ்வரக் கலைஞர்கள் எப்போதிலிருந்து அமர்ந்து வாசிக்க ஆரம்பித்தார்கள் தெரியுமா" என்றார். எங்களுக்குத் தெரியாதெனத் தெரிந்துகொண்டு அவரே அச்சம்பவத்தைச் சொல்லத் தொடங்கினார். "திருவையாறு தியாகப்பிரம்ம உற்சவத்தில், தியாகராஜ சுவாமிகள் பட ஊர்வலம் அவருடைய வீட்டிலிருந்து புறப்பட இருந்தது.

அவ்விழாவுக்கு நாதஸ்வரம் இசைக்க அழைக்கப்பட்டிருந்தவர் நாதஸ்வர சக்ரவர்த்தியான திருவாவடுதுறை ராஜரத்தினம்பிள்ளை. மங்கள வாத்தியத்திற்குத்தான் முதலிடம் எனத் தியாகப்பிரம்ம செகரட்டரி முசிறி சுப்ரமணிய ஐயர், ராஜரத்தினத்தை அழைக்கிறார். அப்போது ராஜரத்தினம் பிள்ளை நின்று கொண்டெல்லாம் வாசிக்க மாட்டேன். மேடையில் அமர்ந்துதான் வாசிப்பேன் எனச் சொல்லிவிடுகிறார். அன்றிலிருந்துதான் நாதஸ்வரக் கலைஞர்கள் அமர்ந்து வாசிக்கும் பழக்கமேற்படுகிறது. நின்றவர்களை அமரவைத்த பெருமை ராஜரத்தினத்திற்கே உரியது. ஒரு கலைஞன் தன் ஸ்தானத்தை இப்படித்தான் நிலைப்படுத்தனும் இல்லையா" என்றார். மைசூர் மகாராஜா ராஜரத்தினத்தை அழைத்து வாசிக்கச் சொன்னபோதுகூட தனக்கும் ராஜாவுக்கும் சமமான மேடையை அமைத்தால்தான் வாசிப்பேன் என்றிருக்கிறார்.

கலையை ரசிகனுக்குக் கீழே வைக்கக்கூடாது, சமானமாக அல்லது சமத்துக்கு மேலாக வைக்க வேண்டும். அந்த நிகழ்வில், ராஜரத்தினத்தின் இசையைக் கேட்ட மகாராஜா அவரைத் தன்னுடைய இருக்கையில் அமர்த்தி அழகு பார்த்திருக்கிறார் என்பன போன்ற தகவல்களையெல்லாம் அவர் சொல்லக் கேட்பது தனி ருசி.

நாதஸ்வரச் சக்ரவர்த்தி ராஜரத்தினத்தைப் போலவே கிளாரிநெட் மேதை என்று போற்றப்படும் ஏ.கே.சி. நடராஜனைப் பற்றியும் அவர் சொல்லக் கேட்டிருக்கிறேன். அரியக்குடி, செம்பை, செம்மங்குடி, ஜி.என்.பி., மதுரை மணி ஐயர் என்று எத்தனையோ பேர் அவர் உரையாடல்களில்

உயர்த்தப்படுவார்கள். காருக்குறிச்சி அருணாசலமும் ஏ.கே.சி நடராஜனும் ஒருமுறை கலைவாணர் என்.எஸ்.கே. வீட்டுக்குப் போயிருக்கிறார்கள். அவர்கள் போனது என்.எஸ்.கே.வைப் பார்ப்பதற்கல்ல. அங்கே தங்கியிருந்த டி.என்.ராஜரத்தினத்தைப் பார்க்க. இவர்கள் போயிருந்தபோது டி.என்.ஆரும் கலைவாணரும் மதுவருந்திக் கொண்டிருக்கிறார்கள்.

காருக்குறிச்சியும் ஏ.கே.சியும் பதுங்கிப் பதுங்கி உள்ளே போவதைப் பார்த்த டி.என்.ஆர்., கலைவாணரிடம், "அவனுவளுக்கும் ரெண்டு கிளாஸ் ஊத்திக்கொடுங்க" என்றிருக்கிறார். "என்னைப்போல சங்கீத ஞானம் வரணுமின்னா இந்த ஞானப்பால குடிக்கட்டுமுன்னு" டி.என்.ஆர் சொல்ல, கலைவாணர் பதறிப்போய் மறுத்த கதைகளையெல்லாம் தேனுகாவிடமிருந்துதான் தெரிந்துகொண்டோம். இச்சம்பவத்தை ஏ.கே.சி.நடராஜனே தன்னிடம் பகிர்ந்துகொண்டதாகச் சொல்லிய அவர், அதைக் கட்டுரையாகவும் எழுதியிருக்கிறார்.

கலைஞர்கள் தங்களுக்குப் பின்னால் வரும் கலைஞர்களை எப்படி நடத்தினார்கள் என்பதைச் சொல்வதற்காகவே அச்சம்பவத்தை எங்களுக்குச் சொன்னாரே தவிர, மதுவை ஞானப்பாலாக அருந்தலாம் என்னும் அர்த்தத்தில் அல்ல. சக கலைஞர்களைச் சமமாக நடத்தும்போதுதான் கலைகள் ஜீவிக்கும் என அந்தக் காலத்துப் பெரியவர்கள் அறிந்திருக்கிறார்கள். இறுதிவரை தேனுகாவுக்குக் கும்பகோணமும் அதைச் சுற்றியுள்ள கோவில்களும் பிரமிக்கத்தக்க விஷயங்களாகவே இருந்தன. ஒரே கோயிலுக்குப் பலமுறை போய், சிற்ப நுட்பங்களைச் சிலாகித்துக்கொண்டிருப்பார். கும்பகோணத்தின் சிறப்பு டிகிரி காப்பியில் அல்ல. அங்கே வாழ்ந்த எண்ணற்ற கலை இலக்கியக் கர்த்தாக்களே என்பது அவர் சித்தம்.

கணித மேதை ராமானுஜனையும் அவர் அப்படித்தான் உள்வாங்கிக்கொண்டார். 'எண்களின் தோழன் ராமானுஜன்' என்னும் கட்டுரையில், "எண்களுடன் தோழமை கொண்டவர் ராமானுஜன் மட்டுமல்ல. கவிஞர்கள், ஓவியர்கள், சிற்பிகள், இசைக்கலைஞர்கள் என எண்ணிறைந்தோர் எண்களால் ஆன புதிய படைப்புகளைப் படைத்தனர். ஆழ்வார்களில் திருமங்கையாழ்வார், சைவ சமயக் குரவர்களில் ஞானசம்பந்தர்

மற்றும் அருணகிரிநாதர் போன்ற அருளாளர்களும் ஒன்று, இரண்டு, மூன்று என ஏழு எண்கள் வரை படைத்த ரகுபந்தக் கவிதைகள் கணித செய்யுள் வடிவத்தின் எடுத்துக்காட்டு" என்கிறார். "இசை உலகிலும் எண்களுண்டு. தாளம் என்னும் கால எண்களால் ஆனது லயம். ஒன்பது தாள பார்வதி அம்மன் சிலை, பத்து தாள சிவன், விஷ்ணு, ரிஷபதேவர் சிலைகள் என அனைத்திலும் எண்களுண்டு. எகுதிமெனுகின் வயலின் இசைக்கும் எஸ்சர் என்ற ஜியாமெட்ரி ஓவியனுக்கும் கூட எண்களே பிரதானமென்று அக்கட்டுரையை முடித்திருப்பார்.

ஆதிமூலத்தின் அரூப ஓவியங்கள், சந்தானராஜின் ஓவியப்பெருவெளி என அவர் அடுத்தடுத்து எழுதிய கட்டுரைகள், சம்பந்தப்பட்ட ஓவியர்களின் வாழ்க்கையில் நல்ல விளைவுகளை ஏற்படுத்தின. கம்பீர நாட்டை, சங்கராபரணம், நீலாம்பரி, ஆகிரித்தை போன்ற தலைப்புகளின் கீழ் அவர் எழுதிய கவிதைகளும் குறிப்பிடத்தக்கன. 'தோற்றம் பின்னுள்ள உண்மைகள்' என்னும் மிக முக்கியமான அவருடைய கட்டுரையில், நவீனக் கவிதைகளைப் புரிந்துகொள்வதிலுள்ள சிக்கலையும் அச்சிக்கலை எவ்வாறு நிவர்த்தி செய்வது என்பதையும் சொல்லியிருக்கிறார். ஞானக்கூத்தனின் கவிதைகளை மேற்கோளாகக் கொண்டு அவர் நவீனக் கவிதைகளின் போக்குகளைப் புரிந்துகொள்ள உதவியிருக்கிறார்.

என் திருமணப் பத்திரிகையை எடுத்துக்கொண்டு அவர் வீட்டுக்குப் போயிருந்தபோது, அதில் அச்சிடப்பட்டிருந்த என் கவிதையை வாசித்துவிட்டு "எதிர்பார்ப்புதான் வாழ்க்கை இல்லீங்களா பாரதி" என்றார். "எதிர்பார்த்துக் காத்துக்கொண்டிருக்கும் கலைஞனுக்கு கலை ஓர் அனுபவமாக வாய்க்கிறது. அதுபோலவே உங்களுக்கும் வாழ்க்கை அனுபவமாக மாறட்டும்" என்று வாழ்த்தினார்.

அனுபவங்களின் திரட்சிதான் வாழ்க்கை என்றால் தேனுகா அந்த அனுபவங்களைத் தேடித்தேடிப் பெற்றுக்கொண்டவர். கலை ரசிகராக இருந்து கலை விமர்சகராக மாறிய தேனுகா, ஒருகட்டத்தில் கலைப்பித்தராகவே மாறிப்போனார். எரிக் எரிக்சன் என்ற உளவியல் அறிஞரைப் பற்றிய குறிப்புரையில், இவர் மரணத்தின் மண்டை ஓட்டையே

பிளந்து கபாலமோட்சத்தைக் காண்பிப்பவர் என்று எழுதியிருப்பார். மரணத்தின் மண்டை ஓட்டைப் பிளக்கும் வாய்ப்பிருந்தால் நான் முதலில் காண விரும்பும் முகம் தேனுகாவினுடையதாயிருக்கும். ஏனெனில், நீண்ட நெடிய கலை இலக்கியப் பரப்பில் மோட்சத்தைக் காட்டும் சக்தி அந்த ஒரு முகத்திற்கு மட்டுமே உண்டு.

ஒன்றுக்குமேல் ஒன்றுமில்லை

அரசியலில் தீவிரமாக இயங்கிக்கொண்டே கவிதையிலும் இன்னபிற இலக்கியப் படைப்புகளிலும் தன்னை முன்னிலைப்படுத்திக் கொள்பவர்களை நாமறிவோம். அதேபோல இலத்தியத் தளத்தில் இயங்கிக்கொண்டே தன்னை ஓர் அரசியல் ஆளுமையாகக் காட்டிக்கொள்கிறவர்களையும் கடந்த நூற்றாண்டுக் கண்டிருக்கிறது. ஆனால், ஆரூர் புதியவன் இதிலிருந்து சற்றே வேறுபட்டவர். தன்னை ஓர் இலக்கியவாதியாகவும் அரசியல் ஆளுமையாகவும் வளர்த்தெடுத்திருக்கிறார். அதிலும், குறிப்பாக தன்னுடைய கவிதைகளின் வழியே அரசியலை முன்னெடுப்பவராக. ஒருவேளை அவர் பிறந்த மண்ணான திருவாரூர் அத்தகைய தன்மைகளை அவருக்கு வழங்கியதோ என்னவோ?

'சொற்களால் ஒரு சுதந்திரப்போர்' நூலை எழுதியுள்ள ஆரூர் புதியவன், என் அத்தியந்த நண்பர்களில் ஒருவர். அவருடைய அரசியல் செயல்பாடுகளை எந்தவித தயக்கமோ தடையோ இல்லாமல் ஆதரிக்கக் கூடியவனே நான். அவர் தொலைக்காட்சி விவாதங்களில் மிகக் காத்திரமாக வைக்கும் கருத்துக்களின் வாயிலாக, மதவாத சக்திகளுக்குக் கட்டிவருகிற மணிகளின் ஓசையில் மனமகிழ்ந்து போகிறவர்களில் நானும் ஒருவன்.

ஏறக்குறைய பதினைந்து ஆண்டுகளுக்கும் மேலாக அவரை நானும் என்னை அவரும் நண்பராக வரித்துக்கொண்டுள்ளோம். கவிதையென்னும் ஒன்றைப்புள்ளியில் எங்களின் நட்புக்கோலம் வரையப்பட்டிருந்தாலும், அவரை நானும் என்னை அவரும் நட்புக்கு அப்பாலும் அங்கீகரித்துக்கொள்ள பழகியிருக்கிறோம். தமிழ்நாடு முஸ்லீம் முன்னேற்றக் கழகத்தின் களச்செயல்வீரராக அவர் இருந்தபோதும், அவருக்குள் வழிந்து ஓடும் கவிதை நதியால் அவ்வப்போது என்னை நனைத்துக்கொண்டிருக்கிறார்.

ஏற்கெனவே வெளிவந்த இரண்டு கவிதைத்தொகுப்புகளில் எத்தகைய ஆர்வத்தையும் அரசியலையும் தமிழ் நிலத்திற்குக் கடத்தினாரோ அதில், சற்றும் குறைவில்லாத வகையில் இத்தொகுப்பை ஆக்கி அளித்திருக்கிறார். இத்தொகுப்பிலுள்ள கவிதைகளில் பலவும் எரியும் பிரச்சனைகள் குறித்தன. ஒரு பக்கம் இடதுசாரியாகவும் மறுபக்கம் பெரியாரிய அம்பேத்கரிய தாக்கமுடையவராகவும் தன்னை வெளிப்படுத்திக் கொண்டிருக்கிறார். சிறுபான்மையினரின் சீற்றங்களும் மாற்றங்களும் அவருடைய கவிதைகளில் இயல்பாக வெளிப்படுகின்றன.

உயர்ந்த தத்துவத்தளத்தில் தன்னையும் தன் கவிதைகளையும் வைத்துக்கொண்டுள்ள ஆரூர் புதியவன், எந்த இடத்திலும் மத அடிப்படைவாதத்தை முன்வைக்க முயலுவதில்லை. தன் தரப்பு நியாயங்களை வார்த்தைகளில் வடிக்கும் அவர், மனித நேயத்தின் சரடுபிடித்துச் சரசரவென்று மேலேறிக் கூவும் குயிலாகவே எனக்குப்படுகிறார். அவர் என் நண்பராக இருப்பதால் உணர்ச்சிவசப்பட்ட நிலையில் இவ்வார்த்தைகளை உதிர்ப்பதாக யாரும் நினைக்கவேண்டியதில்லை.

உணர்ச்சிகளின் வசத்தில் ஆட்படுபவனே நானென்றாலும், இக்கவிதைகளிலுள்ள உணர்ச்சிகளின் நிசத்தில் நெகிழ்ந்துபோக நேர்ந்ததுதான் என்நிலை. இக்கவிதைகளை வாசித்த பிறகு, நீங்களுமே இன்னும் கொஞ்சம் இக்கவிதைகளை போற்றியிருக்கலாமே எனச் சொல்லக்கூடும். களம், காலம், அறம், தேவை இந்த நான்கின் அடிப்படையில்தான் ஒரு நல்ல கருத்தோ கவிதையோ உருவாகிறது. இந்த நான்கை மீட்கக் கூடியவனே தலைவனாகவும் தகைசார்ந்த மனிதனாகவும்

பார்க்கப்படுகிறான். ஒரே ஒரு வித்யாசம், தலைவனாவதற்குத் தியாகம் தேவைப்படுகிறது. அடிப்படையில் பேராசிரியராக இருப்பதால், ஆரூர் புதியவன் இந்த நான்கையும் நன்கு உணர்ந்தவர் என்பதில் சந்தேகமில்லை.

தன்னுடைய படைப்பைக் களத்திலும் காலத்திலும் அறத்திலும் தேவையிலும் இருந்து ஆரம்பித்திருக்கிறார். தியாகத்தை நோக்கி நகர்கையில் தலைவனாகவும் அறியப்படுவார். தியாகமென்றால் தமிழ்ச் சூழலில் வேலை பறிப்பு, குண்டர் சட்டம், அச்சுறுத்தல் கைது நடவடிக்கை என்பதை நான் சொல்லித் தெரியவேண்டியதில்லை. இப்பொழுதே அவர் தியாக வாழ்வுக்கு தன்னை தயார்படுத்திக்கொண்டிருப்பதைத்தான் இக்கவிதைகள் காட்டுகின்றன.

தியாகத்தின் தேகத் தழும்புகளிலிருந்து பிறப்பவையே கவிதைகள் என்பதை நெரூடாவும் மாவோவும் சொல்லியிருக்கிறார்கள். ஆரூர் புதியவனுக்குத் தமிழ் நிலத்திலுள்ள அரசியல் புரிந்திருக்கிறது. அதைவிட நிலத்தின் அரசியலையும் அவர் அறிந்து வைத்திருக்கிறார். அதன் விளைவால்தான் வேளாண் துறையில் செயற்கரிய சிந்தனைகளை ஒற்றை ஆளாக நின்று, பேசியும் பரப்பியும் வந்த நம்மாழ்வார் அய்யாவை, 'மருதநாயகன்' என்று அவரால் அடையாளப்படுத்த முடிகிறது. இயற்கை உழவையும் உரமில்லா உணவையும் வலியுறுத்திய நம்மாழ்வாரை, மருத நிலத்தின் நாயகன் என்று அவர் விளிக்கிறார்.

மருதநாயகம் என்ற மாவீரனை நினைவூட்டும்வகையில் மருத நாயகன் என்ற பதத்தை நம்மாழ்வாருக்குக் கொடையளித்திருக்கிறார். மாணவர்கள் பட்டம் வாங்கப் பாடம் நடத்தும் ஒரு பேராசிரியர், மண்ணுக்கும் மனிதர்களுக்கும் பாடம் நடத்திய நம்மாழ்வாருக்கு பட்டம் வழங்கியிருப்பதில் ஆச்சர்யமில்லை. வார்த்தை விளையாட்டில் ஆரூர் புதியவனை அவ்வளவு எளிதாக யாராலும் தோற்கடித்துவிட முடியாது. மொழியின் நுட்பமும் திட்பமும் அவருடையத் தனித்துவம். சொல்ல வரும் செய்திக்கும் கருத்துக்கும் ஏற்ப வார்த்தைகளை பிரயோகிப்பதில் வல்லவர். ஒரு கவிதையை எங்கிருந்து தொடங்குகிறார் எங்கு வந்து முடிக்கிறார்

என்பதைப் பார்த்தால் அவருடைய ஆற்றொழுக்கான ஆற்றலை அறிந்துகொள்ளலாம். சந்தத் தமிழும் சங்கத் தமிழும் அவருக்கு அத்துப்படி என்பதால், வார்த்தைகளை வைத்துக்கொண்டு சிலம்பம் ஆடிவிடுகிறார். ஒரே வாசிப்பில் புரிந்துவிடக்கூடிய கவிதைகளே இவை எனினும், திரும்பத் திரும்ப வாசித்துப்பார்க்கும் ஆவலை ஏற்படுத்துகின்றன. சொற்களின் கிட்டங்கியிலிருந்து அவரிடமிருந்து புதிய புதிய பதங்கள் பிறக்கின்றன.

ஆறு சுவை, ஏழு சுரம், எட்டு வகை, ஒன்பது ரசம் என வகுக்கப்பட்டுள்ள அத்தனை வரையறைக்குள்ளும் புகுந்து புறப்பட்டுப் பூரிக்க வைக்கிறார். இத்தொகுப்பில் இடம்பெற்றுள்ள கவிதைகளில் மிகுதியும் கவியரங்க மேடைகளில் வாசிக்கப்பட்டவை. என்றாலும், அரங்கத்தை அதிர வைத்த அவருடைய சொற்பிரயோகங்கள் வாசிப்பு அனுபவத்தை வழங்கவும் தவறவில்லை என்பதுதான் இதிலுள்ள சிறப்பு. ஆரூர் புதியவனின் கவியரங்க வாசிப்பு முறை மிக நேர்த்தியானது.

கூட்டத்தைக் கட்டுக்குள் வைக்கும் தொனியில் அவர் கவிதைகளை வாசிக்கத் தொடங்கினால், இன்னும் கொஞ்சம் நேரம் வாசிக்க மாட்டாரா? என்றிருக்கும். கொஞ்சம் புதிது, கொஞ்சம் மரபு என்று சகல வடிவத்தையும் கையாளுவார். இடையிடையே எழும் கைதட்டல் ஓசையில் கவிதைகள் தன்னைக் காப்பாற்றிக்கொள்ளப் பெரும்பாடுபட நேரும். பொட்டென்று அறைந்தாற் போன்ற சொற் செட்டுகளை அவர்போல இன்னொரு இளம் கவிஞர் வடிவமைத்து நான் கண்டதில்லை. எளிமையில் தோழனாகவும் வலிமையில் வீரனாகவும் மாறிமாறித் தோற்றம் காட்டுவார்.

சுதேசி, விதேசி என்ற பாகுபாட்டுக்குள் சிறுபான்மையினரை விமர்சிக்கும் மதவாத சக்திகளை தன்னுடைய கவிதைகளில் விளாசும் ஆரூர் புதியவன், அசலான கவிதைகளின் அத்தாட்சியை எங்கேயும் விட்டுவிடுவதில்லை. பாரதியிலிருந்து தொடங்கும் கவிதைப் பரம்பரையின் நடுக்கண்ணியை மிக நளினமாக அவர் பற்றிக்கொள்வார். பாரதிதாசனின் தமிழ்ப்பற்றும் பட்டுக்கோட்டையின் எளிமையும் கண்ணதாசனின் அழகியலும் இயல்பாக தன்னுடைய

கவிதைகளில் இடம்பெறச் செய்யும் வித்தையை அவர் கற்றிருக்கிறார். தீவிரமான அரசியல் செயல்பாடுகளுக்கிடையில் தன்னை கவிஞராக இருத்திக்கொள்ள அவர் எடுத்துவரும் பிரயத்தனங்களையே இக்கவிதைகளும் காட்டுகின்றன. எது குறித்தும் அவரால் எழுதிவிட முடிகிறது. தேர்ந்த அரசியல் அறிவினால் இலக்கியத்தின் மையத்தை நோக்கி அவருடைய கவிதைகள் வந்துவிடுகின்றன. வலிந்து திணிக்கப்படாத வார்த்தைகளின் ஊடே உலக அரசியலும் உள்ளூர் அரசியலும் பேசப்படுகின்றன.

வன்முறை, எதிர்க்கலாச்சாரம், பண்பாட்டுப் படையெடுப்பு, கலாச்சாரச் சீரழிவு எனச் சமூகத்தில் நிலவிவரும் அல்லது நெருங்கிவரும் ஆபத்துக்களைத் தடுக்கும் கேடயமாகக் கவிதைகளைக் கருதுகிறார். எங்கோ நடக்கிறது, யாருக்கோ நிகழ்கிறது என அவரால் இருக்க முடிவதில்லை. தன்னுணர்ச்சிக் கவிதைகளில் தன்னைக் கரைத்து சௌந்தர்ய உபாசகனாகும் முயற்சியில் அவர் ஈடுபடுவதில்லை. அதிர்ந்து பேசவேண்டியதை அதிர்ந்தும் ஆராய்ந்து பேசவேண்டியதை ஆராய்ந்தும் பேசுகிறார்.

ஏகத்துவத்தின் முழுமையைக் கண்டடையும் முடிவில்லாத தேடலில் தன்னையும் தன் கவிதைகளையும் ஈடுபடுத்திவரும் ஆரூர் புதியவன், சிலசமயங்களில் சித்தராகவும் சில சமயங்களில் அத்தராகவும் வாசம் பெறுகிறார். தமிழ்ச் சூஃபித்துவ கவிதைகளின் தோற்றுவாய் கவிக்கோ அப்துல்ரகுமான் எனில், அதன் அடுத்த நகர்வு ஆரூர் புதியவனே என்று சொல்லத் தோன்றுகிறது. ஒரு கவிதையில் ஒரு இடமாவது சூஃபித்துவ சிந்தனைகளின் வெளிப்பாடாக அமைவதை அவரால் தவிர்க்க முடியவில்லை. முதலிரண்டுக் கவிதைத் தொகுப்புகளிலிருந்து இந்தத் தொகுப்பு வித்யாசப்படும் இடமாக நான் கருதுவதும் அதைத்தான்.

முந்தைய தொகுப்புகள் வேகமான வீச்சுக்களும் ஆவேசமான பேச்சுக்களும் இடம்பெற்றிருந்தன. இந்தத் தொகுப்பில் அமைதியையும் தத்துவார்த்தப் புரிதலையும் பிரதானப்படுத்தியிருக்கிறார். பொதுவாக அரசியல் தளத்தில் இயங்கி வருபவர்களின் கவிதைகளை இலக்கிய நுகர்வை முதன்மையாகக் கொள்பவர்கள் ஏற்றுக்கொள்வதில்லை.

முழக்கங்களாக இருக்கின்றன; பிரச்சாரங்களாக வெளிப்படுகின்றன; ஆழ்ந்து வாசிக்கவோ யோசிக்கவோ எதுவும் இருப்பதில்லை என புறம் தள்ளிவிடுவார்கள். அவர்கள் கூற்றை ஒருவிதத்தில் ஏற்கலாம். என்றாலும், முற்று முழுக்காக அக்கருத்தை ஒப்பமுடியாது. பாரதியோ பாரதிதாசனோ தங்கள் கவிதைகளை சமூகத்தை முன்வைத்தே எழுதியிருக்கிறார்கள்.

அகம், புறம், இகம், பரம் என்றிருந்த கவிதைகளை சுதந்திரம் என்ற தளத்திலிருந்தே அவர்கள் அணுகினார்கள். அந்தவிதத்தில் பார்த்தால் ஆரூர் புதியவனின் குரலும் சுதந்திரக் குரலாகவே வெளிப்படுகிறது. நவீனக் இலக்கியக்காரர்கள் இக்கவிதைகளை எப்படி எடுத்துக்கொள்வார்கள் என்பதை விடுத்து, இக்கவிதைகளின் தேவையை உணர்ந்துகொண்டால் இதுவே முக்கியமான கவிதைகள் என்னும் நிலைக்கு நாம் வருவோம். அமெரிக்க ஏகாதிபத்தியமும் இந்திய ஏகாதிபத்தியமும் சிறுபான்மையினரின் கழுத்தைத் திருகியெறியச் சட்டங்களையும் திட்டங்களையும் தீட்டிக்கொண்டிருக்கும் இந்நிலையில், கவிதைகளின் வாயிலாக மறுப்பையும் எதிர்ப்பையும் காட்டுவது தவிர்க்கமுடியாததே.

இருண்டு கிடக்கும் வீட்டுக்கு வெளிச்சத்தைக் கொண்டுவருவதே என் கவிதைகள் என மஹ்மூத் தர்வேஷ் எழுதுவார். ஆரூர் புதியவனும் அதைத்தான் தன் கவிதைகளிலும் செய்துவருகிறார். மாட்டிறைச்சிக்குத் தடைவிதிக்கும் அரசை கண்டிக்கவும் மாந்தநேயத்திற்கு எதிராகச் செயல்படும் மந்திரி சபையை நிந்திக்கவும் தனியான துணிச்சல் வேண்டும். உயிரே போனாலும் உரிமையைக் காப்பாற்றும் பணியில் ஈடுபடுபவனே வரலாற்றுப் பக்கங்களுக்கு வாழ்வைத் தருகிறான். “நெஞ்சு பொறுக்குதில்லையே இந்த நிலைகெட்ட மனிதரை நினைத்துவிட்டால்” என்ற பாரதியை பிரச்சாரக் கவியென்று இலக்கிய விமர்சகர்கள் சொல்வதில்லை.

அதே காரியத்தை இன்குலாப்போ, தணிகைச்செல்வனோ, ஆரூர் புதியவனோ செய்தால் இலக்கியத்தில் கூக்குரலுக்கு இடமில்லை என்பார்கள். யார் தயவும் யார் ஆதரவும் ஒரு கவிஞனுக்குத் தேவைப்படுவதில்லை. மாறாக, காலத்தின் கைகளை மட்டும் அவன் பற்றிக்கொண்டால் போதும்.

காலம் அவனை எங்கேயும் தவறவிடாமல் காப்பாற்றிவிடும். இத்தொகுப்பிலுள்ள கவிதைகள், காலத்தின் கைகளைப் பற்றிக்கொண்டு நிற்கின்றன. இழிவு நீக்கவும் அழிவு போக்கவும் சந்நதம் கொண்ட ஒருவராக ஆரூர் புதியவன் எனக்குத் தெரிகிறார்.

துன்பம் வரும்போது சிரியுங்கள் என வள்ளுவர் சொல்லியிருக்கிறார். ஆரூர் புதியவனோ துன்பம் வரும்போதெல்லாம் கவிதைகளைச் சொல்லுகிறார். காவிரி பிரச்சனையானாலும் காவிப் பிரச்சனையானாலும் கவிதைகளே அவருக்குத் துன்பம் தீர்க்கும் மருந்தாக மாறுகிறது. சமீபத்தில், ரூபாய் நோட்டுக்கள் மதிப்பிழப்பு நடவடிக்கையை மோடி அரசு கொண்டுவந்த போது அதை எதிர்ந்து அவர் எழுதிய “மோடிவாசலும் வாடிவாசலும்” என்னும் கவிதை சமூக வலைதளங்களில் வெகுவான கவனத்தைப் பெற்றது.

காலத்தைக் கடந்து அக்கவிதை நிற்குமா? என்பதல்ல பிரச்சனை. காலத்தை ஒட்டி அவர் எதிர்வினையாற்றும் கலகக்கவியாக இருக்கிறார் என்பதே அக்கவிதையின் வாயிலாக நாம் காணக்கூடியது. சதா அரசியல் கூட்டங்களில் பங்கெடுத்து வந்தாலும் கவிதைகளின் கங்குகளை அவர் அணைத்துவிடாமல் பார்த்துக்கொள்கிறார். எரியும் பிரச்சனைகளைப் புகையாக அவர் கவிதைகள் ஊதித்தள்ளிவிடுகின்றன.

பரபரப்பும் பதைபதைப்பும் கூடிய சூழலில் கவிதைகளை எழுதுவது எல்லாருக்கும் எளிதல்ல. அதுவும், யாரோ ஒருவர் கவனிக்கிறார் என்றால் தலைதெறிக்க ஓடிவிடக் கூடிய என்போன்றோர்க்கு ஆரூர் புதியவனைப் பார்த்தால் அதிசயிக்கவே தோன்றும். இவ்வளவு பிரச்சனைக்கு இடையில் அவர் கவிதை எழுதுகிறார் என்பதால் அல்ல. இத்தனை பிரச்சனைகளையும் அவரால் கவிதையாக எழுதிவிட முடிகிறதேயென்று. கல்விப்புலத்தில் பேராசிரியராகவும் அரசியல் தளத்தில் ஆவேசமான செயல்பாட்டாளராகவும் இயங்கிவரும் அதே சமயத்தில் கவிதைகளுக்கும் நியாயம் செய்பவராக அவர் இருப்பது குறிப்பிடத்தக்கது. இவ்வளவு வார்த்தைகளையும் அவர் எங்கிருந்து பெறுகிறார் என்பதும் இவ்வளவு ஆவேசத்தையும் அவர் கவிதைகள் எவ்வாறு கக்குகின்றன என்பதும் ஆராய்ச்சிக்குரியவை. மனித உரிமை

ஆர்வலராக இருந்துகொண்டு, மாமிசபட்சிகளையும் தாவர கட்சிகளையும் ஒருசேர சிந்திப்பவராக அவர் இருக்கிறார். மனிதனுக்காக இயற்கை சிதைக்கப்படுவதும் மனிதனால் இயற்கை சிதைக்கப்படுவதும் அவர் கண்களில் கண்ணீரை வரவழைக்கிறது. இயற்கைக்காக அழக்கூடிய அவருடைய கவிதைகள், கண்ணீரின் கனத்தால் எடைமிகுந்து விடுகின்றன.

அமெரிக்க அதிபர் ஜார்ஷ் புஷ்மீது ஒருமுறை ஒரு பத்திரிகையாளர் காலணியைக் கழற்றி வீசினார். முன்ததர் அல்ஜைதி என்ற அந்த ஈராக் நாட்டுப் பத்திரிகையாளர், ஏகாதிபத்தியத்திற்கான தன் எதிர்ப்பைக் காலணியால் காட்டினார். அவரைக் குறித்து ஆரூர் புதியவன் ஒருவரே தமிழில் கவிதை எழுதியவர். அச்சம்பவத்தின் வாயிலாக ஈராக் நாட்டுப் பத்திரிகையாளர் வெளிப்படுத்திய கோபத்தை வார்த்தைகளில் வடித்த ஆரூர் புதியவனை, மறைந்த பத்திரிகையாளர் சோலை பாராட்டியிருக்கிறார். தமிழ்ச்சூழலில், கவிதைகளின் வழியே அரசியலைச் சொல்லக்கூடியவர்கள் அருகிவிட்டார்கள் என்பதைவிட இல்லவே இல்லை என்பதுதான் உண்மை. அந்தவிதத்தில் முதன்மையான இடம் ஆரூர் புதியவனுக்கு உண்டு.

சதாம் உசேன் தூக்கிலிடப்பட்டபோது அவர் எழுதிய ஓர் கவிதை மனதை உருக்கக்கூடியது. அக்கவிதையை ரசிக மனோபாவத்தோடு அணுகாமல் சரியான அரசியல் புரிதலோடு எழுதியிருப்பார். சானியா மிர்சாவுக்கு உடை விவகாரத்தில் பிரச்சனை எழுந்தபோதும் அப்படித்தான். அயோத்தி தீர்ப்பு குறித்து "மனுநீதி இப்போது மணி அடிப்பவர்க்கான நீதியாக மாறிவிட்டது" என்பதில் ஒருநிமிடம் யோசிக்க வைத்துவிடுகிறார்.

ஆரூர் புதியவனின் கவிதைகளைப் பற்றி எழுதத் சொன்னால், இந்தக் கவிதைத் தொகுப்பைவிட அதிகமான பக்கங்களை நான் ஆக்ரமித்துவிடுவோனோ என்னும் அச்சம் எனக்கு ஏற்படுகிறது. காரணம், அவர் கவிதைகளோடு அரசியலையும் முன்வைப்பதால் கூடுதலாக எதையாவது சொல்லத் தோன்றுகிறது. "வாழ்க்கையில் எவ்வளவோ சம்பாதிக்கிறீர்கள். வாழ்க்கையை எப்போது சம்பாதிப்பீர்கள்" என அயல்நாட்டு வேலைக்குப் போகிறவர்களைக்

கேட்டிருப்பார். அதைக் குறிப்பிடலாமென்றால் அதைவிட இன்னொரு கவிதையில் இப்படி எழுதியிருக்கிறாரே என சொல்லத் தோன்றுகிறது. ஒரு கவிதையைப் பற்றி எண்ணிக்கொண்டிருக்கும்போது இன்னொரு கவிதை என்னை பேசாமல் விட்டுவிடாதே எனச் சொல்கிறது. இப்படித் தொகுப்பு முழுக்க நெகிழவும் மகிழவும் வைக்கின்ற அநேக நல்ல கவிதைகளை இத்தொகுப்புக் கொண்டிருக்கிறது. ஒரே வாசிப்பில் வாசித்துவிடக்கூடியவைதான். என்றாலும், மறுபடி மறுபடி யோசிக்க வைப்பதில் இக்கவிதைகள் ஒரே மாதிரியானவையல்ல.

ஆரூர் புதியவன் என் நண்பர்களில் ஒருவராகக் கிடைத்தது நான்பெற்ற பேறுகளில் ஒன்று. அதுவும், அவர் கவிஞராக இருப்பது அதைவிட சிறந்தது. நல்ல கவிஞராக என்பது அதைவிட அதைவிட என்று அவரைப் புகழத் தோன்றுகிறது. அணிந்துரையாக எழுத ஆரம்பித்து அன்புரையாக இக்கட்டுரை முடிந்துவிட்டது. ஏனெனில், அன்பையே அணியாக அதாவது அழகாகக் கொண்டிருப்பவர் ஆரூர் புதியவன்.

அவருடைய அரசியல் வெற்றி மக்களின் கைகளில் இருக்கிறது. இலக்கிய வெற்றிகளோ அவர் கையில் இருக்கிறது. இரண்டிலும் அவர் வெற்றி பெறுவதே என் விருப்பம். அரசியலையும் இலக்கியத்தையும் அவர் வேறாகப் பார்ப்பதில்லை. அவருக்கிருக்கும் ஒரே ஒரு சிக்கல், அரசியல் தளத்திலுள்ளவர்கள் அவரை இலக்கியவாதியாகப் பார்க்கிறார்கள். இலக்கிய தளத்திலுள்ளவர்கள் அவரை அரசியல்வாதியாகப் பார்க்கிறார்கள். என்னைப் போன்றவர்கள் அவரை இரண்டாகவும் பார்க்கிறோம். ஆனால், ஆரூர் புதியவனோ எல்லாவற்றையும் எல்லோரையும் ஒன்றாகப் பார்க்கிறார். ஒன்றே அவர் எழுத்து. ஒருவனே அவர் கொள்கை. ஒன்றுக்கு மேல் ஒன்றுமில்லை.

திராவிடச் சந்நியாசி

சின்னச் சின்ன சமரசங்கள் செய்தாவது வாழ்வை நடத்தும் கட்டாயத்திலிருக்கும் நமக்கு, இறுதிவரை ஒருவர் சமரசமில்லாமல் வைராக்கியத்தோடு வாழ்ந்திருக்கிறார் என்பதைக் கேட்க ஆச்சர்யம் ஏற்படுகிறது. அப்படியெல்லாம் ஒருவர் வாழ்வது சாத்தியமே இல்லையென விவாதிக்கும் அதே தருணத்தில், அறம் சார்ந்த நம்முடைய மதிப்பீடுகள் எந்த அளவுக்கு மாறிப்போயிருக்கின்றன என்பதையும் யூகிக்க முடிகிறது. அறன் வழிபட்டதே வாழ்வென்னும் சிந்தனையிலிருந்து ஒரு சமூகம் விடுபடுவது அபாயகரமானது. ஆனால், தன் மொத்த வாழ்வையும் அறத்துடனும் அர்த்தத்துடனும் அமைத்துக்கொண்டவர் மூத்த பத்திரிகையாளர் சின்னக்குத்தூசி.

மூத்த பத்திரிகையாளர் என்னும் பதத்தில் அவர் அறியப்பட்டாலும் அதுமட்டுமே அவருடைய அடையாளம் இல்லை. நான் சொன்ன அறம் சார்ந்த வைராக்கியத்தின் அடையாளங்களில் அவரும் ஒருவர். திருவாரூர் இரா. தியாகராஜன் என்னும் இயற்பெயரைக் கொண்ட சின்னக்குத்தூசியின் கருத்துக்களிலும் எழுத்துகளிலும் முரண்படுகிறவர்கள்கூட, அவருடைய வாழ்வியல் நெறிகளில்

சந்தேகம் எழுப்பியதில்லை. தவ வாழ்வு என்று சொல்லத்தக்க வாழ்வே அவருடையது. பத்திரிகைத்துறையில் காலூன்றும் கனவுகளோடு சென்னை வரும் எவரையும் ஆதரித்து அரவணைத்து அவர்களின் உயர்வுக்கு உதவக்கூடிய ஸ்தானத்தில் அவர் இருந்திருக்கிறார். திராவிட இயக்கக் கொள்கைகள் மீது அவர் கொண்டிருந்த பற்றுறுதி பாசாங்கோ பம்மாத்தோ அற்றது. பிராமணச் சமூகத்தைச் சேர்ந்த ஒருவர், திராவிட இயக்கக் கொள்கைகளைத் தூக்கிப்பிடித்தார் என்று சொல்லி அவருடைய மாண்புகளைக் குறைப்பதில் எனக்கு விருப்பமில்லை.

அவர் எந்தச் சமூகத்தில் பிறந்திருந்தாலும் இதே பற்றையும் இதே உறுதியையும் கொண்டிருப்பார் என்றுதான் சொல்லத் தோன்றுகிறது. ஐம்பதுகளில் கம்யூனிஸ்ட் கட்சியில் தீவிரமாக இயங்கிய மணலூர் மணியம்மாளுடன் இணைந்து, ஊர்ஊராகச் சோவியத் ரஷ்யாவின் சிவப்புப் புத்தகங்களை மாநாடுகளிலும் பொதுக்கூட்டங்களிலும் தலையில் சுமந்தபடி விற்கத் தொடங்கியதில் அவர் வாழ்வு தொடங்கியிருக்கிறது.

அதன்பின் திராவிட இயக்கக் கொள்கைகளால் ஈர்க்கப்பட்டிருக்கிறார். களநிலவரத்தைக் கருத்திற்கொண்டும் இடைவிடாத வாசிப்பிலிருந்தும் அவர் பெற்றுக்கொண்ட அனைத்தையும் பத்திரிகை வாயிலாகப் பொதுவெளியில் பகிர்ந்துகொள்ள எழுத்தைத் துணையாகக் கொண்டிருக்கிறார். ஒருவிதத்தில் அவருமே திராவிட இயக்கப் பாசறைப் போராளியாகத் தன்னை வரித்துக்கொள்ள காலம் கட்டாயப்படுத்தியிருக்கிறது.

ஒன்றுபட்ட தஞ்சை மாவட்டத்தில் அன்று நிகழ்ந்து வந்த சாதிய வன்கொடுமைக்கு எதிராக முழக்கமிடத் துணிந்த அவர், முழுதாகத் தன் வாழ்வையே அர்ப்பணிக்கும் முடிவுக்கு வந்திருக்கிறார். பொதுவாழ்வில் ஈடுபாடுடைய தலைவர்களில் ஒருசிலர் திருமண வாழ்வைத் துறந்திருக்கிறார்கள். ஆனால், பத்திரிகைப் பணியில் பொதுவாழ்வை மேற்கொண்ட சின்னக்குத்தூசியும் திருமணத்தைத் தவிர்க்க எண்ணியது எதன் உந்துதலால் என்பதை அவர் எங்கேயும் தெரிவிக்கவில்லை. அல்லது தெரிவித்தது எனக்குத் தெரியவில்லை. ஒருவருக்கு ஒரு கொள்கைமீது அளவுகடந்த பற்றில்லாமல் சொந்த

வாழ்வைச் சுருக்கிக்கொள்ள மனம் வராது. மிகமிக வசதி குறைந்த திருவல்லிக்கேணி வல்லப அக்ரஹாரத்திலுள்ள பாரடைஸ் மேன்ஷனில்தான் அவருடைய கடைசிக் காலங்கள் கழிந்தன. அவரை இழந்த அந்த மேன்ஷன் தற்போது பாரடைஸ் லாஸ்ட்டாகக் காட்சியளிக்கிறது.

அவரையும் அவர் பத்திரிகைகளில் எழுதிவந்த அரசியல் விமர்சனக் கட்டுரைகளையும் தொடர்ந்து கவனித்து வந்திருக்கிறேன். ஆதாரத்துடன் கட்டுரைகளை அணுகும் அவருடைய வாதப்பிரதிவாதமுறை வேறு எவர்க்கும் வாய்க்காதது. காலங்களையும் சம்பவங்களையும் மிகச் சரியாகக் குறிப்பிட்டு அவர் எழுதியவை, திராவிட இயக்கங்கள் பாதுகாக்க வேண்டிய பொக்கிஷங்கள்.

ஆயிரக்கணக்கில் அவர் எழுதிய கட்டுரைகளில் ஒருசிலவற்றை "நக்கீரன்" தொகுத்து வெளியிட்டிருக்கிறது. முத்துச்சரம், பவளமாலை, புதையல், கருவூலம், பெட்டகம், களஞ்சியம் முதலிய தலைப்புகளில் பதினைந்துக்கும் மேற்பட்ட நூல்கள் வெளிவந்துள்ளன. புதுமைப்பித்தன் பதிப்பகம் வெளியிட்ட "முத்தாரம்" நூலிலும் பல முக்கியமான கட்டுரைகள் இடம்பெற்றுள்ளன.

மாதவி, தென்றல், முரசொலி, நவசக்தி, பிரசண்ட விகடன், அலைஓசை, எதிரொலி, நக்கீரன், நாத்திகம், ஜூனியர் விகடன் ஆகிய பத்திரிகைகளில் அவர் பணியாற்றியிருக்கிறார். பத்திரிகை எதுவாயினும் அவருடைய பணியென்பது திராவிட இயக்கச் சார்பையே கொண்டிருந்தது. ஓர் எழுத்தாளரோ அல்லது ஓர் அரசியல்வாதியோ சம்பந்தப்பட்ட விஷயத்தில் தனக்குள்ள கருத்தை, சார்பு நிலையிலிருந்து தெரிவிக்கலாம். ஆனால், ஒரு பத்திரிகையாளர் அப்படியான சார்புடன் செயல்பட வாய்ப்பில்லை. ஏனெனில், பத்திரிகையாளர் என்பவர் இரண்டு பக்கங்களையும் பார்க்கவேண்டிய கடப்பாடு உடையவர்.

நடுநிலை என்னும் சொல்லுக்கு நியாயமும் நீதியும் செய்யக்கூடிய இடத்தில் அவர் இருக்கிறார். அதுமட்டுமல்ல, அவர் அந்நிலையிலிருந்து தவறுவது முறையோ மரபோ அல்ல. இருந்தாலும், சின்னக்குத்தூசி திராவிட இயக்கக் கருத்து

நிலையிலிருந்தே தம்முடைய அரசியல் விமர்சனங்களை அளித்துவந்தார். யாரும் நடுநிலையாக இருக்க முடியாது, இருக்கவும் கூடாது என்பதே அவர் வாதமாயிருந்தது. இனத்தையும் மொழியையும் பிரதானப்படுத்தும் பல பத்திரிகையாளர்களுக்கு அவரே ஆதர்சமாக விளங்கியிருக்கிறார்.

நடுநிலை என்று சொல்லிக்கொண்டு, அவரவர் தங்கள் அபிப்ராயங்களைக் கருத்துக்களாக அளித்துவந்த காலத்தில் என் கருத்துக்கள் சார்புடையனவே எனச் சொல்லும் தைரியம் அவருக்கிருந்தது. அரசியல் நிலைப்பாடுகள் ஒட்டி எடுக்கப்படும் முடிவுகள் நடுநிலை சார்ந்ததாக இருக்கமுடியுமா? என்னும் கேள்விக்கு, "அரசியல் விமர்சனங்களில் நடுநிலை என்று ஒன்று இருப்பதாக நான் நம்பவில்லை. நான் இன்ன கட்சிக்காரன் என்று பட்டவர்த்தனமாக வாசகர்களுக்குத் தெரியும் வகையில் இருப்பதால் எனது எழுத்துக்களைப் படிக்கும் வாசகர்கள் எவரும் ஏமாற வாய்ப்பே இல்லை" என்றிருக்கிறார்.

தவிர, "பொதுப்படையாக எல்லாரும் அயோக்கியன் என்று எழுதுவதுதான் நடுநிலை என்றால் அதன் உண்மைத் தன்மை ஆராயப்பட வேண்டியது" எனவும் சொல்லியிருக்கிறார். "நான் திராவிட இயக்கத்தின் அனுதாபி, கலைஞரை ஆதரிப்பவன் என்ற உணர்வோடுதான் என்னுடைய கட்டுரைகள் படிக்கப்படுகின்றன. அப்படியிருக்கையில், பிறருடைய நம்பிக்கைகளைப் பெறுவதற்காக நடுநிலை என்னும் முகமூடியை அணிந்துகொள்ள வேண்டியதில்லை" எனவும் அறிவித்திருக்கிறார்.

தீர்க்கமும் தெளிவும் மிக்க சின்னக்குத்தூசியின் பங்களிப்பைக் கணக்கிலெடுத்துக் கொள்ளாமல் திராவிட இயக்கங்களின் வெற்றி இல்லை. இன்றும் திராவிட இயக்கம் என்னும் பதாகையில் இயங்கிவரும் அ.தி.மு.க.வையும் தே.மு.தி.க.வையும் ஆதரித்துச் சின்னக்குத்தூசி ஒரு கட்டுரைகூட எழுதியதில்லை. அதைவிட, அவ்வியக்கங்களை அவர் திராவிட இயக்கங்களின் பட்டியலிருந்து தவிர்த்தே வந்திருக்கிறார். மதவாதத்திற்கு எதிராகவும் சமூகநீதிக்கு ஆதரவாகவும் செயல்படுபவையே திராவிட இயக்கங்கள் என்னும் தெளிவை அவர் எங்கேயும் விட்டுக்கொடுத்ததில்லை.

சமயத்தில் திராவிட இயக்கங்களே எதார்த்தச் சூழலுக்கேற்ப தங்கள் முடிவுகளை மாற்றிக்கொண்டு தேர்தலில் எதிரணியுடன் கூட்டணியமைத்தபோதும்கூட, அவர் தான் கொண்டிருந்த திராவிடக்கருத்தியலை மாற்றிக்கொள்ள முனைந்ததில்லை. திராவிட இயக்கங்கள் விமர்சனத்திற்கு அப்பாற்பட்டவை அல்ல. சொல்லப்போனால், எது ஒன்றையும் விமர்சிக்கக் கற்றுக்கொடுத்ததே அவ்வியக்கங்கள்தான் எனும்போது, அவற்றை விமர்சிப்பதில் எந்தத் தவறும் இல்லை. இருந்தாலும், திராவிட இயக்கத்தின் தேவையை உத்தேசித்தே அவருடைய கட்டுரைகள் எழுதப்பட்டன.

அரசியல் களத்தில் மாற்றை முன்வைத்த இயக்கங்களுக்கு, திராவிட இயக்கப் பார்வையிலிருந்து பதிலளித்த அவருடைய பணி குறிப்பிடத்தக்கது. ஒட்டுமொத்தமாகத் திராவிட இயக்கங்கள் எதையுமே செய்யவில்லை என்னும் கூக்குரல் இப்போது எழுந்திருக்கிறது. கழகங்கள் இல்லாத தமிழகமே தங்கள் கனவு எனப் பாரதிய ஜனதா கட்சியும் ஒருசில தமிழ்த் தேசிய அமைப்புகளும் முழங்கி வருகின்றன.

திராவிட இயக்கங்கள் தாங்கள் செய்த சாதனைகளைக்கூட, பொதுச் சமூகத்திற்குச் சொல்லாததன் விளைவே இப்படியான விமர்சனங்கள் எழக் காரணம். இந்த இடத்தில்தான் சின்னக்குத்தூசியின் அரசியல் விமர்சனக் கட்டுரைகள் முக்கியத்துவம் பெறுகின்றன. உண்மையில், திராவிட இயக்கங்களைப் புறக்கணிக்கக்கூடிய சக்தியை, அவற்றை எதிர்க்கும் எந்த இயக்கமும் பெறவில்லை. தங்களுடைய அரசியல் செல்வாக்கைப் பெருக்கிக்கொள்ள அதையும் இதையும் முழக்கமாக வைக்கிறார்களே தவிர, அவர்களால் திராவிட இயக்கத்தின் வேரை அசைக்க முடியும் என்று நம்புவதற்கில்லை.

தங்கள் பலத்தை உணராத கட்சிகள் திராவிட இயக்கங்களுக்கு எதிராக அணிதிரள்வதன் பின்னாலுள்ள அரசியல் நமக்கு விளங்காமலில்லை. முன் எப்போதையும்விட மதச் சார்புள்ள அமைப்புகள் தலைவிரித்தாடத் தொடங்கியுள்ள இச்சந்தர்ப்பத்தில் அவற்றின் ஆட்டத்தை நிறுத்தவும் கால்களை உடைக்கவும் திராவிட இயக்கத்துடன் இடதுசாரிகள் கைகோர்த்திருப்பது நல்ல அறிகுறி. எது? எங்கே? எப்போது?

நடந்தது என்பதை யார் வேண்டுமானாலும் சொல்லிவிடலாம். ஆனால், நடந்த அச்சம்பவம் ஏன் நடந்தது? எதற்காக நடந்தது? என்பதைச் சொல்வதற்குச் சின்னக்குத்தூசி போன்றோர் தேவைப்படுகிறார்கள். ஐம்பதாண்டுக்காலப் பத்திரிகை வாழ்வில், அவர் எத்தனையோ சம்பவங்களுக்குப் பின்னாலிருந்த அரசியலைத் தெரிந்து வைத்திருந்தார்.

திராவிட இயக்கக் கருத்தியலுக்கு எதிர்நிலையில் இருப்பவர்களும் அவர்மீது வைத்திருந்த அன்பும் மரியாதையும் அளப்பரியன. இருபதாம் நூற்றாண்டு நிகழ்வுகளின் மனிதக் கணினியென்று அவர் புகழப்பட்டிருக்கிறார். நடமாடும் தகவல் களஞ்சியம் என்றும் அரசியல் தட்பவெப்பத்தைக் கணிக்கும் அளவுமானி என்றும் அவரைப் பலரும் வியந்திருக்கிறார்கள். தன்னை உணர்ந்திருந்த சின்னக்குத்தூசிக்கு, தான் என்னவாக பார்க்கப்படுகிறோம் என்பதை அறிந்துகொள்ளும் ஆவலோ அக்கறையோ துளியும் இருந்ததில்லை.

கடனே என்று சமூகப்பணியைக் கருதாமல், கடமையாகத் தன் காரியங்களைச் செய்துவந்த அவருடைய அறிமுகத்தில் எத்தனையோ இளம் குருத்துக்கள் துளிர்த்திருக்கின்றன. இரண்டாயிரமாவது ஆண்டுகளின் தொடக்கத்தில்தான் அவர் எனக்கு அறிமுகம். நக்கீரன் பொறுப்பாசிரியரும் என் அத்தியந்த நண்பருமான கோவி. லெனினே அவரை எனக்கு அறிமுகம் செய்துவைத்தார். மேலே கூறிய அதே பாரடைஸ் மேன்சனில்தான் அந்த அறிமுகவிழா அரங்கேறியது. என்னுடன் இயக்குநர் மீரா கதிரவனும் வந்திருந்தார். நாங்கள் அவரைச் சந்திக்க போயிருந்தபோது அவர் புலனாய்வுத் துறையின் விசாரணைக்கு உட்பட்டிருந்தார்.

அண்ணன் நக்கீரன் கோபாலை கைதுசெய்யும் பொருட்டு அவருடன் நெருங்கிப் பழகிவந்த பலரையும் காவல்துறை கண்காணிப்பு வளையத்திற்குள் வைத்திருந்த சமயம் அது. அரச பயங்கரவாதத்தைத் தொடர்ந்து எதிர்த்துவந்த நக்கீரனில் அக்காலங்களில் சின்னக்குத்தூசி எழுதிய காத்திரமான கட்டுரைகள் ஆளும் தரப்பை அச்சுறுத்தின. ஆகவே, கண்காணிப்பு வளையத்திற்குள் சின்னக்குத்தூசியும் சிக்கியிருந்தார். அறிமுகப் படலம் முடிந்து அவர் எங்களுடன் உரையாடத் தொடங்குவதற்குள் கேள்விமேல்

கேள்வியாகக் காவல்துறை கேட்டுக்கொண்டிருந்தது. அவரோ எதற்குமே சலிக்காமல் எல்லாக் கேள்விகளுக்கும் புன்னகை வரவழைக்கும் பதில்களைத் தந்துகொண்டிருந்தார். விசாரணைக்கு நடுவிலேயே எங்களை அமர்த்திக்கொண்டு, எங்கள் கடந்தகாலத்தையும் எதிர்கால லட்சியங்களையும் தெரிந்துகொண்டார். அவரிடம் நாங்கள் லட்சியங்களாகச் சொல்லியவற்றை இப்போது நினைத்தால் என்னவோபோல் இருக்கிறது.

புலனாய்வுத்துறையின் நெருக்குதலிலும் அவர் பதற்றமே இல்லாமல் பதிலளித்த காட்சி இப்போதும் நிழலாடுகிறது. இரண்டு வாக்கியங்களை அவர் எங்களுடன் பேசுவதற்குள், நாலைந்து முறையாவது புலனாய்வுத்துறை குறுக்கிட்டது. நானோ மீராகதிரவனோ கோவி. லெனினோ அவர் இடத்தில் இருந்திருந்தால் கசப்பையும் வெறுப்பையும் காட்டியிருப்போம்.

விசாரிக்க வந்திருந்த அதிகாரிகளில் ஒருவர், "உங்களப் பத்தி தெருவுல விசாரிச்சோம். யாரும் நல்ல அபிப்ராயம் சொல்லலையே" என்றார். "என்னை யாரென்றே தெரியாத அவர்கள் என்னப்பற்றி நல்ல அபிப்ராயம் வைத்திருப்பார்களா, அது மட்டுமல்ல அவங்க ஏன் என்னப்பத்தி நல்லவிதமாக உங்களுக்குச் சொல்லணும்" எனக் கேட்க, கேள்வி கேட்ட அதிகாரி வாயடைத்துப் போனார். உடனே அவருடன் வந்திருந்த இன்னொரு அதிகாரி "உங்களுக்குக் கடவுள் பக்தி இல்லையாமே, சாமி கும்பிட மாட்டீங்களாமே" என ஆச்சர்யத்துடன் வினவினார்.

அவர் சாமி கும்பிடாதவர் என ஊருக்கே தெரிந்த விஷயத்தைப் பாமரத்தனமாகக் கேட்கிறாரே, எதுவுமே தெரியாத இவர் எப்படி அதிகாரியானார் என்னும் சந்தேகம் எங்களுக்கு எழுந்தது. தெரிந்தே இருந்தாலும் தெரியாதது போலத்தான் ஆரம்பிப்பார்களோ என்னவோ? சாமி குறித்த கேள்வி கேட்ட அதிகாரி உற்று சின்னக்குத்தூசியின் முகத்தைப் பார்க்க, "யாருங்க எனக்குச் சாமி இல்லையின்னு சொன்னது, எனக்கு சாமி உண்டுங்க. காலையில எழுந்திரிக்கும்போது சாமிய பாக்குறேன். தூங்கும்போதும் சாமிய பாக்குறேன்.

யுகபாரதி □ 73

எனக்கு பின்னாடி போட்டோவே இருக்கு பாருங்க. அதாங்க என்னோட சாமி" என்று சொல்ல, அதிகாரிக்கு வியர்க்கத் தொடங்கியது. சின்னக்குத்தூசி கைதூக்கி காட்டிய போட்டோவில் பெரியார் ஈ.வெ. ராமசாமி சிரித்துக்கொண்டிருந்தார்.

விசாரணை முடிவுக்கே வரவில்லை. நீண்டு கொண்டே இருந்தது. சம்பந்தா சம்பந்தம் இல்லாமல் புலனாய்வுத் துறை அதிகாரிகள் அவரைக் குடைந்துகொண்டிருந்தார்கள். ஒரு கட்டுரைக்கு எவ்வளவு தருவார்கள்? ஒரு கட்டுரையை எழுத எத்தனை மாதமாகும்? எழுதிய கட்டுரையைப் போஸ்ட்டில் அனுப்புவீர்களா? கொரியரில் அனுப்புவீர்களா? என அவர்கள் கேட்பதைப் பார்த்துக்கொண்டிருந்த எங்களுக்கு அவர்கள் விசாரிக்க வந்திருக்கிறார்களா இல்லை பேட்டி எடுக்க வந்திருக்கிறார்களா என்பது விளங்கவில்லை. இடையில் கொஞ்சம் நேரம் சின்னக்குத்தூசி எங்கள் பக்கம் திரும்பி, திரைப்படத் துறை குறித்தும் இசை குறித்தும் உரையாடுவார். மறுபடி விசாரணையை அவர்கள் தொடருவார்கள். பார்க்க விநோதமாகவும் வெறுப்பாகவும் இருந்தது.

ஒரு மூத்த பத்திரிகையாளரை இப்படியெல்லாமா காவல்துறை இம்சிக்கும் என்றிருந்தது. அதைவிட, சின்னக்குத்தூசி எங்களிடம் உரையாடியதையும் அவ்வதிகாரிகள் ஏன் தங்கள் குறிப்பேட்டில் எழுதிக்கொண்டார்கள் என இன்றுவரை புரியவே இல்லை. விசாரணை அதிகாரிகளின் உடல் மொழியும் உண்மையை அறிய அவர்கள் எடுத்துக்கொள்ளும் முயற்சியும் எத்தகையன என்பதை அதுவரை நாங்கள் அறிந்திருக்கவில்லை. விசாரிக்க வந்தவர்களுக்குத் தேநீரும் உணவும் கொடுத்துச் சின்னக்குத்தூசி உபசரித்தது உட்பட.

ஒருவழியாக அவர்கள் கிளம்பிவிடுவார்கள் என்று பார்த்தால் இரவு உணவையும் அங்கே முடித்துவிட்டுத்தான் கிளம்புவார்கள் போலிருந்தது. என்ன சாப்பிடுறீங்க சார் என்று சின்னக்குத்தூசி எங்களைப் பார்த்துக் கேட்கும்போது நேரம் போகட்டுமே என்றார் ஒரு அதிகாரி. அவர் முகம் இன்னமுமே எனக்கு மறக்கவில்லை. காவல்துறையின் புலனாய்வுத்துறை அதிகாரிகளை வரிசையாக நிற்க வைத்து அவரை அடையாளம் காட்டச் சொன்னால் பதினேழு வருடத்திற்கு முன் பார்த்த

அவரைச் சரியாகக் காட்டிவிடுவேன். அப்படிப் பதிந்திருக்கிறது அந்த அதிகாரியின் முகம். வெகுநேரம் கழித்து அவர்கள் கிளம்பினார்கள்.

முதலில், உங்களைப் பற்றித் தெருவில் யாருக்குமே நல்ல அபிப்ராயம் இல்லையென்ற அதிகாரி, விடைபெறும்போது, "நீங்கள் ரொம்ப நல்லவராய்த் தெரிகிறீர்கள்" என்றார். அண்ணன் கோபாலைப் பற்றி துப்புத் துலக்கவந்த அதிகாரி, தன்னைத் துலக்கிக்கொண்டு வெளியேறியதும் நாங்களும் புறப்பட்டு விட்டோம். வாகன வசதியில்லாத எங்களுக்குப் பேருந்தைப் பிடிக்கும் அவதி. சுவாரஸ்யம் நிறைந்த அந்தச் சந்திப்பிலிருந்து சமயம் வாய்க்கும்போதெல்லாம் அவரைச் சந்தித்திருக்கிறேன்.

ஒவ்வொரு சந்திப்பிலும் என் உடனிருந்த கோவி. லெனின், தன்னைச் செதுக்கியதில் சின்னக்குத்தூசிக்குப் பெரும் பங்குண்டென நெகிழ்ந்திருக்கிறார். அவர் மட்டுமல்ல. அவரை அறிந்த அத்தனைபேருமே அப்படித்தான் சொல்வார்கள். அப்போதெல்லாம் ஞாயிற்றுக்கிழமைகளில் சின்னக்குத்தூசிக்கான மதிய உணவு லெனின் வீட்டிலிருந்துதான் போய்க்கொண்டிருந்தது. ஓரிருமுறை நானும் லெனினுடன் மேன்ஷன்வாசல்வரை உணவுப் பையைத் தூக்கியிருக்கிறேன்.

பெரியாருக்கு குத்தூசி குருசாமி, காமராஜருக்கு டி.எஸ். சொக்கலிங்கம், ராஜாஜிக்கு கல்கி இருந்ததைப்போல கலைஞரையே என் பேனா வரித்துக் கொண்டிருக்கிறது என சின்னக்குத்தூசி ஓரிடத்தில் பிரகடனப்படுத்தியிருக்கிறார். கலைஞர்மீது அவர் பேனா கொண்டிருந்த அன்பைக் கட்டுரைகளில் பார்க்க முடிகிறது. வெளிப்படையாக வியந்தோதாத அவர் எழுத்து, திராவிட இயக்க எழுத்தாளர்களிடமிருந்து முற்றிலும் வேறுபட்டது. அவசியம் ஏற்பட்டால் வாக்கியங்களில் ஆங்கிலக் கலப்பை அனுமதிப்பதில் அவருக்குத் தயக்கம் இருந்ததில்லை. வேறு யாராவது ஒருவர் கலைஞரைத் தாக்கிவிட்டால் அவரால் பொறுத்துக்கொள்ளவும் முடிந்ததில்லை. என்றாலும், கலைஞரிடம் அவருமே முரண்படாமலில்லை. ஐக்கிய முன்னணி அரசில் திராவிட முன்னேற்றக் கழகம் அங்கம் வகித்திருந்த சமயம் அது. அப்போது எட்டு மாநிலங்களில்

ஐக்கிய முன்னணியைச் சேர்ந்த கட்சிகளே ஆட்சியிலிருந்தன. ஐக்கிய முன்னணியை வழிநடத்தும் பொறுப்பில் இருந்தவர் காங்கிரஸ் கட்சித் தலைவர் நரசிம்மராவ். ஐக்கிய முன்னணியை வழிநடத்தும் பொறுப்பிலிருந்த அவர், அவ்வப்போது அதிரடியான அறிக்கைகளைக் கொடுத்து ஊடகங்களில் தீனியாகிக் கொண்டிருந்தார். அறிக்கை மட்டுமே விட்டுக்கொண்டிருந்த அவர், ஒருகட்டத்தில் ஹவாலா ஊழலில் குற்றம் சாட்டப்பட்ட ஆறு அமைச்சர்களும் பதவி விலக வேண்டுமெனப் பாய்ந்துவிட்டார்.

அதுகுறித்து முரசொலியில் தலையங்கம் எழுதிய சின்னக்குத்தூசி, “ஊழல் வழக்குகளில் சிக்கியுள்ள அமைச்சர்கள் பதவி விலக வேண்டும் என்பது சரிதான். ஆனால், அதே அளவுகோலின்படி ஒன்றுக்கும் மேற்பட்ட ஊழல் வழக்குகளில் சிக்கியுள்ள நரசிம்மராவ் எப்போது தலைவர் பதவியிலிருந்து விலகுவார்” எனும் கேள்வியை தலையங்கத்தின் முடிவில் எழுப்பியிருக்கிறார். தலையங்கத்தின் தொனி, ஐக்கிய முன்னணியில் அங்கம் வகித்த தி.மு.க. வினுடையதோ அதன் தலைவராயிருந்த கலைஞருடையதோ அல்ல, முற்று முழுக்கச் சின்னக்குத்தூசியினுடையது.

தலையங்கம் வெளிவந்த இரண்டாவது நாளில், ஐக்கிய முன்னணி குறித்தோ அதில் அங்கம் வகிக்கும் கட்சிகள் குறித்தோ முரசொலியில் எதிர்மறையாக முரசொலியில் வருவது நல்லதல்ல என்று எண்ணிய கலைஞர், ஏன் அப்படியெல்லாம் எழுத வேண்டுமெனச் சின்னக்குத்தூசியைக் கண்டிக்கிறார் அல்லது கடிந்து கொள்கிறார். “கூட்டணியில் அங்கம் வகிக்கும் நாமே இப்படியான விமர்சனங்களை வைப்பது அ.தி.மு.க. விற்குச் சாதமாகிவிடுமே” எனும் கருத்தை கலைஞர் தெரிவிக்க, “எட்டு மாநிலங்களில் ஆட்சியிலிருக்கும் கட்சிகள் குறித்து எதையுமே எழுதவேண்டாம் எனில், தினசரி தலையங்கம் எழுதுவது சிரமமாகிவிடாதா?” எனச் சின்னக்குத்தூசி சொல்லியிருக்கிறார்.

உடனே, “நானே தலையங்கம் எழுதுவேன் தெரியும்ல” எனக் கலைஞர் குரலை உயர்த்தியிருக்கிறார். “நீங்கள் எழுதினால் தலையங்கம் பன்மடங்கு சிறப்பாக இருக்கும். இன்னும் நிறையபேர் படிப்பார்கள்” என்று கூறி, அந்த

நொடியிலேயே முரசொலியிலிருந்து வெளியேறியிருக்கிறார். ஒருவரை நேசிக்கிறோம் என்பதற்காக அவர் எடுக்கும் எல்லா முடிவுகளையும் சரியென்று சொல்ல வேண்டிய அவசியமில்லை எனச் சின்னக்குத்தூசி நினைத்திருக்கலாம்.

முரசொலியிலிருந்து வெளியேறிய பிறகும், அவர் திராவிட இயக்கத்தையோ கலைஞரையோ விமர்சித்து எழுதாததைக் கவனத்தில் கொள்ளவேண்டும். தனக்கு ஏற்பட்ட தனிப்பட்ட அனுபவங்களில் இருந்து ஓர் இயக்கத்தை விமர்சிக்கவோ அதற்கு எதிராகச் செயல்படவோ துணியாதவரே சின்னக்குத்தூசி. எழுத்தை எழுத்தால் மட்டுமே எதிர்கொள்ளப் பழகியிருந்த அவர், தன் கட்டுரைகளைக் கடுமையாக எதிர்ப்பவர் யாராயிருந்தாலும் மதிப்பளித்திருக்கிறார்.

தன் கட்டுரைக்குக் கொடுத்த முக்கியத்துவத்தைத் தன்னை எதிர்த்து எழுதியவர்க்கும் தர வேண்டுமென பத்திரிகைகளுக்குப் பரிந்துரை செய்திருக்கிறார். அதனால்தான் தோழர் இரா. ஜவஹர் போன்றோர் அவரைத் "தோழமைத் தந்தை" என்ற சொல்கொண்டு அழைத்திருக்கிறார்கள். தமிழறிஞர் கி.ஆ.பெ. விஸ்வநாதன் மறைந்தபோது விகடனில் பணியாற்றிய நிருபர் ஒருவர் சின்னக்குத்தூசியைச் சந்தித்து, விஸ்வநாதன் குறித்த மேலதிக விபரங்களைக் கேட்டுக்கொண்டுபோய் ஓர் அஞ் சலிக் கட்டுரையை எழுதியிருக்கிறார்.

கட்டுரை வெளிவந்தவுடன் விபரங்களைப் பெற்றுப்போன நிருபர், விகடன் அளித்த காசோலையுடன் வந்திருக்கிறார். "கட்டுரையை எழுதியது நீங்கள். எனக்கு எதற்குக் காசோலை" என்று சின்னக்குத்தூசி அக்காசோலையைப் பெற்றுக்கொள்ள மறுத்துவிடுகிறார். விடாப்பிடியாக "எனக்குத் தெரியாது. அலுவலகத்தில் கொடுத்தார்கள். நான் உங்களிடம் ஒப்படைத்துவிட்டேன்" எனக்கூறி அந்நிருபர் மேசையில் காசோலையை வைத்திருக்கிறார். அப்போதுதான் தனக்கு வங்கிக்கணக்கே இல்லையென்னும் தகவலைச் சின்னக்குத்தூசி தெரிவிக்கிறார். அதன்பின் அக்காசோலை, பணமாகத் திரும்பி வந்திருக்கிறது. அதையும் அவர் பெற்றுக்கொள்ளாமல், பத்திரிகை வாயிலாக உதவி கேட்டிருந்த ஒரு சிறுமியின்

இதய அறுவைச் சிகிச்சைக்கு அப்பணத்தை அனுப்பும்படி சொல்லிவிடுகிறார். உதவி செய்வதே இதயத்திற்கான சிறந்த சிகிச்சையெனச் சின்னக்குத்தூசிக்குச் சொல்லியா தர வேண்டும்?

இளம் பத்திரிகையாளர்களை வாஞ்சையுடன் வரவேற்கும் சின்னக்குத்தூசி, ஒரு பொழுதும் தம்முடைய கருத்துக்களை அவர்களுக்குள் திணித்ததில்லை. மாறாக, அவர்களுக்கு ஏற்படும் சந்தேகங்களை முடிந்தவரை தெளிவுபடுத்தும் பணியையே செய்திருக்கிறார். ஒருமுறை குங்குமம் பத்திரிகையில் "எவர் கிரீன் கலைஞர்" என்னும் கட்டுரை வெளிவந்திருக்கிறது. அதை எழுதிய பத்திரிகையாளர் எம்.பி.உதயசூரியன், தற்போது 'புதிய தலைமுறை' இதழில் ஆசிரியராயிருக்கிறார்.

யோகப் பயிற்சி அமைப்பு நடத்திய விழாவில், கலைஞர் பேசிய பேச்சை முன்வைத்தே அக்கட்டுரை எழுதப்பட்டது. 82 வயதிலும் தாம் இளைஞராக இருக்கக் காரணம், யோகப் பயிற்சியே என்று கலைஞர் கூறியதைத்தான் உதயசூரியன் சுவாரஸ்யமாக எழுதியிருக்கிறார். அப்போது அக்கட்டுரையை வாசித்த சின்னக்குத்தூசி, "தம்பி நம்ம உதயசூரியன்" எனக் கலைஞரிடம் உதயசூரியனை அறிமுகப்படுத்தியிருக்கிறார். "இவருடைய நகைச்சுவைக் கட்டுரைகளை வாசித்திருக்கிறீர்கள் தானே" எனச் சின்னக்குத்தூசி கேட்க, "நம்ம சின்னப் பையனை எனக்குத் தெரியாதா?" எனக் கலைஞர் சிலேடையைச் சிதறவிட்டிருக்கிறார்.

கலைஞர் "சின்ன" பையன் என்றது, உதயசூரியன் நம்முடைய சின்னம் என்னும் அர்த்தத்தில். ஒத்த சிந்தனையுடைய இரண்டு ஆளுமைகள் சிலேடையிலும் வார்த்தை விளையாட்டிலிலும் ஈடுபடுவதில்தான் இலக்கியத்தின் நயமிருக்கிறதோ? திராவிட இயக்கத்தவர்கள் வார்த்தை விளையாட்டுக்களில் விருப்பமுடையவர்களே ஆனாலும், அவர்களுக்கும் சில நேரங்களில் வார்த்தைகளில் சந்தேகம் ஏற்படுவது உண்டு. அப்படி ஒரு சந்தேகம் சின்னக்குத்தூசிக்கு வந்திருக்கிறது. தூமை, லோலாயி ஆகிய வார்த்தைகள் சென்னையில் மட்டுமே புழக்கத்திலுள்ளவை. குழாயடிச் சண்டையில் சர்வ சாதாரணமாகப் பெண்கள் பிரயோகிக்கும் அவ்வார்த்தைகள்

எந்த மொழியிலிருந்து வந்திருக்கும் என்னும் அய்யம் அவருக்கு. பல மொழி பேசக்கூடியவர்கள் கலந்திருக்கும் சென்னையின் மொழி வித்தியாசமான ஓசையைக் கொண்டது.

தமிழே ஆனாலும், அதைத் தமிழ்போல் உச்சரிக்காததால் விநோதமான அர்த்தங்களை அச்சொற்கள் கொண்டுவிடுகின்றன. ஆகவே, அவ்வார்த்தைகள் தமிழ்தானா? என்னும் சந்தேகத்தைத் திராவிட இயக்க ஆய்வாளர் க.திருநாவுக்கரசிடம் சின்னக்குத்தூசி கேட்டிருக்கிறார். "மாதா மாதம் தூமைதான், மறந்துபோன தூமைதான் வளர்ந்து ரூபம் ஆனது" என்று சிவவாக்கியார் பயன்படுத்தியிருப்பதைச் சான்றாகக் காட்டி அது தமிழ்தான் என்று திருநாவுக்கரசு பதிலளித்திருக்கிறார்.

அத்துடன், "ஸ்திரிலோலன்" என்னும் சொல்லின் பெண்பால் விகுதியே லோலாயி என்றும் தெரிவித்திருக்கிறார். சொற்களின் வேர் எதுவாயிருந்தாலும், அது தமிழோடு கலந்துவிட்டதால் அதை என்ன பொருளில் பயன்படுத்த வேண்டும் என்பதில் சின்னக்குத்தூசிக்கு அக்கறை இருந்திருக்கிறது. சமஸ்கிருதக் கலப்பையோ, ஆங்கிலக் கலப்பையோ அவர் வெறுத்தவர் இல்லை என்றாலும் அதைத் தெரிந்துகொள்வதில் அளவுக்கு அதிகமான ஆர்வத்தைக் காட்டியிருக்கிறார். சின்னக்குத்தூசியின் அறையை "ஞானானந்தர் மடம்" என்று விளித்த க.திருநாவுக்கரசு, நீதிக்கட்சி வரலாற்றையும் திராவிட முன்னேற்றக் கழக வரலாற்றையும் எழுதியவர்.

ஆட்சியிலும் அதிகாரத்திலும் பங்குபற்றிய பலருடனும் சின்னக்குத்தூசிக்கு நெருங்கிய தொடர்பு இருந்திருக்கிறது. என்றாலும், அந்தத் தொடர்பைப் பயன்படுத்தி அவர் தனக்காக எதையுமே சாதித்துக் கொண்டதில்லை. அன்றைக்குத் தமிழக முதல்வராயிருந்த கலைஞருடன் தினசரி ஒரு மணிநேரம் தொலைபேசியில் பேசுவதாக எத்தனையோ பத்திரிகையாளர்களும் கவியரசர்களும் மேடையில் பெருமையடித்திருக்கிறார்கள். "நட்டுவைத்த வேல்போல் பொட்டுவைத்த" என்றும் "கூலிங்கிளாஸ் போட்ட குறுந்தொகை" என்றும் புகழ்ந்து, கலைஞருக்கும் தமக்குமுள்ள நெருக்கத்தைக் காண்பித்திருக்கிறார்கள். ஆனால், அவர் நிழலாகவே இருந்துவந்த சின்னக்குத்தூசி, ஒரு இடத்தில்கூட அப்படியான பெருமிதச் சொற்களை வெளிப்படுத்தியதில்லை.

முரசொலியிலிருந்து வெளிவந்திருந்த சமயத்தில், கவிஞர் இளையபாரதி தம் கவிதைநூலை கலைஞர் கையால் வெளியிட விரும்பி, சின்னக்குத்தூசியை அணுகியிருக்கிறார். அப்பொழுதுகூட அவர் அக்கோரிக்கையை ஆற்காடு வீராசாமி மூலமே நிறைவேற்றித் தந்திருக்கிறார். தன்னை எப்போதோ தலையங்கத்திற்காகக் கோபித்துக்கொண்ட கலைஞரைச் சந்திக்க விரும்பாமல் அல்ல. தன்னைச் சந்திக்க நேர்ந்தால் வேலையில்லாமல் இருக்கும் தன்னைக் குறித்த சங்கடம் கலைஞருக்கு ஏற்படுமே என்றுதான். அதே போன்றதொரு நாகரிகத்தை கலைஞரும் சின்னக்குத்தூசியிடம் கடைபிடித்திருக்கிறார்.

ஒருமுறை பெரியாரின் கடவுள் கொள்கையில் திராவிடக் கழகத் தலைவர் கி. வீரமணிக்கும் திராவிட முன்னேற்றக் கழகத் தலைவர் கலைஞருக்கும் இடையே பூசல் வெடித்திருக்கிறது. இரண்டு பேருடனும் இணக்கமாக இருந்த சின்னக்குத்தூசி, அது சம்பந்தமாக வீரமணியைச் சந்தித்துப் பேசியிருக்கிறார். பேசிய தகவலைக் கலைஞரிடமும் தெரிவித்திருக்கிறார். தன்னை விமர்சிக்கும் வீரமணியைச் சந்தித்திருக்கிறாரே எனக் கருதாத கலைஞர், குறிப்பிட்ட விஷயத்திற்கான மறுப்பை, தாமே எழுதுவதாகச் சொல்லி வீரமணிக்கும் சின்னக்குத்தூசிக்கும் இருந்த நட்பைக் காப்பாற்றியிருக்கிறார்.

நண்பர்களுக்கு இடையே தன்னால் சிக்கல் வந்துவிடக் கூடாதென எண்ணிய விஷயத்தில் விடுதலையும் முரசொலியும் போட்டி போட்டுக் கொண்டிருந்திருக்கிறது. விடுதலை திராவிடக் கழக நாளேடு என்பதையும் முரசொலி கலைஞரின் நாளேடு என்பதையும் சொல்ல வேண்டியதில்லையே. ஆற்காடு வீராசாமி நடத்தி வந்த "எதிரொலி"யிலும் சின்னக்குத்தூசி சிறிதுகாலம் பணியாற்றியிருக்கிறார். ஆரம்ப காலத்தில் மிகுந்த பொருளாதார நெருக்கடிக்கு இடையில் எதிரொலியை நடத்திவந்த வீராசாமியின் சிரமங்கள் சின்னக்குத்தூசிக்குத் தெரியாமலில்லை.

கடனில் எதிரொலித்துக் கொண்டிருந்த அப்பத்திரிகையில் சம்பளம் வாங்காமல் பல மாதங்கள் உருண்டோடி இருக்கின்றன. அந்தச் சமயத்தில் எதிர்பாராதவிதமாகச் சின்னக்குத்தூசியின் தந்தை மரணமடைந்துவிடுகிறார்.

ஊருக்குச் செல்லவே பணமில்லை என்னும் நிலையில், எங்கெங்கோ இரண்டாயிரம் ரூபாயை புரட்டி வீராசாமி தந்திருக்கிறார். கைக்கு வந்த இரண்டாயிரம் ரூபாயில் தந்தைக்கான இறுதிக் காரியங்களைச் செய்ய கிளம்புகிறார் சின்னக்குத்தூசி. ஆனால், அவருக்கு முன்பாகவே அவருடைய திருவாரூர் நண்பர்கள் இறுதி காரியத்திற்குத் தேவைப்படும் பணத்தை ஏற்பாடு செய்துவிடுகிறார்கள்.

ஒரு மகனாக அவர் செய்யவேண்டிய கடமையிலிருந்து தவறாதவாறு அவரைத் தாங்கிப்பிடித்த நண்பர்களும் அவரைப் போலவே இருந்திருக்கிறார்கள். நாமெப்படியோ அப்படியே நமக்கு நண்பர்கள் வாய்ப்பார்கள் என்பது பொய்யில்லை. வெறும் இரண்டாயிரத்தை மட்டுமே கொடுத்தனுப்பி இருக்கிறோமே, அது போதாதே என வீராசாமி ஒருபுறம் வருந்திக்கொண்டிருக்க, சின்னக்குத்தூசியோ எல்லா செலவுகளையும் நண்பர்களே பார்த்துக்கொண்டார்களெனக் கொண்டுபோன இரண்டாயிரத்தை மறுபடியும் அவரிடமே திருப்பிக் கொடுத்திருக்கிறார்.

அந்தப் பணத்தில் நின்றுபோக இருந்த 'எதிரொலி' மீண்டும் வந்திருக்கிறது. தேவைக்குக்கூட பணத்தைப் பார்த்துப் பார்த்துச் செலவழிக்கும் குணம் சின்னக்குத்தூசிக்கு இருந்திருக்கிறது. அறம் சார்ந்து வாழ்வதென முடிவெடுத்துவிட்ட ஒருவர், எந்த இக்கட்டிலும் அதிலிருந்து நழுவுவதில்லை. கொள்கைகள் கோட்பாடுகள் எல்லாவற்றையும் விட்டுவிட்டுப் பார்த்தால்கூட சின்னக்குத்தூசி, அண்ணாந்து பார்க்கத்தக்க உயரத்தை எட்டிவிடுகிறார். ஏற்றுக்கொண்ட கொள்கையிலும் வகுத்துக்கொண்ட வழியிலும் அடிபிறழாமல் நடக்க, தன்னைத் தானே வருத்திக்கொண்டிருக்கிறார்.

பல பத்திரிகைகள் அதிக சம்பளம் கொடுத்து, அவரைச் சுவீகரிக்க நினைத்திருக்கின்றன. வறிய வாழ்விலிருந்து தன்னை மீட்டுக்கொள்ள அவருக்குக் கிடைத்த அத்தனைச் சந்தர்ப்பங்களையும் ஒதுக்கி வைத்துவிட்டு, திராவிட இயக்கங்களின் வளர்ச்சிக்குப் பாடுபட்ட அவர், காகிதப் புலியாக மட்டுமில்லாமல் தேவையேற்படும் போதெல்லாம் களப்போராளியாகவும் அவதாரம் எடுத்திருக்கிறார். சங்கீத மும்மூர்த்திகள் பிறந்த திருவாரூரைச் சேர்ந்தவர்

என்பதால் இளவயதிலிருந்தே இசை ஒன்றுதான் அவரை ஆசுவாசப்படுத்தியிருக்கிறது. தமிழிசையிலும் திரைப்படப் பாடல்களிலும் அவருக்கிருந்த ஆர்வத்தைப் பத்திரிகையாளர் கோலப்பன், சின்னக்குத்தூசி நினைவு மலரில் எழுதியிருக்கிறார். ஒருகாலத்தில் கோலோச்சிய நாகசுர, தவில் வித்வான்களின் மேதைமைகள் அவருக்குத் தெரிந்திருக்கிறது.

மதுரைமணி, ஆலத்தூர் சகோதரர்கள், குளிக்கரை பிச்சையப்பா, வேதாரண்யம் வேதமூர்த்தி, காருக்குறிச்சி அருணாச்சலம், திருவாவடுதுறை ராஜரத்னம் எனப் பலரும் அவருடைய இசை ரசனைக்கு வித்திட்டிருக்கிறார்கள். "மந்திரமாவது நீறு" என்ற திருநீற்றுப் பதிகத்தையும் "தில்லைவாழ் அந்தணர் தம் அடியார்க்கும் அடியேன்" என்ற திருத்தொண்டத் தொகையையும் அகார உகாரங்களுடன் அட்சரம் பிசகாமல் கோலப்பனுக்குச் சின்னக்குத்தூசி பாடிக் காட்டியிருக்கிறார்.

'மாதர்ப்பிறை கண்ணியானை' என்னும் பாடலில் வரும், "கண்டேன் அவர் திருப்பாதம், கண்டறி யாதன யாவும் கண்டேன்" என்னும் வரியை மெய்மறந்து சின்னக்குத்தூசி பாடுகையில் ஓடிப்போய் அவருடைய கால்களைக் கட்டிக்கொள்ளலாம் போலிருந்தது எனக் கோலப்பன் வியந்திருக்கிறார். ஜி. என். பாலசுப்ரமணியத்தின் "சொன்னதைச் செய்திட சாகசமா" என்னும் பாடலை அவ்வப்போது விரும்பிக்கேட்கும் சின்னக்குத்தூசிக்கு, அதிகம் பிடித்த பாடகர் என்றால் மதுரை சோமுவே. அவரை அடுத்து மகாராஜபுரம் சந்தானம். இசையை நுட்பத்துடன் ரசிக்கத் தெரிந்த சின்னக்குத்தூசிக்கு, கர்நாடக இசையைக் காட்டிலும் தமிழிசையே முக்கியமாகப்பட்டிருக்கிறது.

வருடந்தோறும் திருவையாற்றில் நடக்கும் தியாகய்யர் உற்சவத்தைக் கொண்டாடக்கூடிய இசைவாணர்கள் தமிழிசையை வளர்த்தெடுத்த முத்துத்தாண்டவர், மாரிமுத்தாப்பிள்ளை, அருணாச்சலக் கவிராயரைக் கொண்டாடுவதில்லையே ஏன்? என ஒரு கட்டுரையில் வேதனைப்பட்டிருக்கிறார். திருவாரூரில் அவதரித்த மூம்மூர்த்திகளுக்கு விழா எடுப்பவர்கள், திருவாரூருக்கு அருகிலேயுள்ள சீர்காழியில் அவதரித்த தமிழிசை மும்மணிகளைப் புறக்கணிப்பதற்குப் பின்னே

உள்ள அரசியலை அக்கட்டுரையில் அலசியிருக்கிறார். தெலுங்கு சமஸ்கிருதக் கீர்த்தனைகளை மதிக்கக்கூடியவர்கள் தமிழிசையை இன்னமுமே தீட்டாகக் கருதும் நிலையை அக்கட்டுரையில் கண்டித்தும் இருக்கிறார்.

சின்னக்குத்தூசியின் கண்டனத்திற்குப் பதிலளித்த பத்திரிகையாளர் சோ, "நாத்திகத்தையும் இந்துமத எதிர்ப்பையுமே முதன்மையாகக் கொண்ட கழகங்களின் பகுத்தறிவுக்கும் சங்கீத உலக சம்பிரதாயங்களுக்கும் என்ன சம்பந்தம்" என்று கேட்டிருக்கிறார். அத்துடன் நில்லாமல், தமிழ் மும்மணிகள் கீர்த்தனைகளை மட்டும்தான் இயற்றியிருக்கிறார்களே தவிர, இசையமைத்துத் தரவில்லையே எனவும் கேட்டிருக்கிறார். 'கீர்த்தனையை இயற்றியவர்களே மெட்டமைத்துத் தர வேண்டுமென்பது விதியென்றால், பாபநாசம் சிவனின் பாடல்கள் பல மேடைகளில் பாடப்படுகின்றனவே அவற்றுக்கெல்லாம் பாபநாசம் சிவனா இசையமைத்தார்?' என்ற சின்னக்குத்தூசியின் கேள்விக்கு, சோவிடம் பதிலில்லை.

மகாராஜா இயற்றி, செம்மங்குடி சீனிவாச அய்யர் இசையமைத்த சுவாதித்திருநாள் கீர்த்தனைகளை மேடைதோறும் பாடுகிறவர்கள் ஏன், அதே மேடைகளில் அரியக்குடி ராமானுஜ அய்யங்கார் இசையமைத்த அருணாச்சலக் கவிராயர் பாடல்களைப் பாடுவதில்லை என்ற கேள்விக்கும் சோ மௌனமே சாதித்திருக்கிறார். விஷயத் தெளிவில்லாமல் எந்தத் தர்க்கத்தையும் சின்னக்குத்தூசி வைத்ததில்லை. ஒருவர் தன்னிடம் முன்வைக்கும் கேள்வி, எந்த அரசியலில் இருந்து எழுப்பப்படுகிறதோ அந்த அரசியலை உள்வாங்கி பதில் சொல்ல அவர் தகவல்களைச் சேகரித்துக் கொண்டே இருந்திருக்கிறார். "ராஜாஜியைப்போல அறிவாளியே இல்லையென்று சொல்கிறவர்கள், தமிழிசை குறித்து அவர் சொல்லியிருப்பதைக் கவனத்தில் எடுத்துக்கொள்ள மறுக்கிறார்கள்.

பாரதியையும் கல்கியையும் கொண்டாடி மகிழ்பவர்கள், தமிழில் பாடவேண்டும் என்ற அவர்களின் கனவை ஈடேற்றத் தயங்குகிறார்கள். காரணம், சாதிப் பித்தால் விளைந்த தமிழ் துவேஷம். "வாதாபி கணபதிம்ப"வுக்குப் பதிலாக

"ஞான விநாயகனே" என்றும் "சித்தி விநாயக தனிசம்" என்பதற்குப் பதிலாக "சரவணபவ எனும் திருமந்திரம் தனை" என்றும் பாடுவதால் இசைக்கு என்ன கேடு வந்துவிடும்" என்ற சின்னக்குத்தூசி, ஆண்டாளின் திருப்பாவையைப் பிரபலப்படுத்திய எம். எல். வசந்தகுமாரியை அக்கட்டுரையில் சிலாகித்திருக்கிறார். "சூடிக்கொடுத்த ஆண்டாள், பாடல்களைப் பாடிக்கொடுத்தாரே அன்றி இசையமைத்துக் கொடுக்கவில்லையே" என்றிருக்கிறார்.

தமிழைப் பாடாமல் இருப்பதற்கு சோ போன்றவர்கள் எதையெல்லாம் காரணமாகச் சொன்னார்களோ அதையெல்லாம் அரசியல் விமர்சனக் கண்ணோட்டத்தில் பார்ப்பது சின்னக்குத்தூசிக்கு வாடிக்கையாய் இருந்திருக்கிறது. "பாடிப் பறந்த குயில்" என்னும் தலைப்பில் எம். எஸ். சுப்புலட்சுமி பற்றி சின்னக்குத்தூசி ஓர் அஞ்சலிக் கட்டுரையை எழுதியிருக்கிறார். அதை எப்போது படித்தாலும் என் கண்கள் கலங்கிவிடும். தமிழிசைக்குத் துணைநின்ற இசையரசியை அதைவிட அழகாக வேறு யாரும் சித்திரித்ததில்லை.

உடல்நலமில்லாமல் இருந்த காந்திக்கு, எம். எஸ். சுப்புலட்சுமியின் பாடல்களே மருந்தாக மாறின என்பதில் தொடங்கி நெகிழ்வான பல சம்பவங்களை அக்கட்டுரையில் அடுக்கியிருப்பார். இசைமேடைகளில் தெலுங்கும் சமஸ்கிருதமும் பெருக்கெடுத்து ஓடிக்கொண்டிருந்த காலத்தில், தேவக்கோட்டை தமிழிசை மாநாட்டில் கலந்துகொண்டு "பெரும்பாலும் தமிழ்ப்பாடல்களைப் பாடமுடியுமா" என்று கேட்டதற்கு, "பெரும்பாலும் பாட முடியாது. வேண்டுமானால் முழுவதும் தமிழ்ப் பாடல்களைப் பாடுகிறேன்" என்ற எம்.எஸ்.ஸை வணங்கித் தொழும்விதத்தில் அக்கட்டுரை அமைந்திருக்கும்.

ஒருவரைப் பாராட்டவோ விமர்சிக்கவோ அவர் வைத்திருந்த தராசின் நடுமுள்ளாக சமூகநீதி இருந்திருக்கிறது. பெரியார், அண்ணா, கலைஞர், காமராஜர், ஈ.வெ.கி.சம்பத், கி.வீரமணி, கண்ணதாசன், ஜெயகாந்தன் எனப் பலருடனும் அவர் கொண்டிருந்த உறவைப் பற்றிச் சொல்லிக்கொண்டே இருக்கலாம். ஒருவர்மீது அவர் வைக்கும் அன்பை எதற்காகவும் விலக்கிக்கொண்டதில்லை. ஒருகாலத்தில் ஒத்த

கருத்துடன் பயணித்தவர்கள் பின்னொரு காலத்தில் வேறு கருத்தைக் கொண்டுவிட்டாலும், அன்பை அடைகாக்க அவர் தவறியதில்லை. வேறு வேறு தலைவர்களுடனும் வேறு வேறு ஆளுமைகளுடனும் பழகும் வாய்ப்பைப் பெற்ற ஒருவர், எல்லோரிடமும் ஒரே மாதிரியாக நடந்துகொள்வது எளிதல்ல. அவர் சொல்வதை இவரிடமோ இவர் சொல்வதை அவரிடமோ வாய்தவறியும் சொல்லிவிடாத சின்னக்குத்தூசியிடம் கற்றுக் கொள்ள நிறைய இருக்கிறது. காலத்தைப் பின்தொடரும் பத்திரிகையாளர்கள் அவருடைய எழுத்துக்களிலிருந்து தங்களை வடிவமைத்துக்கொள்ளலாம்.

பொதுவாக, அரசியல் விமர்சனக் கட்டுரைகளை எழுதுபவர்கள், எதிர் தரப்பினரைத் தாக்குவதையே குறியாக வைத்திருப்பார்கள். தங்களுக்குப் பதில் சொல்ல சாதகமான பகுதிகளை மேற்கோள் காட்டி, தங்கள் தரப்பு நியாயத்தை முன்வைப்பார்கள். ஆனால், சின்னக்குத்தூசி அப்படியல்ல. எதிர்த் தரப்பினரின் வாதத்தை முழுமையாகச் சொல்லிவிட்டே கட்டுரையைத் தொடங்குவார்.

இந்தியாவில் நடந்த முதல் ஊழல் என்று கட்டுரையைத் தொடங்கினால் உண்மையில், அது ஊழலா இல்லை ஊழலாக பார்க்கப்பட்டதா என்பதைச் சொல்லாமல் அக்கட்டுரையை முடிக்கமாட்டார். சம்பந்தப்பட்ட விஷயத்தை அரசியல் கட்சிகள் எப்படிப் பார்த்தன? தொடரப்பட்ட வழக்குகள் எதன் அடிப்படையில் விசாரிக்கப்பட்டன? ஏற்கெனவே நீதிமன்றங்கள் இப்படியான வழக்குகளுக்கு என்னவிதமாகத் தீர்ப்பளித்தன? என்பதையெல்லாம் விளக்கமாக எழுதும்முறை அவருடையது. இரண்டு கட்டில், இரண்டு நாற்காலிகள் மட்டுமே இருக்கும் அவருடைய மிகச்சிறிய மேன்ஷன் அறையில், குவியல் குவியலாகச் கத்திரிக்கப்பட்ட பத்திரிகைக் குறிப்புகள் நிறைந்திருக்கும். தனித் தனி கவர்களில் தலைப்பிட்டு அவற்றையெல்லாம் பாதுகாக்க அவர் பெரும் பாடுபட்டிருக்கிறார்.

அரசியல், இசை, இலக்கியம், அறிவியல் என எதை எடுத்துக்கொண்டாலும், அவரால் அதற்கான தரவுகளைத் தர முடிந்திருக்கிறது. மறைமலையடிகள் பெரியாருக்கு

மன்னிப்புக் கடிதம் எழுதினாராமே என்று யாராவது கேட்டால், "அது 1928இல் நடந்தது என்றும், சுத்த சைவ இரத்த ஓட்டம் உள்ளவர்கள் ஈ.வெ.ராமசாமியையும் சுயமரியாதை இயக்கத்தையும் கொல்லாமல் இருக்கலாமா" என மறைமலையடிகள் குகானந்த சபையில் பேசியதாக வந்த பத்திரிகைச் செய்தியால் விளைந்த விபரீதமென்றும் அவரால் சொல்ல முடியும்.

கூடவே, கடிதத்தில் இடம்பெற்றிருந்த முக்கியமான வாக்கியங்களையும் அதற்குப் பெரியார் எப்படி எதிர்வினையாற்றினார் என்பதையும் சொல்லிவிடுவார். அடிகளாரும் பெரியாரும் அவ்விஷயத்தில் எவ்வளவு நாகரீகமாக நடந்துகொண்டார்கள் என்ற நயத்தலில் சின்னக்குத்தூசி வெளிப்படுவார். 1940களில் நிகழ்ந்த சம்பவம் ஒன்று நினைவுக்கு வருகிறது. பத்திரிகைத் துறையிலுள்ள நெருக்கடிகளையும் அதில் பணியாற்றுபவர்களின் ஏக்கங்களையும் அறிந்துகொள்வது அவசியமாகிறது. 'கோடி கோடியாய் பணம்' என்று தலைப்பிட்டு கட்டுரை எழுதும் பத்திரிகையாளர்கள் அந்த மாதச் சம்பளத்திற்குப் படும் அவஸ்தைகள் வாசகர்களின் பார்வைக்கு வருவதில்லை.

அக்காலத்தில் 'தினமணியில் உதவி ஆசிரியராக இருந்த எஸ்.எஸ்.மாரிசாமி 'சுயராஜ்யம்' எனும் நூலில் சுதந்திரத்திற்கு முன்பிருந்த பத்திரிகையாளர்களின் வாழ்வை எழுதியிருக்கிறார். அப்போது ஆசிரியர் பொறுப்பிலிருந்தவர் 'பேனா மன்னன்' என்றழைக்கப்பட்ட டி.எஸ்.சொக்கலிங்கம். மாரிசாமியுடன் புதுமைப்பித்தன், சிவசிதம்பரம், வெங்கடராஜுலு, ஏ.ஜி.வெங்கடாச்சாரி, சந்தானம், காசி விஸ்வநாதன் ஆகியோரும் பணியாற்றியிருக்கிறார்கள். அப்போது 'தினமணி' குழுமம் மிகக் குறைந்த சம்பளத்தையே வழங்கியிருக்கிறது. அதையும் மொத்தமாகத் தராமல் ஐந்து, பத்தாக தந்திருக்கிறது.

பொறுத்துப் பொறுத்துப் பார்த்துவிட்டு எல்லோரும் ஒன்றிணைந்து கூட்டாக அதன் நிறுவனர் கோயங்காவிடம் சம்பளம் போதவில்லை என்று கோரிக்கை வைத்திருக்கிறார்கள். கோரிக்கையை நிறைவேற்ற வேண்டிய கோயங்காவோ கோபமாகிவிடுகிறார். "நஷ்டத்தில் பத்திரிகை இயங்கிக் கொண்டிருப்பதால் சம்பளத்தை உயர்த்தியோ மொத்தமாகவோ

தரமுடியாது...'' எனவும் சொல்லிவிடுகிறார். உண்மையில், நஷ்டத்தில் இயங்கிக்கொண்டிருந்தது அதே குழுமத்தில் இருந்து வெளிவந்த ஆங்கில ஏடான 'இந்தியன் எக்ஸ்பிரஸ்'தானே அன்றி, 'தினமணி' அல்ல.

பத்திரிகைத்துறையோ பலசரக்குக் கடையோ எங்கே இருந்தாலும் முதலாளிகள் முதலாளிகள் தானே? தன்னிடம் வேலை செய்பவர்கள் தனக்கு அடங்கி நடக்காமல் கேள்வி எழுப்புகிறார்களே என்றதும் கோயங்காவாலும் ஏற்றுக்கொள்ள முடியவில்லை. வானுக்கும் பூமிக்கும் குதித்த அவர், இவர்களுடைய கோரிக்கைக்குக் கிஞ்சித்தும் செவி சாய்க்கவில்லை. உடனே கோயங்காவை மிரட்டுவதாக நினைத்துக்கொண்டு அத்தனை பேரும் ராஜினாமா செய்வதாகக் கடிதம் எழுதியிருக்கிறார்கள்.

ராஜினாமா கடிதத்தை எழுதும் ஐடியாவைக் கொடுத்தவர் சிறுகதை முன்னோடியான எழுத்தாளர் புதுமைப்பித்தன். ஒவ்வொருவரும் தனித் தனியாக ராஜினாமா கடிதத்தை எழுதியனுப்ப, கோயங்காவிடமிருந்து பதில் கடிதம் வந்திருக்கிறது. கடிதத்துடன் செக்கையும் கோயங்கா அனுப்பியிருக்கிறார். கடிதத்தைப் பிரித்துப் படித்தால் கோயங்கா அவர்களை மிரட்டியிருக்கிறார். "இதுவரை நீங்கள் பார்த்த வேலைக்கான சம்பளத்தை இத்துடன் செக்காக இணைத்திருக்கிறேன். தங்கள் ராஜினாமா கடிதம் ஏற்றுக்கொள்ளப்பட்டுவிட்டது" என்று அக்கடிதத்தில் கோயங்கா குறிப்பிட்டிருக்கிறார். சம்பளம் போதவில்லை என்று கேட்கப்போனால் சம்பளமே இல்லாமல் செய்துவிட்டாரே என வருந்தியவர்கள், விஷயத்தை ஆசிரியர் சொக்கலிங்கத்திடம் கொண்டு போயிருக்கிறார்கள்.

அவர் ராஜினாமா கடிதம் எழுதவில்லை. ஆனாலும், விஷயத்தைக் கேள்விப்பட்ட அவர், "இனியும் செய்வதற்கு ஒன்றுமில்லை. வாருங்கள், நாம் எல்லோரும் வெளியேறி புதுப் பத்திரிகையை ஆரம்பிப்போம்" என்றிருக்கிறார். அப்படி ஆரம்பிக்கப்பட்டதுதான் "தினசரி" நாளேடு. காந்தி படுகொலை, தியாகராஜபாகவதர் - என். எஸ். கிருஷ்ணன் விடுதலை, பெரியார் மணியம்மை திருமணம் முதலான செய்திகள் முதலில் வெளிவந்தது அந்தத் தினசரியில்தான்.

மூடநம்பிக்கைக்கு எதிராகச் சின்னக்குத்தூசி எழுதும் கட்டுரைகளில் குறும்பும் கேலியும் கொப்பளிக்கும். விஞ்ஞானம் எவ்வளவோ வளர்ந்துவிட்ட போதிலும் இன்னமும் ஜோசியம், ஜாதகம், எண் கணிதம் என்பதில் மக்கள் காட்டிவரும் ஆர்வத்தை அவர் ஒருபோதும் ஆதரித்ததில்லை. 96இல் "தலைவர்களை ஏமாற்றும் ஜோதிடப்புலிகள்" எனும் தலைப்பில் ஒரு கட்டுரை எழுதியிருக்கிறார்.

கர்நாடக மாநிலம் ஹசன் மாவட்டத்தில் இருந்த ஜோதிடப்புலி சிவானந்த சிவயோகி ராஜேந்திரா என்பவரைப் பற்றிய கட்டுரை அது. அந்தச் சாமியார் வைத்திருந்த மடத்திற்குப் பெயர் "கோடி மடம்". 150 ஆண்டுகளுக்கு முன்பு அந்த மடத்தில் வாழ்ந்த சாமியார் ஒருவர் எழுதி வைத்துவிட்டுப் போன ஓலைச் சுவடியிலிருந்து எதிர்காலத்தைக் கணித்துத் தருவதாகச் சிவயோகி அளந்த கதையை நம்பி, இந்தியாவிலுள்ள பெரிய தலைவர்களெல்லாம் அந்தச் சாமியாரைச் சந்தித்து ஆசியும் அறிவுரையும் பெறக் காத்துக்கிடந்திருக்கிறார்கள்.

தன்னிடமுள்ள கிரந்தப் புத்தகத்தில் எதிர்கால அரசியல் நிகழ்வுகளும் எழுதப்பட்டுள்ளன என அவர், வாய்க்கு வந்ததையெல்லாம் அறிவித்துப் பரபரப்பை ஏற்படுத்திய நிலையில், கோடி மடம் அகில இந்தியாவையும் ஆட்டிப்படைத்திருக்கிறது. நரசிம்மராவும் இந்திராகாந்தியும்கூட அவரிடமே ஆலோசனை பெறுவதாகப் பத்திரிகைகளும் தம் பங்குக்குப் புரளியைக் கிளப்பிவிட, சாமியாரின் வளர்ச்சி கிடுகிடுவென உயர்ந்திருக்கிறது. நடக்கப்போவதை முன்கூட்டியே தெரிவித்துவிடுகிறார் என்று புகழப்பட்ட அந்தச் சாமியார் தனக்குக் கிடைத்த திடீர் வாழ்வால் கோடியில் புரண்டிருக்கிறார்.

'கோடி மடம்' என்னும் பெயருடைய அம்மடத்தில் கோடிக் கணக்கில் பணம் குவிந்திருப்பதை வருமான வரித்துறை மோப்பம் பிடித்திருக்கிறது. அந்நிலையில், திடீரென்று ஒருநாள் அச்சாமியிடம் விசாரிக்க வருமான வரித்துறையின் அமலாக்கப் பிரிவினர் வந்திருக்கிறார்கள். யார் யாரையோ விசாரித்து அவர்களுக்கு நடக்க இருப்பதைக் கணித்த சாமியாருக்கு, தனக்கு நடக்கப்போவது என்ன

எனத் தெரியாமல் இருந்திருக்கிறார். இந்தச் சம்பவத்தை சின்னக்குத்தூசி, குறும்பும் எள்ளலும் தொனிக்க அக்கட்டுரையில் எழுதியிருக்கிறார். எமர்ஜென்சியைக் கொண்டுவந்த இந்திராகாந்திக்கே ஆலோசனை சொல்வதாகக் கூறிய அந்த ஜோதிடப்புலி, இந்திராகாந்தி இறுதியில் துப்பாக்கி குண்டுக்கு இரையாவார் என்பதை ஏன் சொல்லவில்லை என்று அக்கட்டுரையில் கேட்டிருக்கிறார். ஒருவேளை கிரந்தப் புத்தகத்தில் அத்தகவல் இடம்பெற்றிருந்தால் அந்த உண்மையை மறைத்த குற்றத்திற்காக அவரையும் கைது செய்யலாம் தானே என்னும் விதத்தில் அக்கட்டுரை போகும்.

"கைலாச மலர் வாடும். பஞ்சரத்தினக் கிளி பறந்துபோகும். நாலா திசையிலும் குழப்பம் மேலோங்கும். மொட்டு விரியும். முத்துக்கள் உடையும்" என்று கிரந்தப் புத்தகத்தில் இருப்பதாக நரசிம்மராவிடம் சிவயோகி சொன்னதாக ஒரு தகவல். "கைலாச மலர் வாடும் என்றால் காங்கிரஸ் தோற்கும் என்றும், பஞ்சரத்தினக் கிளி பறந்துபோகும் என்றால் இந்தியாவுக்கு ஆபத்துவரும் என்றும், மொட்டுவிரியும் என்றால் தாமரை ஆட்சிக்கு வரும் என்றும், முத்தாரம் உடையும் என்றால் யாருக்கும் மெஜாரிட்டி கிடைக்காத குழப்ப நிலை என்றும் சாமியார் நரசிம்மராவிடம் சொல்லியிருக்கிறார்.

அறிவுக்குப் பொருந்தாமல் அவர் சொல்லிய ஒன்றுகூட நடக்கவில்லை. இருந்தும், அதுவெல்லாம் நடக்குமென்று நம்பிய நரசிம்மராவ் போன்ற தலைவர்களின் தகுதியைச் சின்னக்குத்தூசி அக்கட்டுரையில் சந்தேகித்திருக்கிறார். சாதாரண மனிதர்களை ஏமாற்றினால் மோசடி சட்டத்தில் உள்ளே தள்ளும் அரசு, பெரும் பெரும் தலைவர்களை ஏமாற்றும் சாமியார்களின் காலடியில் விழுந்து கிடக்கிறதே என்னும் கவலையை அக்கட்டுரையிலும் வெளிப்படுத்தியிருப்பார்.

அதேபோல, சின்னக்குத்தூசியும் பத்திகையாளர் ஞாநியும் இணைந்து, காஞ்சிக் காமக்கோடி பீடாதிபதியை எடுத்த நேர்காணல் நூல் இன்றும் பலரால் வாசிக்கப்பட்டு வருகிறது. ஆன்மிக வியாபாரத்தைச் செய்துவரும் சாமியார்களின் போலிமுகத்தைத் தோலுரிப்பது என்றால் அவருக்கு அப்படியொரு ஆனந்தம் இருந்திருக்கிறது. திருச்சியில் பெரியார் நடத்தி வந்த ஆசிரியப் பயிற்சிப் பள்ளியில்

பயின்ற சின்னக்குத்தூசி, இறுதிநாள்வரை பெரியாரின் சமூகப் பாடங்களைக் கற்பிக்கும் ஆசிரியராகவே தன்னைத் தகவமைத்திருக்கிறார்.

சமையல் வேலை செய்துவந்த தந்தைக்கும் வீட்டு வேலை செய்துவந்த தாய்க்கும் மகனாகப் பிறந்த அவருக்கு, சொந்த வீடோ அந்த வீட்டில் சமையல் செய்து உண்ணும் வாய்ப்போ இல்லாமல் போனதுதான் இயற்கையின் முரண். அவருடைய நெடிய வாழ்வில் காலத்திற்கேற்ப கருத்துக்களையும் பாதைகளையும் மாற்றிக்கொண்ட எத்தனையோ அரசியல் வாதிகளைப் பார்த்திருக்கிறார். காமராஜரை ஒழிக்க ராஜாஜி தி.மு.கவுடன் கூட்டுச் சேர்ந்ததையும் அதே ராஜாஜி, தி.மு.கவைத் தோற்கடிக்க நானும் காமராஜரும் வேறு வேறு அல்ல என்றதையும் ஒருமாதிரியாகச் சின்னக்குத்தூசி பார்த்திருக்க வாய்ப்பில்லை.

அண்ணாவைப் புகழ்ந்த கண்ணதாசன் ஒருகட்டத்தில், காமராஜருக்காக அண்ணாவை ஏசியதையும் அதே கண்ணதாசன், காமராஜரை சோஷலிச விரோதி என்று பேசியதையும் காலத்தின் விளையாட்டென்று அவர் கருதியிருக்கலாம். கலைஞருக்கும் எம்.ஜி.ஆருக்கும் இடையே நிகழ்ந்த உறவையும் பிணக்கையும் அண்ணாவுக்கும் பெரியாருக்கும் நடுவிலே இருந்த முரண்பாட்டையும் அருகிருந்து பார்க்கக்கூடிய அசந்தர்ப்பம் சின்னக்குத்தூசிக்குக் கிடைத்திருக்கிறது. மாறுபாடுகளையும் வேறுபாடுகளையும் அவ்வப்போது அலசி ஆராய்ந்துவந்த சின்னக்குத்தூசி, ஒரே நிலையில் தன்னை இருத்திக்கொள்ள திராவிடத்தைக் கொழுகொம்பாகப் பற்றியிருக்கிறார். இல்லையென்றால், அவருமே அரசியலில் நிரந்தர எதிரியும் இல்லை. நிரந்தர நண்பரும் இல்லை என்ற வழமையான சமரசத்திற்கு ஆட்பட நேர்ந்திருக்கும்.

சின்னக்குத்தூசியின் சனலமற்ற மனநிலை சகல நிலைகளையும் தாண்டி மேலெழும்பும் சக்தியைக் கொடுத்திருக்கிறது. தம்முடைய தடத்தை அழித்துக்கொண்டு சமூகப் பாதையில் பயணிப்பவர்கள் இன்றைக்கு எத்தனைபேர் என்பது கேள்விக்குறி. பல பத்தாண்டுகளில் ஒரு துருவத்திலிருந்து இன்னொரு துருவத்திற்கு நகர்ந்துவிடுபவர்கள் உண்டு.

ஆரம்பத்தில் கம்யூனிஸ்ட்டாகத் தன்னை அறிவித்துக்கொண்ட எழுத்தாளர் ஜெயகாந்தன், கம்யூனிஸ்ட்டுகள் அப்போது தீவிரமாக எதிர்த்துவந்த காங்கிரஸில் போய்ச் சேர்ந்தார். சுதந்திரச் சிந்தனையுடைய அவர் அதற்கான காரணங்களையும் நியாயங்களையும் பல மேடைகளில் விளக்கியிருக்கிறார்.

கூடுதலாக "ஓர் இலக்கியவாதியின் அரசியல் அனுபவங்கள்" என்னும் நூலில் எழுதியுமிருக்கிறார். ஆனாலும்கூட, அவரை அணுகுவதில் பலருக்கும் சிரமம் இருந்ததாகச் சொல்லப்படுகிறது. எந்த நேரத்தில் எப்படி நடந்துகொள்வார் எனத் தெரியாததால் பெரிய பெரிய அரசியல் தலைவர்கள்கூட அவரிடம் ஜாக்கிரதையைக் கடைபிடித்திருக்கிறார்கள். அப்படியான ஜெயகாந்தனிடம் சின்னக்குத்தூசி அறிமுகமானவிதம் சுவாரஸ்யமானது.

ஏறக்குறைய அறுபது ஆண்டுகளுக்கு முன்பு, அப்போதைய திருவல்லிக்கேணி பெரிய தெருவில் அமைந்திருந்த ஸ்டார் பிரசுரம் அலுவலகத்தில் ஜெயகாந்தன் இருந்திருக்கிறார். அச்சாக இருந்த தன்னுடைய நாவலுக்கு மெய்ப்புத் திருத்திக்கொண்டிருந்த அவரிடம், "ஜெயகாந்தனைச் சந்திக்க வேண்டும்" என்றிருக்கிறார் சின்னக்குத்தூசி. சற்றே மிடுக்கான தோரணையில் தலை நிமிர்ந்திருக்கிறார் ஜெயகாந்தன். வந்திருப்பவர் யாரென்று தெரியாததாலும் மெய்ப்புத் திருத்தும்பணியை முடிக்காததாலும் கோபத்துடன், "நான்தான் ஜெயகாந்தன் என்னவேண்டும்" என்று கேட்டிருக்கிறார்.

உடனே சின்னக்குத்தூசி, "அப்பாதுரையாருக்காக நன்றி சொல்ல வந்தேன்" என்றிருக்கிறார். "அப்பாதுரையாருக்கு நன்றி சொல்ல ஏன் என்னிடம் வந்தீர்கள்" என்கிறார் ஜெயகாந்தன். "தமிழ் எழுத்தாளர் சங்கத் தேர்தலில் பன்மொழிப் புலவர் கா. அப்பாதுரையார் வெற்றி பெற்றிருக்கிறார். அவரை எதிர்த்து நின்ற பிரபல விமர்சகர் க.நா.சுப்ரமணியமே ஜெயிப்பார் என்றே திராவிட இயக்கத்தைச் சேர்ந்த நாங்களும் நினைத்திருந்தோம். ஆனால், நீங்களும் அத்தேர்தலில் போட்டியிட்டதால் வாக்குகள் பிரிக்கப்பட்டு, ஒரு வாக்கில் அப்பாதுரையார் ஜெயித்திருக்கிறார். நீங்கள் போட்டியிடாது போயிருந்தால் எங்களுக்குத் தோல்வியே கிடைத்திருக்கும். எனவேதான் அப்பாதுரையாரின் வெற்றிக்கு மறைமுகமாக

உதவி செய்த உங்களுக்கு நன்றி தெரிவிக்க வந்திருக்கிறேன்" என்றதும் ஜெயகாந்தன் குஷியாகி மெய்ப்புத்திருத்தும் பணியை அப்படியே விட்டுவிட்டு, "காஃபி குடிக்கப் போவோமா" என்று சின்னக்குத்தூசியுடன் கிளம்பியிருக்கிறார்.

அதன்பின் வைத்தி அய்யர் கடையில் கதம்ப பஜ்ஜியைப் பற்றியும் ஓலைப்பக்கோடாவைப் பற்றியும் இருவரும் வெகுநேரம் பேசிக்கொண்டிருந்தைச் சொல்லாமலேயே புரிந்துகொள்ளலாம். ஜெயகாந்தனின் அறிமுகத்திற்குப் பிறகுதான் சின்னக்குத்தூசி சொல்லின் செல்வர் ஈ.வெ.கி. சம்பத் நடத்திவந்த "தமிழ்ச்செய்தி"யில் வேலைக்குச் சேர்ந்திருக்கிறார்.

ஜெயகாந்தனின் சிபாரிசினால் என்று புரிந்துகொள்ள வேண்டாம். தமிழ்ச்செய்தியில் வேலைக்குச் சேர்ந்ததால் சமயம் கிடைக்கும் போதெல்லாம் ஜெயகாந்தனைச் சந்திக்கும் வாய்ப்பினைச் சின்னக்குத்தூசி அடிக்கடி பெற்றிருக்கிறார். ஜெயகாந்தனின் மடத்தையும் அம்மடத்திற்கு வரும் ஆளுமைகளையும் சின்னக்குத்தூசி "சத்தியத்துக்கு ஞானபீடம்" எனும் கட்டுரையில் விவரித்திருக்கிறார். பழகப் பழக ஜெயகாந்தனும் சின்னக்குத்தூசியும் நெருங்கியத் தோழர்களாக மாறியிருக்கிறார்கள். "பிராமணர் பிராமணரல்லாதார் பிரச்சனையை எல்லாம் என்னிடம் கொண்டுவராதீர்கள்" என்று தொடக்கத்தில் சின்னக்குத்தூசியைக் கடிந்துகொண்ட ஜெயகாந்தன், ஒரு கட்டத்தில் சின்னக்குத்தூசியின் அழைப்பை ஏற்றுத் தேர்தல் பிரச்சாரக் கூட்டங்களில் கலந்துகொண்டிருக்கிறார்.

அதுவரை அரசியல் கட்சி மேடைகளில் ஜெயகாந்தன் கலந்துகொண்டதில்லை. அரசியல் பேசும் இலக்கியவாதியாக இருந்திருக்கிறாரே தவிர, அரசியல் கட்சி மேடையில் அதுவும் தேர்தல் பிரச்சாரக் கூட்டங்களில் பேசியிருக்கவில்லை. காமராஜரின் வேண்டுகோளுக்கிணங்க ஜெயகாந்தனை அழைக்கச் சொன்னது ஈ.வெ.கி. சம்பத் என்பதுகூட ஜெயகாந்தனுக்கே பின்னால்தான் தெரிந்திருக்கிறது. முன்கூட்டியே திட்டமிட்டு ஒருவரை அணுகவும் அவருடைய நன்மதிப்பைப் பெறவும் சின்னக்குத்தூசி முயன்றதில்லை. இயல்பாகவே அவரை எவர்க்கும் பிடித்திருக்கிறது. பிறர்

மனம் கோணாமல் நடந்துகொள்வது அவர் இயல்புகளில் ஒன்று. இரத்த உறவென்று சொல்லிக்கொள்ள ஒருவரும் இல்லாத நிலையில், வயது வித்தியாசமில்லாமல் பலரும் அவரைக் கொண்டாடியதும் அந்த இயல்பால்தான். ஒரு மகனுக்கும் மேலாக அவரைக் கவனித்துக்கொண்ட அண்ணன் நக்கீரன் கோபால் சின்னக்குத்தூசியின் கைப்பிடித்து நடந்தவர்,

உடல் உபாதையில் துடித்தழுத வேளையிலெல்லாம் அவருக்கு ஆறுதல் சொல்லவும் அவர் வலியைத் தமதாக்கிக்கொள்ளவும் ஏராளமான பத்திரிகையாளர்கள் சின்னக்குத்தூசியைச் சூழ்ந்திருந்தார்கள். உடன் இருப்பவர்களுக்குத் தொந்தரவு தருவதாக அவரே நினைத்துக்கொண்டு, தன்னைக் கருணைக் கொலை செய்துவிடச் சொல்லிக் கெஞ்சியதைப் பிரதிபா லெனினும் ஜெயசுதா காமராஜும் தங்கள் அஞ்சலிக் கட்டுரைகளில் எழுதியிருக்கிறார்கள். பத்திரிகையாளர் சாவித்திரி கண்ணன் அவர் பற்றிய நினைவுகளைப் பகிர்ந்துகொள்ளும்போது, "அவர் மட்டும் சார்பு நிலை இல்லாத பத்திரிகையாளராய் இருந்திருப்பாரேயானால் இந்த நாடும் தன்னைப் போன்ற பத்திரிகையாளர்களும் கூடுதலாகப் பலனடைந்திருப்போம். சார்பு நிலை காரணமாக அவர் பேசாமல் தவிர்த்த உண்மைகள், கருத்துக்கள், சம்பவங்கள் விலைமதிப்பற்றவை" என்றிருக்கிறார்.

அது அவருடைய ஆதங்கம் மட்டுமில்லை. சின்னக்குத்தூசியை இன்னமுமே தங்கள் இதயத்தில் சுமந்துகொண்டிருக்கும் பலபேருடைய ஆதங்கம்தான். நடுநிலை என்பதில் நம்பிக்கையில்லாத யாரையும் காலம் கடைசியில் கொண்டுவந்து நிறுத்தும் இடம் இதுதானோ? ஒவ்வொரு துறையிலும் ஒருசிலரே விமர்சனமாகவும் உதாரணமாகவும் மாறுகிறார்கள்.

சின்னச் சின்னச் சமரசங்கள் செய்தாவது வாழ்வை நடத்தும் கட்டாயத்திலிருக்கும் நமக்கு, ஒருவர் இறுதிவரை சமரசமில்லாமல் வைராக்கியத்தோடு வாழ்ந்தார் என்பதைக் கேட்க ஆச்சர்யம் ஏற்படுகிறது. எல்லாமே மாறுதலுக்குட்பட்டதுதான் என மார்க்சியவாதிகள் கூறினாலும், அறமும் விழுமியங்களும் மாறுவதேயில்லை. அறத்துடன் வாழ்ந்து மறைந்த சின்னக்குத்தூசி கருத்துக்களால்

விமர்சிக்கப்பட்டாலும், காலங்களால் கௌரவிக்கவே படுவார். இப்பொழுதும் சின்னக்குத்தூசி வசித்து வந்த திருவல்லிக்கேணி வல்லப அக்ரஹாரத் தெருவைக் கடந்து செல்லுகையில், ஒரு மாபெரும் இயக்கத்தின் நினைவுத் தடத்தைப் பார்க்கமுடிகிறது. தடங்கள் அங்கேயே நின்றுவிடுகின்றன. கால்களே பயணிக்கின்றன.

வண்ணங்களின் அரசியல்

வண்ணங்களின் பின்னணியில்தான் இந்திய அரசியல் கட்டமைக்கப்பட்டிருக்கிறது. வெள்ளைக்கு எதிராகக் காவியை முன்நிறுத்திய திலகருக்கோ காவிக்கு எதிராகக் கறுப்பை முன்நிறுத்திய பெரியாருக்கோ அவை வெறும் வண்ணங்களல்ல. தாங்கள் கொண்டிருந்த அரசியலின் வெளிப்பாடுகள் அல்லது குறியீடுகள். கருப்பு, சிவப்பு, வெள்ளை, பச்சை, காவி, நீலம் என்பவை வண்ணங்களின் பெயர்கள் என ஒருவர் சொல்வாரேயானால் அவருக்கு இந்தியச் சமூகத்தின் மதஅரசியலோ சாதிஅரசியலோ தெரியவில்லை என்பதை எளிதாக யூகித்துவிடலாம். ஏனெனில், நிற அடிப்படையிலான வேறுபாடுகளிலிருந்து நம்முடைய சமூகம் இன்னும் வெளியேறவில்லை.

வெள்ளையாயிருப்பவன் பொய் சொல்ல மாட்டான் என்பதும் கருப்பாயிருப்பவன் சகல பாவங்களையும் செய்யக்கூடியவன் என்பதும் நம்முடைய புத்திக்குள் யாராலோ திணிக்கப்பட்டிருக்கிறது. இந்தத் திணிப்பைப் புரிந்துகொள்வதில்தான் இந்திய அரசியலுக்கான விமோசனம் இருக்கிறது. இன்றைக்குக்கூட வெள்ளைப் புரட்சி, நீலப் புரட்சி, பச்சைப் புரட்சி என்று நம்முடைய ஆட்சியாளர்கள்

தங்கள் ஊழல் திட்டங்களுக்கு வண்ணங்களின் பெயர்களையே வைத்துக்கொண்டிருக்கிறார்கள். இன்றில்லை என்றாலும், என்றாவது ஒருநாள் அவர்கள் அடித்துக்கொண்டிருக்கும் சாயங்கள் வெளுக்கத்தான் போகின்றன. மேலோட்டமாக அல்லாமல் மிக ஆழமாக வண்ணங்களுக்குப் பின்னேயுள்ள அரசியலை விளங்கிக்கொண்டு, அதையே தன் ஓவியங்களின் அடையாளமாக ஆக்கிக்காட்டியவர் அண்ணன் வீர.சந்தானம். ஒரு வண்ணம் இன்னொரு வண்ணத்தின்மீது ஆதிக்கம் செலுத்துவதை அவரால் பொறுத்துக்கொள்ள முடிந்ததில்லை.

இந்தியா முழுக்கக் காவியைப் பரப்பும் வேலையில் ஆளும் மத்திய அரசு ஈடுபட்டுள்ள இந்த நேரத்தில், கறுப்பும், சிவப்பும் என்ன செய்யக் காத்திருக்கின்றன என்பதுதான் நம்முன் உள்ள கேள்வி. அரசியலுக்கு வண்ணமுண்டு எனப் புரிந்துகொள்ள முடிந்த நம்மால் வண்ணங்களில் அரசியலை முன் வைத்த அண்ணன் வீர.சந்தானத்தைப் புரிந்தகொள்ள முடிந்ததா? என்றால், ஓரளவு முடிந்தது எனலாம்.

திராவிட அரசியலின் அடுத்தப் பாய்ச்சலாக அவர் தமிழ்த்தேசிய அரசியலை நம்பினார். அவர் முன்வைத்த அரசியலை விமர்சிப்பவர்களும் ஆதரிப்பவர்களும்கூட அப்பழுக்கற்ற அவருடைய மாந்தநேயத்தைச் சந்தேகித்ததில்லை. ஓவியத்துறையில் தனித்து விளங்கிய அவர், தமிழக அரசியல் களத்திற்குத் தன்னால் இயன்ற பங்களிப்புகளை இறுதிவரை செய்திருக்கிறார். மரபு ஓவியத்திலிருந்து நவீன ஓவியங்களைக் கண்டடைந்த அவர், ஓர் ஆளுமையாக வளர்ந்ததற்கு அவருடைய அரசியல் பார்வையே காரணமென்பதை ஓவிய விமர்சகர்களும் மறுக்கமாட்டார்கள்.

தனக்கு முன்னே இருந்த வழிகளையெல்லாம் உற்றுணர்ந்து, அவ்வழியே புதிய புதிய கிளை வழிகளை ஏற்படுத்தியவர் அவரே. ஓவியமென்பதும் கிளர்ச்சியைத் தூண்டக்கூடிய முரசம்தான் என்பதை அவருக்கு முன்னால் வேறு யாரும் அறிவிக்கத் துணியவில்லை. கலையைப் பிரச்சாரமாக்கக் கூடாது என்னும் கருதுகோளை வைத்திருந்த தன் முன்னோர்களிடமிருந்து அவர் வேறுபட்டதாகச் சொல்ல முடியாது. அவர்களிடமிருந்து பெற்ற உரத்தினால்தான் புதிது செய்யும் எண்ணமே அவருக்கு உதித்திருக்கிறது.

தம்முடைய வாழ்விலிருந்தே படைப்புகளை உருவாக்கும் பயிற்சியை அவர் மேற்கொண்டிருக்கிறார். கும்பகோணத்தை அடுத்த உப்பிலியப்பன்கோயில் ஊர் சந்நிதானத்தில் தன் இளமைக்காலத்தை வறுமையோடு கழித்த அவர், அக்கோயிலிலிருந்த தெய்வத்திடம் பிரார்த்தனைகளுக்குப் பதிலாக ஓவியங்களை வைத்திருக்கிறார். வாலிப வயதுவரை அவருடைய வயிறு, கோயிலில் வழங்கப்படும் பிரசாதங்களை உண்டே நிறைந்திருக்கிறது.

தெய்வத்திடம் முறையிட்டால் வறுமை நீங்கிவிடுமென்றோ வசந்தகாலம் பூத்துவிடுமென்றோ அவர் ஏனோ நம்பாதவராய் இருந்திருக்கிறார். அதைவிட, கோயில்பணியில் ஈடுபட்டிருந்த தன் தாயும் தந்தையும் கர்ம சிரத்தையோடு செய்துவந்த தெய்வக் காரியங்களால்தான் தனக்கு ஓவிய சக்தி கிடைத்ததென்றும் அவர் எங்கேயும் சொல்லியதில்லை. மாறாக, தெய்வங்களையே கேள்விகேட்கும் குரலைத்தான் அவருடைய ஓவியங்கள் கொண்டிருந்தன. ஆனாலும்கூட, அவர் ஓவியங்கள் நம்முடைய புராதனக் கோடுகளையும் சிற்பங்களையும் அடிப்படையாகக் கொண்டவையே. காமதேனு, செங்கோட்டு யாழ், சிறுதெய்வச் சிலைகள், கற்பக விருட்சம் என அவர் திரும்பத் திரும்ப நம்முடைய தொன்மங்களிலிருந்தே ஓவியங்களை மீட்டுக்கொண்டிருந்தார்.

புராண இதிகாசக் குறியீடுகளை மறுப்பவராயிருந்தாலும் அவருக்குள்ளே பதிந்திருந்த அக்குறியீடுகளைக் கொண்டே அவற்றுக்கு எதிரான திசையில் பயணித்திருக்கிறார். கும்பகோணத்தில் எந்தத் திசையில் நடந்தாலும் நாலைந்து கோயில்களைக் கண்ணில் கண்டுவிடலாம். உலாத்தவும் உறங்கவும் ஓய்வெடுக்கவும் கோயில்களைத் தேர்ந்தெடுத்த அண்ணன் வீர.சந்தானத்திற்கு அக்கோயில்களிலிருந்த சிலைகளை ஓவியப் பிரதியெடுக்கும் ஆவல் ஏற்பட்டிருக்கிறது. அதேபோல் எம்.ஜி.ஆராக ஆகவேண்டும் எனவும் தோன்றியிருக்கிறது.

ஏதோ ஒரு திரைப்படத்தில் எம்.ஜி.ஆர். பேருந்து நடத்துநராயிருந்து டிக்கட் பரிசோதகராகப் பதவி உயர்வு பெறுவார். எனவே, தாமும் நடத்துநராக வேலையில் சேர்ந்து எம்.ஜி.ஆர். ஆகிவிடலாம் என எண்ணியிருக்கிறார்.

நடத்துநர் பணி கிடைக்காமல் போகவே தன்னால் எம்.ஜி.ஆராக முடியாது என்று புரிந்துகொண்டு, ஓவியனாக மாற உத்தேசித்திருக்கிறார். அவர் எண்ணம் ஈடேறுவதற்கு வாய்ப்பாக அமைந்தது கும்பகோணம் ஓவியக் கல்லூரி. உப்பிலியப்பன் கோயில் கிராமத்திலிருந்து நடந்துபோகும் தூரமே கல்லூரி அமைந்திருந்ததால் பொருளாதாரத் தேவைகளால் தடைபடாமல் அவருடைய கல்லூரிப் படிப்புத் தொடர்ந்திருக்கிறது.

இந்தியா சுதந்திரமடைவதற்கு ஐந்துநாள்முன் பிறந்த அவர், சுதந்திர இந்தியாவின் கொடுமைகளுக்கு எதிராகத் தன் தூரிகையைத் தூக்கிப்பிடித்த களப்போராளியாக அறியப்படுகிறார். கும்பகோணம் ஓவியக் கல்லூரியில் படித்த அவர், மேற்படிப்புக்காகச் சென்னை ஓவியக் கல்லூரிக்கு வருகிறார். அங்கேதான் அவருக்குள் புதைந்திருந்த தனித்த ஆற்றல்கள் வெளிப்படுகின்றன.

புகழ்பெற்ற ஓவியர் தனபாலின் மாணவராக ஆகிறார். கலைகளின் சகல நுணுக்கங்களையும் கற்றுத்தேர ஆசிரியர் தனபால் எல்லாவிதத்திலும் உதவுகிறார். ஓவியத்தில் மட்டுமே கவனம் செலுத்திக்கொண்டிருந்த அவரைப் புடைப்புச் சிற்பத்திற்கு மடைமாற்றிய பெருமை ஆசிரியர் தனபாலுக்குரியது. அவரே, வறிய குடும்பப் பின்னணியில் இருந்து வந்த வீர.சந்தானத்தை மகனாகப் பாவித்து, தன் வீட்டிலேயே தங்கவைத்து வளர்த்தெடுத்திருக்கிறார். திராவிட இயக்க அரசியல் சார்பு கொண்டிருந்த ஓவியரும் சிற்பியுமான தனபாலைத் தவிர்த்துவிட்டுத் தமிழக ஓவிய வரலாற்றை எழுத முடியாது. 1958ஆம் ஆண்டிலேயே பெரியாரைச் சிற்பமாக்கி ஓவியப் பதிவை ஏற்படுத்தியவராகத் தனபால் அறியப்படுகிறார்.

பெரியாருடன் மட்டுமல்ல பாரதிதாசன், ஜீவானந்தம், கலைவாணர் எனப் பலருடனும் நெருங்கிப் பழகிய தனபால், ஜீவாவின் தலைமறைவு வாழ்க்கைக்கு உதவிபுரிந்தவர். கலைவாணரின் வேண்டுகோளுக்கு இணங்க, ஜீவா தலைமறைவாக இருந்ததே தனபாலின் வீட்டில்தான். அந்த வீட்டில் இருந்துதான் வீர.சந்தானமும் தன் மேற்படிப்பு வாழ்க்கையை மேற்கொள்கிறார். மாணவர்களையும்

மகன்களாக, மகள்களாகக் கருதும் தனபாலின் குடும்ப உறுப்பினர்களில் ஒருவராக வீர.சந்தானம் வாழ்ந்திருக்கிறார். ஆசிரியர் தனபாலின் மனைவியான மீனாட்சியம்மா உருட்டி உருட்டி உள்ளங்கையில் வைத்த கவளத்திலிருந்து உருவானதே இந்த உடம்பு என எத்தனையோ சந்தர்ப்பங்களில் அண்ணன் வீர.சந்தானம் நெக்குருகியிருக்கிறார்.

அங்கேதான் ஓவியர் ஆதிமூலத்தின் அறிமுகமும் ஓவியத்தின் அத்தனைப் பரிமாணங்களும் அவருக்குப் பிடிபடுகிறது. வழக்கமான ஓவியர்களிடமிருந்து வித்தியாசப்படவும் தனித்த அடையாளத்தை உருவாக்கவும் உதவிய அந்தக் காலங்களை மயக்கமே மகிழ்ச்சியாகவும் மகிழ்ச்சியே மயக்கமாகவும் ஒன்று கலந்த உற்சாகமான பொழுதுகள் அவை என்று சொல்லியிருக்கிறார். "அண்ணன் ஆதிமூலமும் தனபால் சாரும் இல்லையென்றால் என் காதல் மனைவியை நான் கைப்பிடித்திருக்க முடியாது" என்றிருக்கிறார்.

"என் வீட்டுச் சார்பாக அவர்கள் வீட்டில் போய்ப் பெண் கேட்டதும் அவர்கள் ஆரம்பத்தில் மறுத்து, பின் ஒப்புக்கொள்ள ஜவாப்தாரி போட்டதும் அவர்கள்தான். திருமணம் முடித்துச் சொந்த ஊரான உப்பிலியப்பன் கோயிலுக்கு மனைவியைக் கூட்டிக்கொண்டு போனேன். அங்கே என்னைப் பெற்ற அம்மா, தன் மருமகளிடம் "எம் மவன் எவ்வளவு பவுனு போட்டான் என்கிறார். நானோ அரைப் பவுன் தாலிமட்டுமே வாங்கிக் கொடுத்திருந்தேன். அதைச் சொன்னதும் என்னுடைய அம்மா தன் கழுத்தில் கிடந்த சங்கிலியைக் கழற்றிப் போட்டார்".

இயலாமையிலும் வறுமையிலும் நம்முடைய குடும்பங்கள் பரிமாறிக் கொள்ளும் அன்புக்கு இணையே இல்லை என்று அவர் வாழ்வில் நடந்த சம்பவங்களைக்கூட பகடியோடும் பாசத்தோடும் பகிர்ந்துகொள்வார். என்னுடைய முதல் மூன்று கவிதைத் தொகுப்புகளுக்கான முகப்பை அவர்தான் வரைந்துகொடுத்தார். அய்யனார், நிசும்பசூதனி, வீரனார் என அவர் வரைந்துகொடுத்த ஓவியங்களைத் தாங்கிய என்னுடைய மூன்று கவிதைத் தொகுப்புகளும் தஞ்சை மாவட்டத்து அரசியலையும் எதார்த்த வாழ்வையும் பேசின. காவிரிப் பாசனம் பொய்த்துப்போன சோகங்களை நானறிந்த

மொழியில் வலியோடு அந்நூல்களில் எழுதியிருந்தேன். "விட்டுடாத, இந்த நெருப்ப அணைக்காம வச்சிக்கிட்டா பொழச்சிக்கிடலாம். பஞ்சம் பொழைக்க எதை எதையோ செய்றாங்க, நீ எழுத வந்திருக்க. ஒன்ன எழுத்தும் எழுத்த நீயும் காப்பத்திக்கணும்" என்றார்.

முதல் அறிமுகத்திலேயே அவர் எனக்கு அண்ணனாகிவிட்டார். கோணலான கோடுகளைச் சமூக நிமிர்வுக்காக வரைந்து வந்த அவர், தட்டிக்கொடுத்ததில் என் முதுகுத் தண்டும் முறுக்கேறியது. எழுத்தாளர்களும் ஓவியர்களும் இணைந்து பணியாற்ற வேண்டிய தேவைகளை அவர் அவ்வப்போது உணர்த்திக்கொண்டிருந்தார். கவிதை நூல்களுக்கோ இலக்கியப் பத்திரிகைகளுக்கோ அவர் வரைந்துகொடுக்கும் ஓவியங்களுக்கு விலையையோ சன்மானத்தையோ எதிர்பார்த்ததில்லை.

நவீன இலக்கியப்படைப்பாளர்கள் பலருக்கும் அவர் பெரும் உந்துவிசையாக இருந்திருக்கிறார். அட்டை வடிவமைப்பில் கவனத்தை ஏற்படுத்தி, நூலின் தகுதியைக் கூட்டிக்காட்டியதில் அவருடைய ஓவியங்களுக்கு முக்கியப் பங்குண்டு. அப்படித்தான் ஆரம்பகால என்னுடைய கவிதை நூல்கள் அரசியல் தளத்திலும் விமர்சனத் தளத்திலும் வெகுவான கவனத்தை ஈர்த்தன.

அண்ணன் வீர.சந்தானம், என் முதல் இரண்டு தொகுப்புகளில் இடம்பெற்றிருந்த அரசியல் கவிதைகளை ஆவேசத்தோடு பல மேடைகளில் சொல்லிக்காட்டி உற்சாகப்படுத்தியிருக்கிறார். கவிதைகளில் வெளிப்பட்ட அரசியலை வண்ணங்களின் வாயிலாகவும் கோடுகளின் வாயிலாகவும் உரக்கப் பேசுவதற்கு அவர் ஓவியங்கள் உதவின. தஞ்சை மாவட்டத்து நிலப்பரப்பை அவர் நன்கு உள்வாங்கியவர் என்பதால், வண்டல்மண் அரசியலை பொதுவெளியில் அவரால் தயக்கமில்லாமல் சொல்ல முடிந்தது. ஒருபக்கம் திராவிட இயக்கமும் இன்னொரு பக்கம் இடதுசாரி இயக்கங்களும் வேரூன்றிக் கிளைபரப்பி நின்றபோதும், வேளாண்மையை மீட்டெடுக்க முடியாமல் போன துக்கத்தை அவர் ஓவியங்கள் வெளிப்படுத்தின. பேராசிரியரும் கவிஞருமான த.பழமலய், அண்ணன் வீர.சந்தானத்தின் ஓவியக்கூடத்தில் அமர்ந்து எழுதிய

“குரோட்டன்சுகளுடன் கொஞ்சம் நேரம்” என்னும் கவிதை நூல் குறிப்பிடப்பட வேண்டியது. அந்நூலுக்கு அண்ணன் வரைந்திருந்த ஓவியங்கள் அசாத்தியப் பொலிவைச் சேர்த்திருந்தது. அதற்கு முன் கவிஞர் பழமலய் எழுதிய சனங்களின் கதை என்னும் கவிதை நூல், அதுவரை இருந்த கவிதை மரபுகளையெல்லாம் புரட்டிப்போட்டது.

வட்டாரச் சொற்களை மிகுதியாகக் கையாண்ட அந்நூல் வெளிவந்த பிறகுதான், எளிய சொற்களின் வழியே கவிதை எழுதக்கூடிய பெரும் பட்டாளம் ஒன்று உருவானது. “பாடுகளைப் பாடுதல்” என்னும் நிலையில் என்போன்றோர்க்கு பழமலயின் கவிதைகளே மாதிரிகளை வழங்கின. கலைகள் முழுவதுமே மக்களுக்கானவை என்னும் புரிதலிலிருந்த கவிஞர் பழமலயும் அண்ணன் வீர.சந்தானமும் எக்கலையாயினும் அதை மக்கள் மொழியிலேயே வெளிப்படுத்த முனைந்தது முக்கியமான காலகட்டம்.

திராவிட இயக்கத்தின் பின்புலத்தில் வளர்ந்திருந்தாலும் அவர்கள் இருவருமே தமிழ்த்தேசிய அடையாளத்தைக் கலைகளில் கட்டியெழுப்ப விரும்பினார்கள். குறிப்பாக, அண்ணன் வீர.சந்தானம் அவ்வரசியலில் சாதியத்தைத் தூக்கிப்பிடிக்காமல் பொதுவுடைமைச் சார்பாளராக இறுதிவரை இருந்தார். இடதுசாரித் தமிழ்த்தேசியம் என்பதுதான் அவர் கொண்டிருந்த அல்லது பற்றியிருந்த கொள்கை என நான் புரிந்துகொள்கிறேன்.

மிகச் சமீபத்தில் வெளியான என்னுடைய நான்கு நூல்கள் வெளியீட்டு விழாவில், அவர் நம்பிக்கையோடு பேசிய உரையை நான் என் வாழ்நாள் பெருமிதங்களில் ஒன்றாகக் கருத இடமிருக்கிறது. “என் தம்பிகள் ஒருபோதும் தோற்கமாட்டார்கள். தோற்பவர்களை நான் தம்பிகளாகப் பெறவில்லை” என்று கணீர்க் குரலில் அவர் பேசிய பேச்சைக் கேட்டவர்கள், அடுத்த சில வாரங்களில் அவர் இல்லாமல் போவார் என எண்ணியிருக்க மாட்டார்கள். அவ்விழாவில் ஐந்து தேசிய விருதுகளை வாங்கிய இயக்குநர் பாலுமகேந்திரா, அவ்விருதுகளைப் பாதுகாக்காமல் தவறவிட்ட துயரத்தைப் பகிர்ந்துகொண்டார். விருதுகளை வாங்குவதைவிட அதைக் காப்பது பெரிது என்று கூறிய

அவர், "கலைகளில் ஜெயிப்பவர்கள் வாழ்க்கையில் தோற்றுவிடுகிறார்கள். நாம் கலையிலும் தோற்கக்கூடாது. வாழ்க்கையிலும் தோற்கக்கூடாது" என்றபோது அனுபவ வார்த்தைகளின் திரட்சியில் அரங்கம் உறைந்திருந்தது. பெரிய பின்புலமோ வசதி வாய்ப்புகளோ இல்லாமல் தொண்ணூறுகளின் பிற்பகுதியில் சென்னைக்கு வந்த எனக்கு, அவர் அவ்வப்போது கொடுத்துவந்த நம்பிக்கைக்கு அளவில்லை. சோர்ந்துபோன வேளைகளில் அவரிடமிருந்து வரும் ஒரு தொலைபேசி, வாழ்வதற்கான கச்சாப்பொருளைச் சொற்களின் வழியே வழங்கிவிடும். எழுந்து நிற்பதற்கான சக்தியை யார் வேண்டுமானாலும் தந்துவிடலாம். ஆனால், எழுந்து நிற்பதற்கான அரசியலை அவர் போன்றவர்களால்தான் தரமுடியும்.

அண்ணன் வீர.சந்தானம் ஓவியத்தின் மூலம் தன்னுடைய அரசியலை நிறுவிய அதே சமயத்தில் அரசியல் மேடைகளை ஒரு கலைஞன் எப்படிப் பயன்படுத்திக்கொள்ள வேண்டும் எனவும் கற்பித்திருக்கிறார். ஒருமுறை ஓர் அரசு பங்களாவில் நடந்த ஓவியப்பட்டறையில் அவருடைய ஓவியங்களும் பங்கெடுத்தன. அப்போது எதிர்பாராதவிதமாக அல்ல, எதிர்பார்த்தவிதமாக ஓர் அமைச்சரின் வருகையால் அவ்வோவியங்கள் அங்கிருந்து அகற்றப்படுகின்றன.

ஆட்சியிலிருப்பவர்களும் அதிகாரத்திலிருப்பவர்களும் கலைகளைக் கையாளும் விதத்தைப் பார்த்து அவரால் சும்மா இருக்க முடியவில்லை. தன்னுடைய எதிர்வினையை வார்த்தையாக வெளிப்படுத்தாமல், "உடைந்து நொறுங்கும் நாற்காலிகள்" என்னும் தலைப்பில் தொடர் ஓவியங்களைத் தீட்டி அதனைக் காட்சிப்படுத்தினார். அதிகாரத்திற்கு எதிராக முஷ்டியை உயர்த்திய அவருடைய ஓவியங்கள் கலகக் குரலுடையன. முற்று முழுக்கச் சிதிலமடைந்த நாற்காலிகளை வெவ்வேறு வகைகளில் வரைந்து, நாற்காலிகளையும் அதில் அமர்ந்திருப்பவர்களையும் கோபமடைய வைத்திருக்கிறார். பதவியிலிருப்பவர்கள் கலைஞர்களைக் கௌரவிக்கத் தவறுகிற போதெல்லாம் அவருடைய தூரிகைக்குக் கோபம் வந்துவிடும். அதே போன்று வடக்கிலும் விவான் சுந்தரம் என்னும் ஓவியர், நாற்காலி வரிசையை வரைந்து அதிகாரப் பீடங்களை அசைக்க

முயன்ற தகவலைக் கலை விமர்சகர் இந்திரன், தம்முடைய கட்டுரை ஒன்றில் குறிப்பிட்டிருக்கிறார். பேசக்கூடிய ஓவியங்களையே அவர் விரும்பினார். கவிஞர் காசி ஆனந்தன், "மோனோலிசா ஓவியம் தனக்குப் புரியவில்லை. ஓவியராக உங்களுக்கு ஏதாவது புரிகிறதா" என்றபோது, "எனக்கும் அந்த ஓவியம் என்ன சொல்ல வருகிறது என்பது புரியவில்லை" என்றுதான் சொல்லியிருக்கிறார்.

விசேஷ காரணங்களையும் வியக்கத்தக்க விவரங்களையும் அவரால் தந்திருக்க முடியும். என்றாலும், எந்தப் பாசாங்குமில்லாமல் மனதில் பட்டதை அப்படியே ஒப்புக்கொள்ளும் தன்மையே அவரிடம் இருந்திருக்கிறது. கலைகள் மக்களுக்கு ஏன் புரியவேண்டும். கலா ரசிகர்களின் பசிக்குத் தீனியானால் போதாதா? என்றெல்லாம் கேட்கக்கூடிய நிலையில், மக்களுக்குப் புரியும் மொழியில் ஆக்கப்படுவதே கலை என்னும் உறுதியைக் கொண்டிருந்தவர் அவர். தமிழகச் சூழலில் அண்ணன் வீர.சந்தானம் ஒருவர்தான் உலகம் முழுக்க நிலவிவந்த அரசியல் மாற்றங்களையும் எழுச்சிகளையும் ஓவியக் கித்தானில் சொல்ல விழைந்தவர்.

மத்திய அரசின் நெசவாளர் சேவை மையத்தில் உயர் பதவியில் இருந்தபோதும்கூட, அவர் எண்ணங்களும் செயல்பாடுகளும் மக்களை நோக்கியே அமைந்திருந்தன. துறைசார்ந்த பங்களிப்பில் இரண்டு முறை தேசிய விருது பெற்றிருக்கிறார். பல்வேறு அரசியல் நெருக்கடிகள் காரணமாக இந்தியாவின் பல பகுதிகளுக்கு அவர் பந்தாடப்பட்டிருக்கிறார்.

ஈழ விடுதலையை முன்வைத்து அவர் ஆற்றிவந்த காரியங்களுக்காக அரசு அவருடைய பெயரைக் கண்காணிப்புப் பட்டியலில் வைத்திருந்தது. பணிநிமித்தம் தன் இரண்டு மகள்களிடமிருந்தும் மனைவியிடமிருந்தும் பிரிய நேர்ந்திருக்கிறது. என்றாலும், மக்களிடமிருந்து அவர் ஒருநாளும் பிரிந்ததில்லை. ஓவியத்தின்மீது தான் கொண்டிருந்த தீவிரமான ஈடுபாட்டால், தன் மனைவிக்குப் பல ஆண்டுகளாகத் தனிமையைப் பரிசளிக்க நேர்ந்ததைக் கவலையோடும் விரக்தியோடும் வெளிப்படுத்தியிருக்கிறார். மனைவிக்கு மனநிலை பிறழ்ந்ததே தன்னால்தானென்ற குற்ற

உணர்வை ஒளிவு மறைவில்லாமல் தன்னைப் பற்றிய ஆவணப் படத்தில் ஒப்புக்கொண்டிருக்கிறார். பேரக்குழந்தைகளைக் கொஞ்சுவதுபோலவே குழந்தையான என் மனைவியையும் இப்போதும் கொஞ்சிக் கொண்டிருக்கிறேன் எனச் சொல்லி, ஆறாகப் பெருக்கெடுக்கும் கண்களை அலட்சியத்துடன் துடைத்திருக்கிறார். மக்களை நேசிக்கக்கூடிய கலைஞனுக்கு இப்படியான இக்கட்டுகளும் இடர்ப்பாடுகளும் வேதனைக்குப் பதிலாக வேகத்தையே கொடுக்கின்றன.

முன்னிலும் தீவிரமாகச் செயல்படும் மூர்க்கத்தையும் தாக்கத்தையும் அத்தகைய சூழல்கள் அமைத்துத் தருகின்றன. எண்பதுகளின் பிற்பகுதியில் ஈழப் போராட்டத்தின் விதைகள் தமிழக மண்ணிலும் தூவப்பட்டன. மதம், கட்சி, சாதிப்பாகுபாடின்றித் தமிழ்ச்சமூகமே ஈழத்துக்கான ஆதரவு நிலையை அப்போது எடுத்திருந்தது. அப்பாவித் தமிழர்கள் சிங்களப் படையினரால் கொல்லப்பட்டது போதாதென்று, இந்தியாவும் அமைதிப்படை என்னும் பேரால் தமிழர்களைக் கொன்று குவித்தது.

இந்திராகாந்திக்குப் பிறகு இனப்படுகொலை என்னும் சொல்லைப் பயன்படுத்திய அண்ணன் வீர.சந்தானம், சிங்கள அரசுக்கும் இந்திய அரசுக்கும் எதிரான ஓவியங்களைத் தீட்டிக் காட்சிப்படுத்தினார். அதன் விளைவாக வெவ்வேறு குழுக்களாகத் தமிழகத்தில் உலவிவந்த ஈழ விடுதலை அமைப்புகள் பலவற்றுடனும் அவருக்குத் தொடர்பு ஏற்பட்டது. அதன் காரணமாகவே "முகில்களின் மீது நெருப்பு" என்னும் ஓவிய நூலும் வெளிவந்தது.

கவிஞர் சேரனின் கவிதை வரியைத் தலைப்பாகக் கொண்டு வெளிவந்த அந்த ஓவிய நூல், அரசியல் தளத்திலும் பொதுமக்கள் மத்தியிலும் மிகக் காத்திரமான விவாதத்தைத் தொடங்கிவைத்தது. இராசகிளி பதிப்பகத்தால் வெளியிடப்பட்ட அந்நூலே தமிழில் வெளிவந்த முதல் ஓவிய நூல். ஈழத்தில் விடுதலைப் போராளி குட்டிமணியின் கண்கள் சிங்களப் படையினரால் பிடுங்கி எறியப்பட்டதைக் கண்டித்து அண்ணன் வீர.சந்தானம் வரைந்த ஓவியங்கள், இனப்படுகொலையின் கோரத் தாண்டவத்தை இப்போதும் எச்சரித்துக் கொண்டிருக்கின்றன. மொழியால் மட்டுமே ஓர்

இனம் மூச்சுவிடும் என்பதை அவர் அறிந்துவைத்திருந்தார். எனவேதான், தன் ஓவியங்களை அவர் தமிழ்பேசும் ஓவியங்களாகத் தகவமைத்தார். அவருடைய ஓவியங்களில் மிகுதியாக ஒடுக்கப்பட்ட மக்களின் முகங்களே வெளிப்பட்டன. புனரமைக்கப்படாத ஓர் ஆதி இனத்தின் அவலக் குரலை அவருடைய கோடுகள் பிரதிபலித்தன.

முதல் சந்திப்பிலேயே பிடித்துவிடக்கூடிய முகவெட்டும் தாடியும் கம்பீரமும் அவருடையது. வாக்கியங்களை விட்டுவிட்டு உதிர்த்தாலும் அவற்றுக்கு இடையே விரவிவரும் கவிநயம் யாரையும் வசீகரித்துவிடும். இயக்குநர் பாலுமகேந்திரா அந்த வசீகரத்தால்தான் 'சந்தியாராக'த்தில் அவரை நடிக்கவைத்தார். அவரைத் தொடர்ந்து பல இயக்குநர்கள் தங்கள் படங்களில் அவரைப் பயன்படுத்தியிருக்கிறார்கள். இளவயதில் எம்.ஜி.ஆர். ஆகவேண்டும் என ஆசை கொண்டிருந்தாலும், அவர் நடிக்க வந்தபோது அந்த ஆசையிலிருந்து வெகுதூரம் விலகியிருந்தார்.

எந்தப் பாத்திரமானாலும் ஏற்று நடிக்கும் ஆவலை அவர் அறவே தவிர்த்திருந்தார். முழுநேர நடிகனாகத் தன்னை நிறுவிக்கொள்ள அவரால் முடிந்திருக்கும். என்றாலும், வர்த்தக சினிமா வலையில் சிக்கிக்கொள்ள அவர் துளியும் விரும்பவில்லை. எத்தனையோபேர் வற்புறுத்திக் கேட்டபொழுதும்கூட எண்ணிச் சொல்லும்படியான படங்களில் மட்டுமே நடித்திருக்கிறார். அவர் நடிக்க ஒப்புக்கொண்ட படங்கள், ஓரளவுக்காவது தமிழ் வாழ்வியலைச் சொல்லும்படியான படங்களாக இருந்தன.

இயக்குநர் வ.கௌதமன் இயக்கிய மகிழ்ச்சி திரைப்படத்திலும் அவர் நடித்திருக்கிறார். எழுத்தாளர் நீல.பத்மநாபனின் தலைமுறைகள் நாவலைத் தழுவி எடுக்கப்பட்ட அப்படத்தில் நடிக்க வேண்டுமென கௌதமன் கோரிக்கை வைத்தபோது, "அன்புகொண்ட உனக்காகத் தொழுநோயாளியாகவும் நடிக்கத் தயார்" என்றிருக்கிறார். கௌதமன் கேட்கப்போனதும் அப்படியான கதாபாத்திரத்திற்காகத்தான். சொல்லத் தயங்கிக்கொண்டிருந்த வேளையில், அவராகவே அப்படிச் சொன்னதை ஆச்சர்யத்தோடு அப்படம் வெளிவந்த சமயத்திலேயே ஒரு நேர்காணலில்

யுகபாரதி

கௌதமன் நெகிழ்வோடு பகிர்ந்துகொண்டிருக்கிறார். தொழுநோயாளி கதாபாத்திரத்தில் நடிக்க, வீட்டிலிருந்தே அந்த வேசத்தைப் போட்டுக்கொண்டு படப்பிடிப்புத் தளத்திற்குப் போயிருக்கிறார். கிழிந்த அழுக்கான பார்க்கவே சகியாத கோலத்தில் படப்பிடிப்புக்குப்போன அவர், தன்னை யாரென்று காட்டிக்கொள்ளாமல் வி.எஸ்.ராகவனின் அருகில் போடப்பட்டிருந்த நாற்காலியில் போய் அமர்ந்திருக்கிறார்.

தொழுநோயாளி வேடத்திலிருந்தாலும் திமிரும் செருக்கும் நிரம்பிய அவருடைய உடல்மொழி யாரையும் அச்சுறுத்தும். தனது அருகில் வந்து அமர்ந்திருக்கும் தொழுநோயாளியைப் பார்த்த பழம்பெரும் நடிகரான வி.எஸ்.ராகவனுக்கோ அந்தக் கோலமும் அவர் செய்கைகளும் அசூயையாகப் பட்டுவிட்டன. உடனே, தனக்கு அருகில் யாரோ ஒரு பிச்சைக்காரன் வந்து அமர்ந்திருக்கிறான் எனக் குய்யோ முறையோ எனச் சத்தம் போட்டிருக்கிறார். அப்போதும் வீர.சந்தானம் தன்னை யாரென்றே சொல்லாமல் பராக்குப் பார்த்தபடி அமர்ந்திருக்கிறார். "முதலில் இந்த ஆளை வெளியே அனுப்புங்கள்; இல்லையென்றால் நான் நடிக்க மாட்டேன்" எனவும் ராகவன் ஆதங்கப்பட்டிருக்கிறார்.

அதன்பிறகு இயக்குநர் கௌதமன் வந்து விவரத்தை விளக்கிய பிறகுதான் படப்பிடிப்பு அமைதியாகத் தொடர்ந்திருக்கிறது. வேசம் எதுவென்றாலும் பொருந்திப்போகக்கூடிய சாயலை அவர் முகம் கொண்டிருந்தது. எதையும் உள்வாங்கிக்கொண்டால் அதுவாகவே மாறிவிடும் அற்புதமான கலைஞராகவும் அவரிருந்தார். அவர் நடிகராக வேசமேற்றப் பல படங்களுக்கு நான் பாடல் எழுதியிருக்கிறேன். ஒலிநாடா வெளியீட்டு விழாக்களில் சந்திக்கும்போது, "கேட்டேன், நல்லா இருந்துச்சு" என இறுக அணைத்துக்கொள்வார். "நீ வருவேன்னு தெரியும். ஆனா ஊடக அரசியலையும் திரைத்துறைச் சவால்களையும் எதிர்கொண்டு நீச்சலடிக்கிறியே அதுதான் பெரிய சாதனை" என உச்சிமோந்து அவர் நெற்றியில் இட்ட முத்தக் கறைகளை, தற்போதைய மரணக் கண்ணீர் வந்து அழித்துக்கொண்டிருக்கிறது.

அண்ணன் வீர.சந்தானம் நடிப்பிற்கான தேசிய விருதையும் ஒருமுறை பெற்றிருக்கிறார். அரிதாரம் பூசிக்கொண்டு திரையில்

தோன்றுவதன் மூலம் அதிகமான மக்களிடம் தம்முடைய குரலும் ஓவியங்களும் பரவும் என்பதற்காகவே நடிக்க ஒப்புக்கொண்டதாக ஒரு நேர்காணலில் சொல்லியிருக்கிறார். இயக்குநர் மீராகதிரவனின் "அவள் பெயர் தமிழரசி" என்னும் திரைப்படத்தில் தோற்பாவைக் கூத்துக் கலைஞராக நடித்திருக்கிறார். இயல்பிலேயே அண்ணன் வீர. சந்தானம் தோற்பாவைகளின் வண்ணங்களையும் வடிவங்களையும் உட்செறித்தவர். இன்னும் சொல்லப்போனால், தோற்பாவைகளை நவீன ஓவிய மரபாக்கிய பெருமையும் அவருக்குண்டு.

பீட்சா, கத்தி, என அவர் பல படங்களில் நடித்திருந்தாலும் சந்தியாராகத்திற்குப் பிறகு மனதில் பதிந்த கதாபாத்திரமாக அதைத்தான் சொல்லமுடியும். நலிந்த கூத்துக்கலைஞனின் குரலை மீராகதிரவன் மிக நேர்த்தியாகப் பதிவு செய்திருப்பார். படம் வெகுவாகச் சிலாகிக்கப்படவில்லை. என்றாலும், அண்ணன் வீர.சந்தானத்தின் நடிப்பு பலருக்கும் பிடித்திருந்தது. அவர் நடிக்கவில்லை, அப்படியே வாழ்ந்திருக்கிறார் எனவும் சில பத்திரிகைகள் குறிப்பிட்டிருந்தன. உண்மையிலேயே அவர் கூத்துக் கலையை உள்வாங்கியவர் என்பது பலருக்குத் தெரியாது. கே.சி.எஸ். பணிக்கர், எஸ். தனபால், ஏ.பி.சந்தானராஜ் ஆகிய ஓவிய, சிற்ப மேதைகளை ஆசிரியராகக் கொண்டிருந்த அவர், தனக்கான ஓவியப்பாணியைத் தஞ்சாவூர் மரபு ஓவியங்களிலிருந்து உருவாக்கிக் கொண்டதாகக் கருத இடமுண்டு.

பிற்காலச் சோழர்களால் உருவாக்கப்பட்ட தஞ்சாவூர் ஓவிய மரபு, நாயக்கர், மராட்டியர் வருகைக்குப்பின் உச்சத்தை அடைந்தது. சிற்பக்கலை, கட்டடக்கலை உள்ளிட்ட பல்வேறு கலை வடிவங்கள் ஒன்றிணைந்த மரபே தஞ்சாவூர்ப் பாணி ஓவிய மரபு. தஞ்சாவூர்ப் பாணி என்பது தனித்தத் தன்மையுடையதல்ல. அது ஏனைய கலை வடிவங்களின் கூட்டுக் கலவையே.

தோற்பாவைகள், திரைச்சீலைகள், சுதைச் சிற்பங்கள், வெண்கலம் சார்ந்த தஞ்சாவூர்த் தட்டுக்கள், சுவரோவியங்கள் ஆகியவற்றையே தஞ்சாவூர்ப் பாணி என்கிறோம். அண்ணன் வீர.சந்தானம், தென்னிந்தியத் தோற்பாவை மரபையும்

பாரம்பரிய வண்ண மரபையும் சுவரோவியக் கோடுகளையும் தன்னுடைய ஓவியங்களில் கொண்டுவந்தவர். நம்முடைய பெண்கள் வாசலில் இடும் கோலங்களையும் மரச்சிற்பங்களில் பதியப்படும் பல்வேறு விதமான உருவங்களையும் இணைத்து ஒரு புதிய மரபை உருவாக்கிக் காட்டியவர்.

சின்னதும் பெரியதுமாக நீளும் அவருடைய கோடுகள், உருவத்திலிருந்து அரூபங்களைச் சமைத்தன. அதனால்தான் வீர.சந்தானத்தின் ஓவியங்கள் "உள் மனதில் தாக்கங்களை நிகழ்த்தும் மந்திர சக்தி மிக்கவை" எனப் பேராசிரியர் வீ. அரசு எழுதியிருக்கிறார். தாந்திரிக மரபையும் கலை கலைக்காக என்னும் பார்வையையும் ஆரம்பத்தில் கொண்டிருந்த அண்ணன் வீர.சந்தானம், ஒரு காலத்திற்குப் பிறகே தன்னுடைய பாதை எதுவென்று வரையறுத்திருக்கிறார்.

"ஒரு நடன மாதுவையோ, ஒரு தெய்வத்தின் நிலையையோ அல்லது இயற்கை எழிலையோ வரைந்தால் ஓவியமென்று கொண்டாடுபவர்கள் தன் சகல பலத்தையும் ஒன்று திரட்டி, கழுத்து நரம்பு புடைக்க ரிக்‌ஷா இழுப்பவனை வரைந்தால் ஓவியமில்லை என்கிறார்களே" என வருந்திய அவர், வாழ்க்கைக்கும் ஓவியத்திற்குமுள்ள இடைவெளியைக் குறைக்க விரும்பினார். குறைக்க விரும்பினார் என்பதுகூட சரியில்லை. இடைவெளியே இருக்கக்கூடாது என்பதுதான் அவர் எண்ணமாயிருந்தது.

ஈழத்தில் தொடங்கிய இனப்படுகொலைக்கு எதிராக ஆரம்பித்த அவருடைய ஓவியப் பயணம், முள்ளிவாய்க்கால் நினைவு முற்றத்தில், அப்போரின் அவலங்களைக் கல்லில் சிற்பங்களாக வடிக்கும்வரை நீண்டது. தஞ்சையை அடுத்த விளாரில், அப்பணியில் அவர் ஈடுபட்டிருந்த நேரத்தில் ஒருமுறை அவரைப் பார்க்கப் போயிருந்தேன். கனல் கக்கும் கண்களுடன் இரவுபகலாக அப்பணியை அவர் செய்துகொண்டிருந்தார். "சோழர் காலக் கல்வெட்டுக்களில் தமிழனின் வீரத்தைக் காண்கிறோம். இதோ நான் செய்து கொண்டிருக்கும் இந்தக் கல்வெட்டுக்கள், தமிழனின் சோகத்தைச் சொல்லப் போகின்றன" என வானத்தைப் பார்த்துக் கையுயர்த்தினார். ஈழம் விடுதலை அடைவதைப் பார்க்காமல் நான் கண்மூட மாட்டேனெனச் சொல்லிக்கொண்டிருந்தார்.

அதையே என் நூல்கள் வெளியீட்டிலும் பேசினார். நம்பிக்கைப் பொய்த்துப் போவதில்லை என எத்தனையோ பேர் எழுதியிருக்கிறார்கள். ஆனாலும், நிஜம் எப்போதும் நம்பிக்கையின் எதிர்த் திசையைத்தான் கலைஞர்களுக்குக் காட்டுகிறது.

உலகமே கூடி நின்று ஓர் இனத்தை அழித்தொழிக்கும் காரியத்தில் ஈடுபடுகையில் அதை எதிர் கொள்ள ஆயுதங்களாலேயே முடியாதபோது, காகிதங்களாலும் தூரிகைகளாலும் என்ன செய்துவிட முடியும்? தோற்கக்கூடியவர்களை நான் தம்பிகளாகப் பெறவில்லை என மேடைதோறும் அவர் முழங்கிவந்தாலும், காலத்தால் தோற்கடிக்கப்பட்ட அண்ணனுக்காக அவருடைய தம்பிகள் கண்ணீர் வடிக்கும் நிலையே ஏற்பட்டிருக்கிறது.

அண்ணன் வீர.சந்தானம், அமைப்புகளின் அளவைப் பார்க்காமல் தன்மையைப் பார்த்தே ஆதரவளிப்பவர். லட்சம்பேர் கூடியிருக்கும் மேடையானாலும் பத்துபேர் மட்டுமே கூடி ஆலோசிக்கும் அரங்கமானாலும் தன்னுடைய பங்களிப்பைத் தமிழ்த்தேசிய நலனுக்காகச் செய்து கொண்டிருந்தவர். ஓவியம்மூலம் அவர் ஈட்டிய தொகையைப் பல சிற்றதழ்களுக்குக் கொடையாகக் கொடுத்தவர். அரங்கேற்றம், இனி, தோழமை, நந்தன், தமிழர் கண்ணோட்டம் ஆகிய இதழ்களில் அவர் தொடர்ந்து ஓவியங்களை வரைந்துகொண்டிருந்தார். ஓவியர் ஆதிமூலம் சோழ மண்டல ஓவிய கிராமத்தை உருவாக்கியதைப் போல தாமும் தாம்பரத்தை அடுத்த படப்பையில் ஓவிய கிராமம் ஒன்றை உருவாக்கத் திட்டமிட்டார். எழுத்தாளர்களும் ஓவியர்களும் ஒன்றிணைந்து செயலாற்றும் தளமாக ஓர் இடத்தை உருவாக்கும் முயற்சியில் ஈடுபட்டு ஓரளவு சாத்தியப்படுத்தினார்.

மனைகளை வாங்கி மிகக் குறைந்த விலைக்குப் பகிர்ந்தளித்தார். இப்போதும் ஓவியர் விஸ்வம், நெடுஞ் செழியன், ராமன் போன்றவர்கள் அங்கிருந்தே தங்களது ஆக்கங்களை உருவாக்கி வருகிறார்கள். மிகமிகக் குறைந்த விலைதான் என்றபோதும் வயிற்றுப்பாட்டுக்கே வழியில்லாமல் இருந்த அந்தக் காலத்தில் அண்ணனின்

விருப்பத்திற்கு என்னால் இசைவு தெரிவிக்க முடியாமல் போனது. சில ஆண்டுகளுக்கு முன்பு ஒருமுறை படப்பைக்கு வருகிறேன் என்றதும் "வேண்டுமானால் நான் கட்டியிருக்கும் வீட்டில் தங்கிக்கொள்ளேன்" என்றார். எழுத்து, படைப்பு எல்லாவற்றையும் தாண்டி தாயுள்ளத்தோடு அவர் சொல்லிய அந்த வார்த்தைகளில் பொதிந்திருந்த அன்புக்கு ஈடாக எதுவுமே இல்லை. எதையுமே அவருக்கு மறைத்துவைத்துப் பழக்கமில்லை. நண்பர்களோடு இணைந்து எப்போதாவது குடியைக் கொண்டாடுவார்.

சதா கைகளில் புகையும் சிகரெட்டை "விட்டுடலாமே அண்ணா" என்றேன். "கோவிந்தசாமியை விட்டாலும் இவனை விட முடியவில்லையே" என்றார். அது யார் கோவிந்தசாமி என்றதும், "ஒருமுறை நண்பர்கள் தொந்தரவு தாங்காமல் குடிக்க நேர்ந்தது. குடி சும்மா இருக்குமா, நேரம் போனதே தெரியவில்லை. அப்போ ஒங்க அண்ணி மட்டுந்தான் வீட்டுல. நான் நண்பர்களோடு பேசிவிட்டு வீட்டுக்குப் போகத் தாமதமாகிவிட்டது. வீட்டுக்குப் போனதும் குடிக்கப் போனேன் என்றால் தவறாகிவிடுமேன்னு கோவிந்தசாமியைப் பாக்கப் போயிருந்தேன் எனக் கதைவிட்டேன். அதிலிருந்து எப்போது குடிக்க நேர்ந்தாலும் கோவிந்தசாமியைப் பார்க்கப் போனதாகச் சொல்லத் தொடங்கினேன்.

ஒருகட்டத்தில், ஒங்க அண்ணியே கோவிந்தசாமியப் பாக்கப் போயிட்டீங்களான்னு கேட்கத் தொடங்கினா. யாருன்னே தெரியாத கோவிந்தசாமி பலதடவ என்னக் காப்பாத்தியிருக்கான்" என்று சொல்லிவிட்டு "அந்த கோவிந்தசாமிப் பயல நீ பாத்துடாத" எனவும் எச்சரித்தார். அவர் வீட்டுக்குப் போனால் வீடு நிரம்ப அடுக்கிவைக்கப்பட்டிருக்கும் ஓவியங்களை வரிசையாகக் காட்டுவார்.

"இது போனவாரம் காவிரிப் பிரச்சனைக்காக வரைந்தது. இது முல்லைப் பெரியாறுக்கு, அதோ அது இருக்கிறதே அது மீனவர்கள் சுட்டுக்கொல்லப்பட்டதை முன்னிட்டு" எனத் தமிழர்களின் ஜீவாதாரப் பிரச்சனைகளுக்கு எப்போதெல்லாம் சிக்கல் ஏற்படுகிறதோ அப்போதெல்லாம் ஓவியத்தால் எதிர்வினையாற்றினார். பெரும்பாலும் தமிழகத்தில் காணக்கிடைக்கும் பண்டைய ஓவியங்கள் கடவுளோடும்

மதங்களோடும் சம்பந்தமுடையவை. ஆனால், உலகியல் சார்ந்த ஓவியமரபு தமிழர்களுக்கு இருந்துள்ளது. அதற்கான சான்றுகளை நம்முடைய பழைய இலக்கியங்கள் வழங்குகின்றன. அது பற்றிய விரிவான ஆய்வு தேவை எனத் தமிழறிஞரும் பேராசிரியருமான கா.சிவத்தம்பி சொல்லியிருக்கிறார். அந்தப் பணியை மேற்கொள்ளத் தகுதியடையவராக இருந்தவர்களில் வீர.சந்தானமும் ஒருவரென்று ஆய்வாளர் எஸ்.வி.ராஜதுரை தம்முடைய கட்டுரையில் குறிப்பிட்டிருக்கிறார்.

ஆய்வுப்பணியை மேற்கொள்வது ஒருபுறமிருக்க, தன்னுடைய கலையாற்றலைக்கூட முழுமையாக வெளிப்படுத்தாமல், ஒருமுழுநேரத் தமிழ்த்தேசியப் போராளியாக வாழ்ந்து மறைந்திருக்கிறார் எனவும் அக்கட்டுரையில் எஸ்.வி. ஆர். வருந்தியிருக்கிறார். அண்ணன் வீர.சந்தானத்தைப் பொறுத்தவரை எந்த விளம்பரத்தையும் எந்த விமர்சனத்தையும் பொருட்படுத்தியதில்லை.

மாறாக, போராட்டக்களத்தில் இறங்கி முழக்கமிடுவதிலும் சிறை செல்வதிலும்தான் குறியாயிருந்தார். அரசின் அடக்குமுறைக்கும் ஒடுக்குமுறைக்கும் அஞ்சாதவராகச் செயல்பட்டார். கலைஞர்களோ எழுத்தாளர்களோ பெரிதில்லை. களத்தில் நின்று போராடுபவர்களே பெரியவர்கள் என அவர் கருதினார். தமிழகத்தில் இன்றுள்ள எல்லா அரசியல் தலைவர்களோடும் அவருக்கு நெருக்கமான தொடர்புண்டு. என்றாலும், அவர்களில் யார் ஒருவர் மக்கள் விரோதச் செயலில் ஈடுபட்டாலும் அதை அவர் ஏற்றுக்கொண்டதில்லை. முகத்திற்கு நேரே விமர்சித்து வெளியேறிவிடுவார்.

ஓட்டு அரசியலைவிட்டு மக்கள் அரசியலுக்கு வாருங்கள் என்றுதான் ஒவ்வொரு அரசியல்வாதிகளையும் அவர் கேட்டுக்கொண்டிருந்தார். “தமிழ்ப் பாதுகாப்பு இயக்கம்” என்னும் பெயரில் தொல்.திருமாவளவனும் மருத்துவர் ராமதாஸூம் கைகோர்க்கக் காரணமாயிருந்தவர்களில் முதன்மையானவர் வீர.சந்தானமே. தமிழ்ப்பாதுகாப்பு இயக்கத்தின் மூலம் உதிரி உதிரியாயிருந்த தமிழ் அமைப்புகளை ஒன்றுசேர்த்து மாலையாகத் தொடுக்கும் ஆர்வம் அவருக்கிருந்தது. என்றாலும், பல்வேறு காரணங்களால்

அவருடைய முயற்சிகள் பின்னடைவைக் கண்டன. தமிழ் இணைப்பு மூலம் சாதியத்தை வேரோடும் வேரடி மண்ணோடும் பிடுங்கி எறிய அவர் எடுத்துக்கொண்ட சங்கல்பம், பொய்யாய்ப் பழங்கதையாய்ப் போனது. இனத்தையும் மொழியையும் சாதி விழுங்கி ஏப்பம்விடும் என்பதைப் பின்னால்தான் அவருமே புரிந்துகொண்டார். அவர் ஆசை ஆசையாகத் தஞ்சையில் நிறுவிய முள்ளிவாய்க்கால் முற்றத்திற்கு ஆளும் அரசால் ஆபத்து நேரவிருந்த சமயத்தில் குரல் தழுதழுக்க அவர் உரையாடிய உஷ்ணத்தை அவ்வளவு எளிதாக என்னால் கடந்துவிடமுடியாது.

பத்திரிகையாளரும் என் நண்பருமான டி. அருள்எழிலன் எழுதி இயக்கிய "கள்ளத்தோணி" குறும்படத்தில் வயதான ஈழ அகதியாகத் தோன்றுவார். பேத்திக்கும் தாத்தாவுக்குமான உரையாடல்கள், அச்சு அசலான உண்மைத்தன்மையோடு வெளிவர அவருடைய உடல்மொழி உதவியிருக்கிறது. போர் என்றால் என்னவென்று கேட்கும் பேத்திக்கு வேதனையோடு அவர் விளக்கிக்காட்டுவார். அப்போது உடல் நடுங்கிக் குரல் சிறுத்து அவரே வேறு ஒருவராய்த் தெரிவார். அவர் அக்குறும்படத்தில் வெளிப்படுத்திய உணர்வுகள், கல்லான ஒருவரையும் கண்ணீர்க் கடலுக்குள் தள்ளிவிடும்.

அதேபோல லயோலா கல்லூரியின் ஊடகப் பிரிவினர் தயாரித்த வேட்டியிலும் அவருடைய நடிப்பு குறிப்பிட்டுச் சொல்லும்படி அமைந்திருந்தது. இறுதிக் காட்சியில் 'தூ' எனக் காறித்துப்பும்போது திருந்தாத சமூகத்தின் மீது மொத்தக் கோபத்தையும் கொட்டியிருப்பார். "ரொம்ப அருமையா துப்பியிருக்கீங்கண்ணே" என்றபோது, பாரதி ஒனக்குத் தெரியுமா என்னுடைய காதலே காறித் துப்பிய காதல்தான்" என்றார்.

"என்னாண்ணே சொல்றீங்க" என்றதும், "நான் வேலை பார்த்து வந்த நெசவாளர் சேவை மையத்திற்கு அருகில்தான் சாந்தா வீடிருந்தது. நான் வந்துவிட்டதைத் தெரிவிக்க மூன்றுமுறை காறித்துப்புவேன். உடனே, சாந்தா வெளியே வந்து பார்த்துச் சிரிக்கும். உலகமே காதலைக் காறித் துப்பிக்கொண்டிருந்த காலத்தில் நானும் சாந்தாவும் காறித் துப்பித்தான் காதலை வளர்த்தோம்" என்று சொல்லி

சிரித்துக்கொண்டார். இதே சம்பவத்தை மருத்துவமனையில் பலரிடமும் சொல்லிச் சொல்லி மகிழ்ந்திருக்கிறார். சூழலின் இறுக்கத்தைத் தளர்த்த அவர் கையாளும் உத்திகளில் இதுவும் ஒன்று. நெருப்புக்கக்கும் ஓவியங்களை ஒரு பக்கம் தீட்டிக்கொண்டே, எதார்த்த வாழ்வின் சுவாரஸ்யங்களை அவர் சுகிக்கத் தெரிந்தவர். ஒரு சம்பவத்தையோ சூழலையோ விவரிக்கும்பொழுது, பெரும்பாலும் அவர் ஒரு நாடகக்காரனாக அவதாரம் எடுத்துவிடுவார். சொல்லவந்த விஷயத்தைச் சுவைபடக் கூறுவதில் அவருக்கிருந்த பேரார்வம் ஒரு தேர்ந்த எழுத்தாளனைத் தோற்கடித்துவிடக் கூடியது.

ஈழத்தில் நிகழ்ந்த இறுதிப் போரை விவரிக்கையில், "காந்திதேசம் கொடுத்தது, புத்த தேசம் கொன்னது" என ரத்தினச் சுருக்கமாய் ஒரு மேடையில் பேசினார். நீட்டி முழக்காமல் நேரடியாகச் சொல்லிவிடக் கூடிய ஆற்றல் அவருடையது. தனக்கு நெருக்கமானவர்கள் கருத்துரீதியாக வேறுபட்டாலும் அரசியல்ரீதியாக மாறுபட்டாலும் அதை அவர்களிடமே தைரியத்தோடு விவாதிப்பார். தமிழ்ப் பாதுகாப்பு இயக்கம் சிதைவுண்ட பொழுதும் இறுதி யுத்தத்தில் தமிழர்கள் கொல்லப்பட்டபொழுதும் அதற்குக் காரணமானவர்களை அவர் கண்டிக்கத் தவறியதில்லை.

ஈழப் பிரச்சனையில் ஈடுபாடு கொண்டிருந்த வைகோவிடமும் பழ.நெடுமாறனிடமும் அவர் வைத்திருந்த மதிப்பும் மரியாதையும் அதிகம். தமிழர்கள் ஒன்றிணையாமல் பங்காளிச் சண்டைகளைப் போட்டுக் கொண்டிருப்பதால்தான் எதிரிகள் நம்முடைய நிலத்தையும் வளத்தையும் அபகரித்துக்கொண்டிருக்கிறார்கள் என்று ஒவ்வொரு மேடையிலும் சொல்லிக்கொண்டிருந்தார்.

சர்வதேசச் சமூகத்திடம் சுட்டுவிரல் நீட்டி அவர் அறைகூவல் விடுத்தக் காணொளி இப்போதும் இணையத்தில் கிடைக்கிறது. "தமிழர்கள் தனிநாடு கண்டுவிடக் கூடாதெனக் கங்கணம் கட்டியிருக்கும் இந்தியாவின் வேலைத் திட்டத்திற்கு ஒத்தூதும் சர்வதேசச் சமூகமே, ஒருநாள் எங்கள் கனவும் உறுதியும் பலிக்கத்தான் போகிறது. உலக வரலாற்றில் எந்த ஒரு இனமும் விடுதலைக் கனவை விலக்கிக்கொண்டதில்லை. எண்ணிக்கையிலும் அளவிலும் சிறியதாக உள்ள இனம்கூட

விடுதலை பெற்றிருக்கையில் எங்கள் தாயகக் கனவை நாங்கள் ஒருபோதும் ஒதுக்க மாட்டோம். மேலும் போராடுவோம்" என்று அவர் தன்னிச்சையாகப் பேசி வெளியிட்ட பதிவிலிருந்தே அவருடைய உள்ளக் கிடக்கையை உணர்ந்துகொள்ள முடியும்.

சென்னை ஓவியக் கல்லூரிக்கு நூறாண்டுக்கும் மேலான பாரம்பர்யம் உண்டு. அந்தப் பாரம்பர்யத்தின் முதல் கண்ணியாக தனபால், முருகேசன், கே.எம். ஆதிமூலம், தட்சிணாமூர்த்தி, ஆர்.டி.பாஸ்கர் ஆகிய ஓவியர்கள் இருந்திருக்கிறார்கள். அடுத்த கண்ணியாக வீர.சந்தானம், ட்ராட்ஸ்கி மருது உள்ளிட்டவர்கள் வருகிறார்கள். அரசியல் புரிதலையும் ஓவிய மரபையும் உள்வாங்கிக்கொண்ட அவர்கள் ஒரே நேரத்தில் பத்திரிகை, அரசியல், சினிமா ஆகிய மூன்று தளத்திலும் இயங்கியிருக்கிறார்கள்.

ஒன்றோடொன்று பின்னிப் பிணைந்திருக்கிறது. மூன்று தளங்களுமே வண்ணங்களையே பிரதானமாகக் கொண்டிருக்கின்றன. மக்களுக்கு யார் புதிய வண்ணங்களைத் தரப்போகிறார்களோ அவர்களே வெல்வார்கள். அண்ணன் வீர.சந்தானம் ஓவியராக இருந்தாலும் வண்ணங்களைவிட எண்ணங்களை விதைப்பதிலேயே விருப்பம் காட்டியவர். அவர் வரைந்து முடியாமல் வைத்திருக்கும் ஓவியத்தை யார் வந்து முடிக்கப் போகிறார்களோ? தெரியவில்லை. அதேபோல வண்ணங்களின் அரசியலை புரிந்துகொண்டு, இறுதியாக யார் வந்து இந்த ஏமாற்றுப் பேர்வழிகளின் முகத்தில் கரியைப் பூசப் போகிறார்களோ? அதுவும் தெரியவில்லை.

வெளுக்கவைத்த கருப்பெழுத்து

தயாராயிருங்கள் காம்ரேட். நாளையோ நாளை மறுநாளோ புரட்சி வந்துவிடும். கவலைகள் மடியப் போகின்றன. இழிவுகளும் கேடுகளும் தங்கள் மூட்டைகளைக் கட்டிக்கொண்டு கிளம்பக் காத்திருக்கின்றன. காலம் நம்மை நோக்கி வருகிறது. கவனமாயிருங்கள் என யாரோ சிலபேர் லட்சிய விதைகளை, நமக்குள் விதைத்துக்கொண்டே இருக்கிறார்கள். தொடர்ந்து அப்படிச் சிலபேர் விதைத்துக்கொண்டிருப்பதால்தான், ஓரளவாவது உயிர்ப்போடு இருக்கும் இன்றைய வாழ்வைச் சூனியம் கவ்வாதிருக்கிறது. சொந்த நலனை விட்டொழித்துத் தம்முடைய அந்திமக் காலம்வரை உழைக்கும் அந்த ஒரு சிலரே வரலாறுகளையும் உருவாக்குகிறார்கள். ஆனாலும், உலக வரலாறுகள் முழுக்கத் தவறாகவே எழுதப்படுகின்றன. தங்களை உருவாக்க உதவியவர்களை உழைத்தவர்களை அது ஒருபோதும் உண்மையாகக் குறித்து வைப்பதில்லை.

ஏழாம் வகுப்பு இறுதித்தேர்வு விடுமுறையில் எனக்கும் புரட்சி செய்து வரலாறாகும் எண்ணம் இருந்தது. அப்போது தஞ்சாவூர்ப் பூக்காரத் தெருவிலுள்ள சுப்பிரமணியசுவாமி திருக்கோவிலுக்குத் தட்டிபோர்டு எழுதுபவனாக நானிருந்தேன். தட்டிபோர்டு எழுதுதல் என்றால் ஒன்றுமில்லை.

கோவிலில் நிகழ்வுறும் விழாக்களைப் பற்றிக் குறிப்பெழுதி விளம்பரப்படுத்தும் வேலை. சதுரமாகவோ வட்டமாகவோ அல்லது நீள்சதுரமாகவோ தட்டியைத் தயாரித்து, வெள்ளைக் காகிதங்களை ஒட்டி, அதன்மேல் அவர்கள் தரும் குறிப்புகளை எழுதித்தர வேண்டும். இன்று லட்சார்ச்சனை விழா, விநாயகர் சதுர்த்தி சிறப்புப் பூஜை, தைப்பூசத் திருநாளை முன்னிட்டு பக்தர்கள் பால் காவடி, சந்தனக்காப்பு, பிரதோஷ சிறப்பு வழிபாடு என எதையாவது அந்தக் கோவில் குருக்களோ, ஈ.ஓ.வோ தரும் அறிவுரைப்படி எழுதித்தர வேண்டும்.

அதற்கென்றே கலர் மாத்திரைகள் என்னும் பேரில் கலர் வில்லைகள் ஸ்டேசனரிகளில் விற்பார்கள். ஒரு தட்டி எழுத குறைந்தது பத்து வில்லைகள் தேவைப்படும். அரக்குக்கலர் வில்லைகளும் பச்சைநிற வில்லைகளும் கூடுதல் விலை. அரக்கு வில்லைகளை இந்து மதத்தினரும் பச்சைநிற வில்லைகளை இஸ்லாமிய அன்பர்களும் வாங்கிப் பயன்படுத்துவார்கள்.

மதநம்பிக்கைகள்கூட வண்ணங்களால்தான் கட்டமைக்கப்பட்டுள்ளன. எனக்கு அந்த வேலையைச் செய்வதில் அலாதிப் பிரியம் இருந்தது. ஓவியனாகும் வெறியில் அலைந்துகொண்டிருந்த காலம் அது. அந்த வேலையைத் திறம்படச் செய்வதற்காகவே எழுத்துருக்களை வெவ்வேறு வகையில் எழுதிப் பழகினேன். சுவர் விளம்பரங்களில் எழுதப்பட்டிருக்கும் எழுத்துருக்களைக் காப்பி செய்தோ உள்வாங்கிக்கொண்டோ நானும் அதைப்போலவே எழுதிப் பார்ப்பேன். எழுதிப் பழகிய எழுத்துருக்களைத் தட்டி போர்டுகளில் செப்பமாகக் கொண்டுவர முயற்சி செய்வேன். போர்டைப் பார்ப்பவர்கள் வியக்க வேண்டும் என்பதற்காகவே நீட்டியும் குறுக்கியும் எழுத்துருக்களை நான் படுத்தியபாடு கொஞ்ச நஞ்சமல்ல.

சுப்பிரமணியசுவாமி கோவில் குருக்கள் கல்யாணராமன் என் அப்பாவின் அன்புக்குப் பாத்திரமானவர். அதன் காரணமாகவே அந்த வேலையை எனக்குக் கொடுத்தார்கள். அந்த வேலைக்குச் சொற்பச் சம்பளமும் உண்டு. தவிர, பூஜை அன்று விசேஷ மரியாதையும் கூடுதல் பிரசாதமும் கிடைக்கும். படித்துக்கொண்டே வேலையும் செய்து வந்த

என்னை அச்செயலுக்காகப் பலரும் பாராட்டுவார்கள். என்னை உற்சாகப்படுத்த அவர்கள் பாராட்டுவதைப் பெரிய விஷயமாக எடுத்துக்கொண்டு, போனவார பிரதோசத்திற்குக் கூட்டம் வந்ததே என்னால்தான் என்பதுபோல பிகு செய்வேன். பக்குவப்படாதபோது கிடைக்கிற பாராட்டு பரிகாசத்துக்குரியது என்று இப்போது புரிகிறது.

அது என் பிரதான வேலை இல்லை என்றபோதும் அதை மிகச் சிரத்தையோடு செய்துவந்தேன். முதல் நாள் தெரிவித்தால் மறுநாளே தட்டியைத் தயாரித்துத் தருவேன். விழாக்காலங்களில் இன்னும் விரைவாக. ஒருமுறை அவசரகதியில் விழா ஏற்பாடு செய்யப்பட்டது. என்னையும் அவர்கள் அவசரப்படுத்த லட்சார்ச்சனை என்பதற்குப் பதில் லட்சியார்ச்சனை என்று எழுதிவிட்டேன். கல்யாணராமனும் கவனிக்காமல் தட்டியைக் கோவில் முகப்பில் கட்டிவிட்டார். அவ்வளவுதான். ஒரே களேபரமாகிவிட்டது.

பக்தகோடிகளின் இதயம் புண்ணாகும்படி எழுதிவிட்டதாகப் புகார் கிளம்பியது. உடனே, அவ்வேலையில் இருந்து என்னைத் தூக்கிவிட்டார்கள். அதைவிடக் கம்யூனிஸ்ட்காரரின் பையன் என்பதால் வேண்டுமென்றே லட்சார்ச்சனையை லட்சியார்ச்சனையென்று எழுதிவிட்டதாகப் புரளியைக் கிளப்பினார்கள். வேண்டுமென்றே நான் அப்படி எழுதவில்லை என்று சொல்லியும் அவர்கள் நம்பவில்லை. என் ஓவியக் கனவுகள் அந்தச் சம்பவத்திலிருந்து பாழ்படத் தொடங்கின. ஆனாலும், நான் விடவில்லை.

ஓவியங்களை வரைய முறையாகப் பயில எவ்வளவோ முயற்சியெடுத்தேன். அன்று நவீன ஓவியத்தில் தேசிய விருது பெற்றிருந்த தும்பத்திக்கோட்டை ஓவியர்.புகழேந்தியிடம் போய் ஓவியம் கற்றுத்தர இயலுமா? என்றும் கேட்டிருக்கிறேன். நீங்களாக வரைந்து உருவாகவேண்டியதுதான். ஓரளவு வரைந்து தேர்ச்சி பெற்றபின் அதற்கென்றிருக்கும் கவின் கலைக் கல்லூரியில் சேருங்கள் என்றார். அந்த வார்த்தையைப் பின்பற்றிக் கொஞ்சகாலம் வரைந்து வந்தேன். சுவர் விளம்பரம் செய்துவந்த பலரையும் சந்தித்து என் ஆசையை வெளிப்படுத்தி என்னையும் வேலையில் சேர்த்துக்கொள்ளக் கேட்டேன். பலரும் பலவித காரணங்களைச் சொல்லித்

திருப்பி அனுப்பினார்கள். நானாகச் சில ஓவியங்களைக் கிறுக்கினேன். என்றாலும், விவேகானந்தரை வ. உ. சியைப் போலவும் காரல்மார்க்ஸை ஏங்கல்ஸை போலவும்தான் வரைய முடிந்தது.

எப்படியாவது எம்.எப். உசேனாகும் தீவிரத்திலிருந்த என் ஆர்வத்தைப் பொருட்படுத்தி, என்னைத் தம்பியாக்கிக் கொண்ட அண்ணன்கள்தான் வீரமணியும் நீலமேகமும். இரண்டுபேருமே கட்சி மாநாடுகளுக்குச் சுவர் விளம்பரம் எழுதுபவர்கள். அந்தக் காலத்தில் புகழ்பெற்றிருந்த தரணி சிமெண்ட் விளம்பரத்தை ஊர்தோறும் எழுதியவர்தான் நீலமேகம் அண்ணன். இரவு நேரங்களில்தான் அவர்களின் பணி தொடங்கும். வண்ணக்கலவைகளை வாளியில் கரைத்துக்கொண்டு தெருத் தெருவாகத் தோழர்கள் துணையோடு புரட்சிகரக் கருத்துகளை எழுதுவார்கள்.

நானும் அவர்களுடன் வாளி தூக்கவோ தூரிகையைக் கழுவித் தரவோ கிளம்புவேன். ஆளும் அரசைக் கண்டித்து அவர்கள் எழுதும்போது காவல்துறையினர் வந்துவிடுவார்கள். இப்படியெல்லாம் எழுதக்கூடாது. கைது செய்வோம் என்பார்கள். சரி, எழுதவில்லை என்று சொல்லி, போக்குக்காட்டிவிட்டு வேறொரு சுவரில்போய் காவல்துறையின் அடக்குமுறைக்கு சவால்விடும் வாசகங்களை எழுதுவார்கள். அப்படித் தெருத் தெருவாகச் சுற்றிய காலத்தில்தான் சுவரெழுத்து சுப்பையாவைப் பற்றித் தெரிந்துகொள்ள முடிந்தது.

தீவிரத் திராவிடர்க் கழகத் தொண்டரான சுவரெழுத்து சுப்பையா செய்துவிட்டுப் போயிருக்கும் காரியங்கள் போற்றுதலுக்குரியன. தனி ஒரு மனிதனாகத் தமிழகத் தெருக்கள் முழுக்கப் பகுத்தறிவுப் பிரச்சாரம் செய்திருக்கிறார். கடவுளை மற, மனிதனை நினை என்ற வாசகம் நமக்குள் பதிய அவரே காரணம். நெற்றியில் திருமண், நெஞ்சிலே களிமண் என்றும் விஞ்ஞானி கண்டது விரைவு ராக்கெட், அஞ்ஞானி கண்டது விபூதி பாக்கெட் என்றும் அவரே சுயமாக முழக்கங்களை உருவாக்கினார். அவர், கலர் வில்லைகளைப் பயன்படுத்தவில்லை. நெடுஞ்சாலைகளில் உருகும் தாரையே மண்ணெண்ணையைக் கலந்து மையாக்கியிருக்கிறார். தூரிகையைத் தேடவில்லை.

தன் கைவிரலில் துணியைக் கட்டிக்கொண்டு சுவர்களில் எழுத்துருக்களைக் கொண்டுவந்திருக்கிறார். பெரியார் ஒரு கூட்டத்தில் கலந்துகொள்கிறார் என்றால் முதல்நாளே அந்த ஊருக்குப் போய்த் தெருமுழுக்க எழுதியும் மெகாபோன் மூலமும் விளம்பரப்படுத்தியிருக்கிறார். மக்கள் பெருமளவு கூட்டத்தில் கலந்துகொண்டால் நேற்று சுப்பையா வந்தாரா என்று பெரியாரே கேட்கும் அளவுக்கு அவரின் விளம்பரம் ஆகச்சிறப்பாக அமைந்திருக்கிறது.

சுப்பையா பள்ளிப்படிப்பைக்கூடத் தாண்டாதவர். ஆனாலும், அறிவாயுதத்தின் வீரியம் அவருக்குத் தெரிந்திருக்கிறது. மயிலாடுதுறையில் வசித்துவந்தாலும் அவருக்கென்று வீடோ குடும்பமோ இருக்கவில்லை. கழகத் தொண்டர் ரெங்கசாமியின் டீக்கடையில் தங்கிக்கொண்டு அங்கே கிடைப்பதை உண்டு வாழ்ந்திருக்கிறார்.

சதாசர்வ காலமும் சுயமரியாதைக் கொள்கையை நெஞ்சில் தாங்கிக்கொண்டு, தன்னைப் பற்றிய எந்தச் சிந்தனையும் இல்லாமல் இருந்திருக்கிறார். உடனிருந்த தோழர்கள் எவ்வளவோ வற்புறுத்தியும்கூட திருமணத்திற்கு அவர் சம்மதிக்கவில்லை. யார் சொல்லுக்கும் கட்டுப்படாத சுப்பையா, எம்.ஆர்.ராதா மீது நன்மதிப்பு கொண்டவர். எனவே, அவர் சொல்லுக்குக் கட்டுப்படுவார் என்பதால் அவர் மூலமும் பேட்டை தானா என்றழைக்கப்பட்ட முத்துப்பேட்டை தருமலிங்கத்தின் மூலமும் கல்யாணப் பேச்சை ஆரம்பித்திருக்கிறார்கள்.

இந்தப் பேட்டை தானாதான் ஒருகாலத்தில் மணலி கந்தசாமி போன்ற கம்யூனிஸ்ட் தோழர்களின் தலைமறைவு வாழ்க்கைக்கு உதவிபுரிந்தவர். அரசின் கெடுபிடிகளுக்கு இரையாகாமால் அவர்களின் புரட்சிகர வாழ்வுக்குத் துணைபுரிந்தவர். அவருடைய பேச்சுக்கும் எம்.ஆர்.ராதாவின் பேச்சுக்கும் இசைவார் எனத் தோழர்கள் கருதியதுபோலவே சுப்பையாவும் ஒருகட்டத்தில் திருமணத்திற்கு ஒப்புதல் தந்திருந்தார். தோழர்களும் அவருக்காக நிதி திரட்டியிருக்கிறார்கள். கூரைவீடு, கொஞ்சம் தட்டுமுட்டுச் சாமான்கள் வாங்க அந்நிதியைப் பயன்படுத்தச் சொல்லி வசூலான நிதியைத் தந்திருக்கிறார்கள். ஆனால், சுப்பையாவோ அந்தத் தொகை

முழுவதையும் பிரச்சாரத்திற்குச் செலவழித்துவிட்டு, கல்யாணத்திற்குக் கல்தா கொடுத்திருக்கிறார். அவர் சுவரில் எழுதிக்கொண்டிருக்கையில் என்ன நடந்தாலும் கண்டுகொள்ளமாட்டாராம். அவரை அடிக்க வந்தால்கூட அடியை வாங்கிக்கொண்டே எழுத நினைத்ததை எழுதி முடிப்பாராம். ஒருமுறை ஒரு பிராமணர் வீட்டுச் சுவரில் எழுதிக்கொண்டு இருந்திருக்கிறார். அந்த வீட்டுக்காரர் குச்சியால் தட்டி யாரைக்கேட்டு என் வீட்டுச் சுவரில் எழுதுகிறாய் எனக்கேட்க, "யாரைக் கேட்டுடா ராமானுஜர் பிரசாரம் செய்தார்?" என்றிருக்கிறார்.

பிறிதொருமுறை நாகை புராட்டஸ்டண்ட் தேவாலயச் சுவரில், தேவனின் ஆலயத்தை வியாபார ஸ்தலமாக்காதே என்ற பைபிள் வாசகத்தை ஒருபக்கமும் கோவில் திருடர்களின் குகை என்ற காந்தியின் வாசகத்தை இன்னொரு பக்கமும் எழுதிவைத்துவிட்டுப் போயிருக்கிறார். விஷயமறிந்த வைதீகர்கள் கொதித்தெழ, பிரச்சனை பெரிதாகிவிட்டதாம். பைபிளில் சொல்லியிருப்பதுதானே, காந்தியால் எழுதப்பட்ட வாசகந்தானே என்று விவாதப்புரட்சி செய்து கழகத் தோழர்கள் அவரைக் காப்பாற்றியிருக்கிறார்கள்.

மூடநம்பிக்கைகளில் இருந்து மக்கள் முற்றாக வெளியேற பெரியார் நடத்திவந்த கருத்துப்புரட்சிக்குச் சுப்பையா போன்றோர் உதவியிருக்கிறார்கள். குப்பைத் தொட்டியைக் காட்டி, இதிலே எதையாவது எழுதுங்கள் என்றால் புராணங்களை இதிலே போடு என்று எழுதும் நெஞ்சுரத்தோடு சுப்பையா செயல்பட்டிருக்கிறார். எது பக்தி? எது பித்து? என்பதை உணர்ந்தவராக அவர் இருந்ததால்தான் கண்மூடிப்பழக்கமெல்லாம் மண்மூடிப்போக என்ற இராமலிங்கசாமிகளை ஆதரித்திருக்கிறார்.

பார்ப்பானே வெளியேறு என்று ஒருமுறை இவர் எழுதப்போக, எங்கே போவார்கள் அவர்கள் என யாரோ ஒருவர் அதன் கீழே எழுதியிருக்கிறார். மறுநாள் இதைப்பார்த்த சுப்பையா, மேலே ஏழுலோகம் கீழே ஏழுலோகம் என்கிறார்களே பார்ப்பனர்கள் அங்கே போகட்டும் என எழுதியிருக்கிறார். பகுத்தறிவின் நோக்கம், வெறுமனே அடுத்தவரைக் கோபமூட்டி ரசிப்பதல்ல என சுப்பையாவுக்குத்

தெரிந்திருக்கிறது. தர்க்க நியாயங்களோடு யார் விவாதித்தாலும் அதற்குப் பதில் சொல்லத் தயங்காமல் இருந்திருக்கிறார். அன்றைய காங்கிரஸ் பேச்சாளர்களில் சிலர் பெரியாரைத் தரக்குறைவாகப் பேசியபொழுது அவரால் பொறுத்துக்கொள்ள முடியாமல் விவாதிக்கக் கூப்பிட்டிருக்கிறார். முடியாது என்று முரண்டு பிடித்தவர்களை மோதவும் துணிந்திருக்கிறார்.

இன்றைக்குக்கூட நாம் தலைவர்கள் கொள்கையோடும் தொண்டர்கள் கொள்கைக்காகவும் வாழவேண்டும் என விரும்புகிறோம். அவ்வகையில், வரித்துக்கொண்ட கொள்கைக்காக வாழ்வதே வாழ்க்கையின் நோக்கம் என்று எத்தனையோ சுப்பையாக்கள் தங்களை இழந்திருக்கிறார்கள். தியாகவாழ்வை மேற்கொண்ட அவர்களுக்கு மணி மண்டபங்களோ மகுடாபிஷேகங்களோ தேவையில்லை. குறைந்தபட்ச நினைவுகூரல். அதுகூடக் கிடைப்பதில்லை என்பதுதான் சோகம். பெருமுயற்சி எடுத்துப் பெரியார் திராவிடக் கழகத் தோழர். வெ.ஆறுச்சாமி அவரைப்பற்றிய நூல் ஒன்றைக் கொண்டுவந்திருக்கிறார். சுப்பையாவுடன் பழகிய தோழர்களின் நினைவுகளுடன் அவர் கைப்பட டைரிக் குறிப்புகளாக எழுதி வைத்திருந்த சிந்தனைகளும் ஆவணமாக்கப்பட்டிருக்கிறது.

சுப்பையா தன் வாழ்வையே சுவர் எழுத்துக்காக அர்ப்பணித்தவர். புகைப்படம் எடுக்கக்கூட விரும்பாதவர். எதற்குப் புகைப்படம் பின்னால் மாலை போடவா எனக் கேட்டு முகங்காட்ட மறுத்திருக்கிறார். உயரமான சுவர்களில் ஒற்றையாளாக ஏறி ஏணியிலிருந்து எத்தனையோ முறை கவிழ்ந்திருக்கிறார். யாரையாவது உதவிக்கு வைத்துக்கொள்ளக் கூடாதா என்று தோழர்கள் கேட்டதற்கு, ஆளுக்கொரு வேலை செய்தால்தான் அதிக வேலை செய்ய முடியும் என்றிருக்கிறார். அப்படித்தான் சென்னையில் ஒருமுறை சுவர் விளம்பரம் செய்துகொண்டிருக்கையில் காவல் துறையினர் வந்திருக்கிறார்கள்.

யாரோ ஒருவர் கொடுத்த புகாரின் பேரில் அவரைக் கைது செய்தவர்கள் விசாரிக்காமல் தார்ச்சட்டியைத் தலையில் கவிழ்த்திருக்கிறார்கள். யாரிடமும் எந்த உதவியும் கோர விரும்பாத சுப்பையா அமைதியாக இருந்திருக்கிறார். அதன்

யுகபாரதி □ 121

விளைவாக அவர் கண்பார்வை மங்கி இறுதியில் பார்வையே போய்விட்டது. அப்போதும்கூட ஒற்றைக் கண்ணால் தன்னுடைய சுவர் விளம்பரத்தைத் தொடர்ந்திருக்கிறார். பெரியார்மீது அவர் கொண்டிருந்த மரியாதையும் மக்களை அறியாமை அழுக்கிலிருந்து மீட்டெடுக்க அவர் கொண்டிருந்த ஆவேசமும் அளப்பரியன.

ஏன் இத்தனைப் பாடுகளையும் ஒருவர் இயல்பாக ஏற்றுக்கொள்கிறார்? எல்லோரையும் போல வாழ எண்ணாமல் எதையாவது சமூகத்திற்குச் செய்யவேண்டும் என எண்ணுகிறார்? பெரியாரின் தத்துவார்த்தக் கொள்கைகளைப் பிரச்சாரம் செய்வதே தன் வாழ்நாள் கடமையாகக் கருத அவரை எது உந்தித் தள்ளியது? இருக்கும் வரை பிறருக்கு உதவியாகவும் இறந்த பிறகு காக்கைக் குருவிக்கு இரையாகவும் இருங்கள் என்றார் பெரியார். அதை அட்சரம் பிசகாமல் செய்ய நினைத்தவர் சுப்பையா. அதனால்தான், மயிலாடுதுறை ரயில்பாதையில் மரித்துக்கிடந்த அவர் உடலை காக்கைக் குருவிகள் கொத்தித் தின்றன. கழகத் தோழர்களுக்குக்கூட அவர் இறப்புச் செய்தி தாமதமாகவே தெரிந்திருக்கிறது. தோழர்கள் தகவலறிந்து போவதற்குள் ரயில்வே நிர்வாகமே அவரை அடக்கம் செய்துவிட்டதாகச் சொல்கிறார்கள்.

ஒரு கொள்கையைப் பற்றிக்கொண்டு உழைப்பவர், அந்தக் கொள்கை வெற்றி அடைகிறபோது அதற்கான பலனை எதிர்பார்ப்பது இயல்பு. பதவியாகவோ பட்டமாகவோ அந்தப் பலனைப் பெறுவதில் தவறில்லை. ஆனால், பலனே தேவையில்லை என்று சொல்வதற்குச் சிலரால்தான் முடியும். அவர்களே புரட்சியாளர்களாகக் கருதப்படுகிறார்கள். தமிழகத்தின் உட்கிராமங்களில் இன்னமும் சுவரெழுத்து சுப்பையாக்கள் இருக்கிறார்கள்.

கட்சி மாநாடு என்று அறிவித்ததும் வண்ணக் கரைசலை தூக்குவாளியில் எடுத்துக்கொண்டு தெருத் தெருவாகத் தலைவர்களின் படங்களை வரைந்து வருகிறார்கள். சமுதாயமே எழுக, சரித்திரமே வருக என்றெல்லாம் அவர்கள் எழுதுவதை எத்தனைத் தலைவர்கள் கண்கொண்டு பார்க்கிறார்கள் எனத் தெரியவில்லை. எட்டாம் வகுப்பிற்குப் போக இருந்த எனக்குள் சுப்பையாவைப் பற்றிச் சொன்னவர்கள் அண்ணன்கள்தான்.

வண்ண வண்ண வில்லைகளைப் பயன்படுத்தி ஓவியனாகும் வெறியோடு இருந்த எனக்குக் கருப்பு நிறத்தின் தேவையை உணர்த்தியவர்கள் அவர்களே. அவர்கள் இடைவிடாமல் சொல்வதைக் கேட்டு நானும் சுப்பையாவாக ஆவதற்கான சந்தர்ப்பங்கள் நிறைய இருந்தன.

ஆயுதம் தாங்கிப் போராடுவது மட்டுமல்ல புரட்சி. அறிவாயுத நெருப்பை ஏந்திப் பிரச்சாரம் செய்வதும் புரட்சிதான். சைக்கிள் ஓட்டும் பெண்கள், செந்தமிழ்நாட்டின் கண்கள் என்று 1960இல் சுப்பையா, பெண்கள் பள்ளிக்கூட வாசல்களில் எழுதினார். பெண்களைத் தீய வழிகளில் செல்லத் தூண்டும் இத்தகைய வரிகளை எழுதக்கூடாது என அன்றைக்கு அவருக்கு எதிராக எழுந்தவர்கள் கற்பனையாவது செய்து பார்த்திருப்பார்களா கல்பனா சாவ்லாக்களை.

தோழர்கள் தரும் பழைய டைரிகளில் தனக்கு அவ்வப்போது தோன்றும் சிந்தனைகளைக் குறித்துவைத்த சுப்பையா, அதை வாகான சுவர் கிடைக்கும்போதெல்லாம் தீட்டத் துணிந்திருக்கிறார். இறுதிவரை அவர் ஒரே வண்ணத்தையும் ஒரே எண்ணத்தையும் கொண்டவராக வாழ்ந்திருக்கிறார். எங்கேயும் எழுதப்பட்ட சிந்தனைக்குக் கீழே தன் பெயரை அவர் எழுதவில்லை.

அவருடையதாக அவர் எதையுமே உரிமை கொண்டாடவில்லை. அவரைக்கூட அவர் பொதுச்சொத்து போலவே கருதியிருக்கிறார். சமூகத்திற்கான நம்பிக்கைகளை விதைப்பதொன்றே வேலை என்றிருந்த அவர் பெயரை வரலாறு தவறவிட்டிருக்கலாம். தவிர்க்க வாய்ப்பில்லை. நம்புவோம். நாளையோ நாளை மறுநாளோ புரட்சி வருவதற்காக மேலும், சில சுப்பையாக்கள் சுவர்களிலும் காகிதங்களிலும் எழுதிக்கொண்டே இருப்பார்கள்.

குழலான ஒரு மூங்கில்

அவர் அந்தப் பாத்திரத்திற்குப் பொருந்துவாரா? என்னும் தயக்கம், என்னுட்பட எல்லோருக்கும் இருந்தது. தேசிய விருது பெறத்தக்க ஒரு நடிகர் மீது ஆரம்பத்தில் இப்படியொரு தயக்கம் இருந்தது என்பது இன்றைக்கு நகைச்சுவையாகப் பார்க்கப்படலாம். ஆனால், அதுதான் உண்மை. நடிகர் வடிவேலுவின் நகைச்சுவைக் காட்சிகளில் அவ்வப்போது துண்டுப் பாத்திரங்களில் தலைகாட்டிக் கொண்டிருந்த ஒருவர், படம் நெடுக வரக்கூடிய பாத்திரத்திற்குப் பொருந்துவார் என எதை வைத்துச் சொல்லமுடியும்? மைனா திரைப்படத்தால் நிகழ்ந்த பல ஆச்சர்யங்களில் ஒன்றுதான், தம்பி ராமையாவும்.

அதுவரை அவருக்குள்ளிருந்த நடிகன் வெளிப்பட வாய்ப்பில்லாமல் இருந்தது. 'மனுநீதி, இந்திரலோகத்தில் நா.அழகப்பன்' ஆகிய திரைப்படங்களின் இயக்குநராக மட்டுமே அறியப்பட்டிருந்த தம்பி ராமையா, மைனாவின் பெருவெற்றிக்குப்பின் தமிழ்ச் சினிமாவின் தவிர்க்க முடியாத குணச்சித்திர நடிகர்களில் ஒருவராக மாறியிருக்கிறார்.

மைனா திரைப்படம் சிறிய பட்ஜெட்டில் எடுக்கப்பட்ட படமல்ல. பட்ஜெட்டே இல்லாமல் எடுக்கப்பட்ட படம். அதாவது, பணமே இல்லாமல் எடுக்கப்பட்ட

படமென்றும் சொல்லலாம். காலம் தனக்கு வழங்கிய ஐந்து வாய்ப்புகளையும் சரியாகப் பயன்படுத்த விரும்பிய பிரபுசாலமன், ஐந்துமுறையும் வெற்றியை நூலிழையில் தவறவிட்டிருந்தார். ஆக்கத்திலும் தொழில்நுட்பத்திலும் மிகச்சிறப்பாக இருந்த அவருடைய திரைப்படங்கள் ஏன் ஐந்துமுறையும் பெரிய கவனத்தைப் பெறவில்லை என்பதைப் போகிறபோக்கில் புரிந்துகொள்ள இயலாது. ஏதோ ஒருகுறை. அந்தக்குறையை எப்படி நிவர்த்தி செய்வது என அவருமே அறிந்திருக்கவில்லை. கலைப்படைப்புகளிலுள்ள சுவாரஸ்யமே அதுதான். படைத்தவனைப் பார்வையாளனும் பார்வையாளனைப் படைப்பாளனும் நேர்க்கோட்டில் சந்தித்துத் திருப்தியுறுவது அவ்வளவு எளிதல்லவே.

பிரபுசாலமன் உழைக்கத் தயங்காதவர். எதையும் நம்பிக்கையோடு எதிர்கொள்ளக் கூடியவரும்கூட. ஒரு தோல்வியில் கிடைக்கும் பாடங்களை அடுத்த படைப்புகளின் வாயிலாகச் சரிசெய்ய எண்ணுபவர். நானறிந்தவரையில் அவர் சோர்ந்து சுருங்கிய சந்தர்ப்பங்கள் மிகக்குறைவு. இயல்பிலேயே நகைச்சுவை உணர்வு உள்ளவர் என்பதால் தடைகளைக் கடந்துவிடுவதில் அவருக்குச் சிரமமில்லை. 'கொக்கி' என்ற திரைப்படத்தில் அவருக்குக் கிடைத்த படிப்பினையை 'லீ' மற்றும் 'லாடம்' திரைப்படங்களில் பயன்படுத்தினார்.

ஆனாலும், தோல்விதான். என்ன செய்வதென்றே புரியாத நிலையில், சொந்தப்படம் எடுக்கப்போவதாக அவர் எங்களிடம் பகிர்ந்துகொண்டபோது நானும் இமானும் மௌனத்தை மட்டுமே பதிலாகத் தந்தோம். தன்னை நம்பக்கூடிய ஒருவர், மௌனங்களைச் சம்மதம் என்றே அர்த்தப்படுத்திக்கொள்வார். பிரபுசாலமனும் அவ்விதமே அர்த்தப்படுத்திக்கொண்டு 'மைனா' திரைப்படத்திற்கான ஆரம்பகட்ட வேலைகளில் ஈடுபடத் தொடங்கினார்.

கதை முழுமையடையவில்லை. என்றாலும், கதையின் போக்கு ஓரளவு பிடிபட்டிருந்ததால் நடிகர்களைத் தேர்வு செய்யும் பணி ஆரம்பமானது. கதையின் முக்கிய கதாபாத்திரங்கள் நான்கு. சுருளி, மைனா, சேது, ராமையா. இந்த நால்வருக்குள் மட்டுமே சுழலும் கதை என்பதால் இந்தப் பாத்திரங்களை

ஏற்று நடிக்கும் நடிகர்கள் அனுபவம்மிக்க நடிகர்களாக இருந்தால் தேவலாம் என்று தோன்றியது. அனுபவம் மிக்க நடிகர்கள் என்றால் அவர்கள் கேட்கக்கூடிய சம்பளத்தைத் தரவேண்டுமே, அதற்கும் வழியில்லை. ஆசை ஆகாயத்தை நோக்கியும் எதார்த்தம் தரைக்குக் கீழேயும் இருக்கும்பட்சத்தில் அதைச் சாமர்த்தியமாகச் சமாளிப்பதில்தான் வாழ்க்கை இருக்கிறது எனச் சொல்வார்கள்.

நாடோடிகள் திரைப்படத்தில் நடித்திருந்த பரணியும் சிந்துசமவெளியில் ஒப்பந்தமாகியிருந்த அமலாபாலும் பிரதானப் பாத்திரங்களில் நடிக்கத் தேர்வு செய்யப்பட்டார்கள். இதில், பரணியின் போதாத காலம். அவரால் மைனாவின் நாயகனாக மாற முடியாமல் போனது. ரமேஷ் என்ற இயற்பெயரையுடைய விதார்த் அகஸ்மாத்தாக அந்த வாய்ப்பைப் பெற்றுக்கொண்டார். ராமையா கதாபாத்திரத்திற்கு ஆதவன் அழைக்கப்பட்டிருந்தார். ஏதேதோ காரணங்களால் அவரும் விலகிக்கொள்ள, அண்ணன் தம்பி ராமையா வந்து சேர்ந்தார்.

ஐந்துமுறை எண்ணியிருந்த இலக்கை எட்டமுடியாதபோதும் அதே உற்சாகத்தோடு அடுத்த முயற்சியை ஒருவர் தொடங்கமுடியுமா? முடியும் என்ற நம்பிக்கையில் பிரபுசாலமன், மைனா திரைப்படத்தின் கதை குறித்தும் பாடல் குறித்தும் பேச அலுவலகத்திற்கு அழைத்திருந்தார். அலுவலகம் அமைந்திருந்த இடம் கண்ணம்மாப்பேட்டை. கண்ணம்மாப்பேட்டை என்றதும் சுடுகாடு நினைவுக்கு வருவதால் அலுவலகப் பையன் தொலைபேசியில் அலுவலக முகவரியைக் கேட்பவர்க்கு, தி. நகருக்குப் பக்கத்தில் என்றோ நந்தனத்திற்கு அருகில் என்றோ சொல்லிக்கொண்டிருப்பான்.

'ஷாலோம் ஸ்டுடியோஸ்' என்று வெள்ளைக் காகிதத்தில் பென்சிலால் கிறுக்கி, கதவில் ஒட்டியிருந்தார்கள். அலுவலகம் விசாலமாயிருந்தது. அங்கேயே சமைத்துக்கொள்ளவும் உதவி இயக்குநர்கள் தங்கிக்கொள்ளவும் ஏற்பாடாகியிருந்தன. பிரபுசாலமனின் பால்ய கால நண்பர் ஜான்மேக்ஸ் நிர்வாகப் பொறுப்புகளை ஏற்றிருந்தார். நிர்வாகம் என்றால் வேறு ஒன்றும் இல்லை. எங்கேயாவது பணத்தைப் புரட்டிவந்து அலுவலக வாடகையைக் கொடுக்கும் பொறுப்பு என்று

வைத்துக்கொள்ளலாம். முதல்முறை அலுவலகத்திற்கு வந்துவிட்டுப் போகிறவர்கள் நிச்சயம் இந்தப்படம் எடுக்கப்படாது என்று சொல்லும்விதமாகச் சூழல் இருந்தது. அந்த இக்கட்டான சூழ்நிலையில்தான் தம்பி ராமையாவைப் பிரபுசாலமன் எனக்கு அறிமுகப்படுத்தினார்.

அதற்குமுன் அவரைப்பற்றிக் கேள்விப்பட்டிருக்கிறேன். நேரடி அறிமுகம் இல்லை என்றாலும், அவ்வப்போது அவருடைய முகம் பரிச்சயப்பட்டிருந்தது. சட்டென்று இதயத்தைக் கவ்விக்கொள்ளும் அவருடையப் பேச்சும் உடல்மொழியும் யாரையும் முதல் சந்திப்பிலேயே கவரக்கூடியன. ராமையா பாத்திரத்திற்கு இவரா? என்று எனக்குள்ளிருந்த தயக்கத்தை ஒரு மணிநேர உரையாடலில் இவரைத் தவிர வேறு யாரும் இந்தப் பாத்திரத்திற்குப் பொருந்தமாட்டார் எனச் சொல்லவைத்தார்.

ஒருவிதத்தில் எங்களுக்கு இருந்த அதே தயக்கம், அண்ணன் ராமையாவுக்கும் இருந்ததன் விளைவே அவர் அப்பாத்திரத்தைச் சிறப்பாகச் செய்ய முனைந்தார் எனவும் கொள்ளலாம். தன்னை நிலைநிறுத்த காலம் அவருக்கு வழங்கிய எத்தனையோ சந்தர்ப்பங்களில் மைனா முக்கியமானது, முதன்மையானது. தீர்க்கமாக இதுதான், இப்படித்தான் நானென்று உலகிற்குத் தன்னுடைய முகத்தைக்காட்டி, அந்த முகத்தைப் பிரகாசப்படுத்துவது இயல்பு. ஆனால், அண்ணன் தம்பி ராமையாவுக்கோ இதற்குமுன் நீங்கள் பார்த்த முகம் என்னுடையதில்லை எனச் சொல்லவேண்டியிருந்தது.

தன்னால் வரையப்பட்ட ஓவியத்தின் கோடுகளை, தானே அழித்து, புதிய கோடுகளைப் போடவேண்டிய கட்டாயம் அவருக்கு நேர்ந்தது. சினிமா என்னும் பெருங்கோட்டையை வசப்படுத்த அவர் நிகழ்த்திய தாக்குதலில் எத்தனையோ முறை அவரே காயப்பட்டுக் கீழே சரிந்த கதைகள் ஒன்றிரண்டு அல்ல. காரைக்குடியை அடுத்த சிற்றூரில் பிறந்த ஒருவர் தேசிய அளவில் புகழப்பட, பாதைகளை, பருவங்களை மட்டும் கடந்தால் போதாது. அதற்கு மேலேயும் கடக்கவேண்டி காரியங்கள் அநேகமுண்டு. ரஜினிகாந்த், கமலஹாசன், தனுஷ் போன்றோர் தேசியவிருது பெறுகிறபோது கிடைக்கிற ஊடகக் கைதட்டும் கவனமும்

தம்பி ராமையா, அப்புக்குட்டி, சமுத்திரக்கனி போன்றோர்க்குக் கிடைப்பதில்லை. உண்மையில், முதல் வரிசையைவிட இரண்டாவது வரிசை நடிகர்களுக்கே கைதட்டல்களும் கௌரவங்களும் அவசியம்.

மிகச்சிறிய புள்ளியிலிருந்து தங்கள் கோலத்தை ஆரம்பித்த இவர்கள் வந்து சேர்ந்திருக்கும் இடம் பாராட்டுக்குரியது. தம்பி ராமையாவைப் பிரபுசாலமன் அறிமுகம் செய்து வைத்தபோது நானுமேகூட அவருடைய தகுதி குறித்துக் குறைத்தே மதிப்பிட்டிருந்தேன். அந்த மதிப்பு அவருடனான உரையாடலைத் தொடங்கும்வரைதான் என்பது குறிப்பிடத்தக்கது. சினிமாவில் பாட்டெழுதவும் இசையமைக்கவும் பிரியப்பட்டே சென்னைக்கு வந்ததாக அவர் தொடங்கிய அந்த உரையாடலில், அதுவரை அவர் பட்டுவந்த பாடுகளைப் பற்றிப் பகிர்ந்துகொண்டார். எழும்பூரில் புகழ்பெற்றிருந்த ஒரு ஹோட்டலில் மேலாளராக அவருடைய வாழ்க்கை தொடங்கியிருக்கிறது. இரண்டு குழந்தைகளுக்குத் தகப்பனாகக் கடமையாற்றவேண்டிய பொறுப்பிருந்தும் அது பற்றியெல்லாம் அக்கறையில்லாமல் அவர் சினிமாவிற்கு முயற்சிக்கவில்லை.

எந்த நேரத்திலும் குடும்பத்தைத் தவிக்கவிட்டுவிட்டு சினிமா வாய்ப்புகளைத் தேடக்கூடாது என்றே எண்ணியிருக்கிறார். ஒரு பக்கம் குடும்பத்தைக் கவனித்துக்கொண்டே சினிமாவையும் சிநேகித்திருக்கிறார். பல உதவி இயக்குநர்கள் அந்தக் காலத்தில் அவருக்கு உதவுவதாக வாக்களித்து ஏமாற்றியிருக்கிறார்கள். ஏமாற்று என்ற சொல் கடுமையாயிருக்கலாம். ஆனால், அண்ணன் ராமையா அதைச் சிரித்தபடியே விவரிக்கையில் அவர் கண்கள் கசிந்ததை என்னால் கவனிக்க முடிந்தது.

எல்லோரையும் சிரிக்கவைத்து சந்தோசத்தை ஊட்டிக்கொண்டிருக்கும் அவர் உடைந்தழுத பொழுதுகள் எண்ணிலடங்காதவை. மைனா, அவர் வாழ்வு முற்றிலும் மாறுவதற்கு உதவியிருக்கிறது. அதேபோல மைனாவும் அவர் வருகைக்குப் பின்னர் அடைந்த நல்ல மாற்றங்களை நான் அறிவேன். அதுவரை அந்தக் கதாபாத்திரத்திற்கு அவ்வளவு அடர்த்தி சேர்க்கப்படவில்லை. மேலெழுந்தவாரியாக ஒரு காவலர் என்பதாகவே இருந்தது. அந்தக் கதாபாத்திரத்தின்

குணாதிசயங்கள் தனித்துத் தெரிய அவரும் ஒரு காரணம். அவரிடம் பெறத்தக்க அம்சங்கள் எவையெவை உள்ளனவோ அதையெல்லாம் பயன்படுத்திக் கொள்ள பிரபுசாலமன் விரும்பினார்.

இயல்பாக ஒருவருக்கு ஒருவர் கதைபற்றியும் கதாபாத்திரங்கள் பற்றியும் விவாதித்துக்கொண்டோம். பொருளாதாரச் சிக்கலால் அவ்வப்போது படத்தைத் தொடரமுடியாமல் இடைவெளிகள் ஏற்பட்டதுகூட, படம் செழுமையாக வெளிவர உதவின எனலாம். கதை நால்வரைச் சுற்றி. அந்த நால்வரில் அண்ணன் ராமையா மட்டுமே மூத்தவர். மைனா திரைப்படத்தைப் பொறுத்தவரை அது வளர வளர அருகிருந்து பார்க்கும் வாய்ப்பு எனக்குக் கிடைத்தது, போலவே அண்ணன் தம்பி ராமையாவின் வளர்ச்சியும்.

அந்தக் காலத்தில் மைனா படக்குழுவினர் எல்லோருக்கும் ஒரே மாதிரியான வேட்கைகள் இருந்தன. அப்படத்தில் பணிபுரிந்த அனைவருமே போதிய வெளிச்சமில்லாமல் திரைத்துறையில் இயங்கிக்கொண்டிருந்தோம். குறிப்பாக, நானும் இமானும் பத்து வருடங்களுக்குமேல் அசராமல் பணியாற்றி வந்தாலும், தனி அடையாளத்தோடு காணப்படவில்லை. வெற்றிப் பாடல்களை இருவருமே தந்திருக்கிறோம் என்றாலும், குறிப்பிட்டு எங்கள் பெயர்களை யாருமே சொல்லவில்லை.

எல்லோருமே வெற்றிக்காக ஏங்கிக்கொண்டிருந்தோம். வெற்றி என்பது சொல்லிக்கொண்டு வருவதில்லை. எங்களுக்கோ சொல்லிக்கொண்டு வந்தாலும் அது வெற்றியாக அமையவில்லை. ஒளிப்பதிவாளர் சுகுமார், கலை இயக்குநர் வைரபாலன், படத்தொகுப்பாளர் எல்.வி.கே.தாஸ், தம்பி ராமையா, விதார்த் என ஒவ்வொருவரும் மைனாவை இதயக்கூட்டில் அடைகாக்க ஆரம்பித்தோம். கதையில் செய்திருக்கும் மாற்றங்களை அவ்வப்போது பிரபுசாலமன் எங்களுடன் பகிர்ந்து விவாதங்களை ஏற்றுக்கொள்வார். அப்படத்தின் வெற்றிக்காக உழைத்தவர்களில் உணவு பரிமாறிய பையனும் சேர்ந்திருக்கிறான் என்பதுதான் செய்தி. ஒரு படைப்பாளன், காதுகளைத் திறந்து வைக்கத் துணியும் அந்தக் கணத்திலிருந்தே வெற்றியின் வாசல் அவனுக்குத்

திறந்து கொள்கிறது. இளவயது முதலே தெருக்கூத்திலும் மேடைப்பேச்சிலும் ஆர்வம் கொண்டிருந்த அண்ணன், தம்பி ராமையா மைனா மூலமே தன் மொத்தத் திறனையும் உலகுக்குத் தெரிவிக்கக் காத்திருந்தார். தன்னைத் தானே செதுக்கிக்கொள்ளும் உளி அவருக்குக் கிடைத்தது. ஆனாலும், கடந்துவந்த காலங்களில் அவர் கல்லாயிருக்கவில்லை. வெவ்வேறு வகைகளில் தன்னைச் செதுக்கிக்கொண்டிருந்தார்.

எதுவாக என்பதில் அவருக்குக் குழப்பம் இருந்திருக்கலாம். தாமதப்பட்டாலும் இலக்கை அடைந்திருக்கிறார் என்றே சொல்ல வேண்டும். மைனாவின் ஆகச்சிறந்த பெருமைகளில் ஒன்று தம்பி ராமையா. அவர் ஏற்று நடித்த பாத்திர வடிவமைப்பு விசேஷமானது. கிளைச்சிறைக் காவலர்களின் மனக்கொதிப்பையும் கொந்தளிப்பையும் அதற்குமுன் வெளிவந்த எந்தப் படங்களும் இத்தனை நேர்த்தியுடன் சொல்லவில்லை. அப்பாத்திரத்தில் அவரைத் தவிர வேறுயாருமே பொருந்தியிருக்கமாட்டார்கள் என்று இப்போது நம்பலாம். உண்மையில், செந்தாமரை என்ற கதாபாத்திரம் திரையில் காட்டப்படவே இல்லை.

ஆனாலும், அண்ணன், தம்பி ராமையா உதிர்க்கும் சொற்களின் வாயிலாக, அப்படி ஒருவரை நம்மால் உருவகிக்க முடிந்தது. வாழ்வின் அனுபவங்களிலிருந்து உரம்பெற்ற ஒருவர் வெளிப்படுத்தும் அற்புதமான உணர்வுகளை வெகு இயல்பாக அவர் காட்டியிருந்தார். அண்ணன், தம்பி ராமையா எப்போதும் கதைகளோடு இருப்பவர். சொல்வதற்கு அவரிடம் ஏராளமான செய்திகளிருக்கும். ஒருமுறை இப்படித்தான் தம்பி என்று அவர் ஆரம்பித்தால் அதைவைத்து நாலைந்து திரைப்படங்கள் எடுக்கத்தக்க சம்பவங்களைப் பெற்றுக்கொள்ளலாம்.

அவர் ஓர் இடத்தில் அமர்ந்திருந்தால் அந்த இடமே கதைகளால் நிரம்பி வழியும். அவருக்கே உரிய கலகலப்புடன் ஒரு விஷயத்தைச் சொல்ல ஆரம்பித்து, நவரசங்களையும் கொட்டிவிடுவார். அவர் உரையாடலில் மிகுதியும் வாழ்வு குறித்த கேள்வியிருக்கும். கொஞ்ச காலம் சிறையிலும் இருந்த அனுபவம் அவருக்குண்டு. அதுகுறித்தும் அதிலிருந்து அவர் மீண்டது குறித்தும் எந்தத் தயக்கமும் இல்லாமல்

எங்களுடன் பகிர்ந்துகொண்டிருக்கிறார். சொல்லப்போனால் அவர் வாழ்வை மிகப் பூரணமாக உணர்ந்த தருணங்களாக அவற்றைக் கருதுவார். மாட்சிமை தாங்கிய நீதித்துறையைத் தாண்டி ஒருவர் வெளியே வர, நிறைய உண்மையும் மனோதிடமும் தேவையென்பதைச் சொல்லியிருக்கிறார். நடிப்பார்வத்தோடு ஒருவர் சென்னைக்கு வருவதும் வாய்ப்புப் பெற்று நட்சத்திரமாவதும் பெரிய விஷயமில்லை. வெவ்வேறு வேலை செய்து, வாழ்வொன்றும் கனவொன்றுமாக இருந்து வெளிச்சம் பெறுவதுதான் அரிது.

ஒருகாலம்வரை அவர் பரபரப்பான மேடைப் பேச்சாளர். எவ்வளவு பேருக்குத் தெரியுமோ தெரியவில்லை. மறுமலர்ச்சி திராவிட முன்னேற்றக் கழக மேடையில் அவர் சிறப்புரையாளராகத் தமிழகத்தின் பல ஊர்களுக்குப் பயணித்திருக்கிறார். அடுக்கடுக்காக அவர் பேசும் அரசியல் விஷயங்கள் வேறு எந்தக் கழகப் பேச்சாளர்களுக்கும் குறைந்ததில்லை. எல்லாமே அனுபவந்தான் தம்பி என்று அவர் வார்த்தைக்கு வார்த்தை சொல்லும்போது ஒரு மூத்த சகோதரனுக்கு உரிய அக்கறையிருக்கும்.

புகாரில்லாமல் வாழ்வை எதிர்கொள்ளும் ஒருவரால்தான் அனுபவங்களைப் பெறமுடியும். அந்த விதத்தில் அண்ணன், தம்பி ராமையா அதிர்ஷ்டசாலி என்றே சொல்லலாம். ஹோட்டல் மேலாளர், உதவி இயக்குநர், கதை வசனகர்த்தா, பாடலாசிரியர், இசையமைப்பாளர், இயக்குநர் எனப் பல அவதாரங்களை அவர் எடுத்திருந்தாலும் இறுதியில் நின்று நிலைபெற்றிருப்பது நடிப்பில்.

முதலிலேயே நடிப்புத்துறையைத் தேர்ந்தெடுத்திருக்கலாமே எனக்கேட்டால், எனக்குக் காலம்கடந்துதானே எல்லாமே கிடைத்தன என்பார். மைனா திரைப்பட வேலை மும்முரமாக நடந்துகொண்டிருந்தபொழுது மாதத்தில் ஒருமுறையோ இருமுறையோ அவரைச் சந்தித்து அளவளாவும் வாய்ப்பிருந்தது. நம்முடைய நாட்டார் கதைகளைப் பற்றி அவருடன் பேசத்தொடங்கினால் நேரம் போவதே தெரியாது. அவராகவே சில சிலேடைகளை உருவாக்குவார். அடிப்படைத் தமிழர் மரபு குறித்த தெளிவோடு எதையும் அணுகக்கூடிய அவரது அரசியல் பகடிகள் அபாரமானவை. சின்னச் சின்னக் கதாபாத்திரங்களில்

நடித்துக்கொண்டிருந்தபோது வடிவேலுவுக்கும் அவருக்குமான உரையாடல்கள் பாதுகாப்புக்குரியன. உலகமே இன்றைக்கு பகடிசெய்து சந்தோசப்படும் பல வசனங்கள், எளிய மனிதர்களிடமிருந்து எப்படி எடுத்தாளப்பட்டன என்பதை ஒளிவு மறைவு இல்லாமல் ஒத்துக்கொள்வார்.

டணால் தங்கவேலு, பாலையா, நாகேஷ், சந்திரபாபு என அக்காலத்திய நகைச்சுவை நடிகர்களின் சாராம்சங்களை ஒரு ரசிகராக அவர் வியந்து பேசுவது குறிப்பிடத்தக்கது. கலைவாணர் என்.எஸ்.கே.யின் கலைப்பங்களிப்பையும் கருத்துச்செறிவையும் அவர்போல உள்வாங்கிக் கொண்ட இன்னொரு நடிகரைக் காண முடியாது.

இன்றைக்கு வெளிவரும் பல படங்களில் கதாநாயகனுக்கோ கதாநாயகிக்கோ தந்தையாக நடிக்கிறார். இயக்குநர்கள் விரும்பித்தரும் எந்தப் பாத்திரத்தையும் ஏந்திக்கொள்பவராக இருக்கிறார். ஆனால், மைனா சமயத்தில் அப்படியில்லை. அதற்குமுன் வெளி உலகுக்கு அவர் அவ்வளவாக அறியப்படவில்லை. மலபார் போலீஸ் என்னும் திரைப்படத்தில் முதல்முதலாக சிறிய பாத்திரமேற்று நடித்தபொழுது அவரே இத்துறையில் இத்தனை உயரத்திற்கு வருவோமென்று எண்ணவில்லை என்றிருக்கிறார். மைனா திரைப்படத்தில் இடம்பெற்ற ஜிங்கி ஜிங்கி என்னும் பாடலைப் பிரபுசாலமன் தவிர்க்கலாம் என்றபோது படத்தின் வியாபாரத்திற்கு உதவுமென்று ஓங்கிச்சொன்னவர்களில் அண்ணன், தம்பி ராமையாவும் ஒருவர்.

மைனா திரைப்படத்தில் பேருந்து கவிழும் காட்சியை யாரும் மறந்திருக்கமாட்டார்கள். அந்தக் காட்சியில் உயிரைப் பணயம்வைத்து அவர் நடித்துக் கொடுத்ததைப் பிரபுசாலமன் பெருமைபடக் கூறாமல் இருப்பதில்லை. போதிய பாதுகாப்பு வசதிகளை ஏற்படுத்திக்கொள்ள பொருளாதாரப் பலமில்லாத சிறிய படமொன்றில் ஆபத்து நேர்ந்துவிட்டால் அதன்பின் அந்தப் படக்குழுவினர் தலையெடுக்க முடியுமா? எது நடந்தாலும் பரவாயில்லை எனத் துணிந்த அந்தத் துணிச்சலால்தான் அண்ணன், தம்பி ராமையா இன்று பாராட்டப்படுகிறார். கும்கியிலும்கூட இப்படியான சவால்களை அவர் எதிர்கொள்ள நேர்ந்தன.

கோமாளி யானையைக் கும்கி யானையென்று பொய்சொல்லி ஊருக்குள் தங்கிவிட்ட நிலையில், உண்மை வெளிப்படாதிருக்க அவர் செய்யும் சேஷ்டைகளை ரசிகர்கள் வரவேற்றார்கள். மதங்கொண்ட யானையை அடக்குவதற்காகக் கும்கி யானை பயன்படுத்தப்படும். கும்கி யானை என்றால் பயிற்சிப்படுத்தப்பட்ட யானை என்ற தெளிவை பலருக்கும் அத்திரைப்படமே ஏற்படுத்தியது.

நாங்கள் கும்கி திரைப்படத்தில் காட்டிய கோமாளி யானைக்கும் படப்பிடிப்பு நிகழ்ந்துகொண்டிருக்கையில் மதம் பிடித்தது. யானைக்கு மதம்பிடிப்பது தவிர்க்கமுடியாதது. அது கோயில் யானையாயிருந்தாலும் சரி காட்டு யானையாயிருந்தாலும் சரி. வருடத்தில் மூன்று மாதங்கள் எல்லா யானைகளுக்கும் மதம் அல்லது மஸ்து ஏற்படும். அந்த நேரத்தில் அது பாகனென்றோ பார்வையாளனென்றோ பார்க்காது. யாராயிருந்தாலும் முட்டித்தள்ளி ஒருவழி பண்ணிவிடும்.

ஏறக்குறைய படப்பிடிப்பு முடிவடையும் தருவாயில் மாணிக்கம் என்ற பெயருடைய படப்பிடிப்பு யானைக்கும் மஸ்து ஏற்பட்டது. மஸ்து ஏற்பட்டுவிட்டது என்பதால் படப்பிடிப்பை ரத்துசெய்யவும் இயலாது. ஓரிரு காட்சிகள் பாக்கியிருப்பதால் படப்பிடிப்பை நடத்தியே ஆகவேண்டிய நிலை. ஒருமுறை படப்பிடிப்புக்கு யானையை அழைத்துவருவதென்றால் மூன்று மாநிலங்களில் அனுமதி பெறவேண்டும். விலங்குகள் நலவாரிய அனுமதியைப் பற்றி உங்களுக்குச் சொல்ல வேண்டியதில்லை.

யானையை சமாளிப்பதைவிட அவர்களைச் சமாளிப்பதுதான் கஷ்டத்திலும் கஷ்டம். படப்பிடிப்பு தொடர்ந்தது. மாணிக்கம் எப்போது வேண்டுமானாலும் சீறலாம். மஸ்து ஏற்பட்ட யானைக்கு அருகில் போவதே ஆபத்து. அப்படியிருக்கையில், அதில் அமர்ந்து நடிப்பதென்றால் அதுவும் நகைச்சுவையை வரவழைக்க வேண்டுமென்றால் எத்தகைய சவாலென்று யோசித்துக்கொள்ளுங்கள். ஆனால், தம்பி ராமையா அதை அநாயசமாகச் செய்துகாட்டினார். பிரபுசாலமன் முதல் படத்தில் வாழ்வைக் கொடுத்துவிட்டு அடுத்த படத்தில் அதைப் பறித்துக்கொள்ள எண்ணுகிறாரா? என நகைச்சுவையாகப்

படப்பிடிப்புத் தளத்தில் அண்ணன் தம்பி ராமையா உதிர்த்த சொற்கள் நகைச்சுவையல்ல. சாட்டை, கழுகு, கதை திரைக்கதை வசனம் இயக்கம் ஆகிய திரைப்படங்களிலும் தனக்கு அளிக்கப்பட்ட பாத்திரத்தை மிகச் சிறப்பாகவே செய்திருப்பார். கும்கி திரைப்படப் பத்திரிகையாளர் சந்திப்பில், நடிக்க நீங்கள் பட்ட கஷ்டங்களைப் பற்றிக் கூறுங்கள் என்றதும் படவேண்டிய கஷ்டத்தையெல்லாம் நான் நடிப்பதற்கு முன்பே பட்டுவிட்டேன் என்று அவர் பகிர்ந்துகொண்டது பக்குவத்தின் திரட்சி.

ஏன்? தமிழ் சினிமாவில் குணச்சித்திர நடிகர்கள், மலையாளத்தைப் போலவோ வங்காளத்தைப் போலவோ கொண்டாடப்படுவதில்லை. நாயக வழிபாட்டைத் திரையிலும் அரசியலிலும் விரும்பக்கூடிய நாம், இரண்டாம்கட்ட மூன்றாம்கட்ட பங்கேற்பாளர்களை அவ்வளவாக ஆராதிக்க விரும்புவதில்லை. ஒருவர் தன்னிடமுள்ள திறமையை ஆற்றலைத் தயக்கமில்லாமல் வெளிப்படுத்தினாலும் அதை உரியவிதத்தில் கௌரவிக்கவோ மதிப்பளிக்கவோ தயங்குகிறோம். ஒரு திரைப்படத்தில் குணச்சித்திர நடிகர் தனித்துத் தெரிந்தாலும் அந்தப்படம் அதில் பிரதான வேடமேற்ற நடிகனுடைய படமாகவே பார்க்கப்படுகிறது.

பாலையாவையும் நாகேஷையும் விட்டுவிட்டால் காதலிக்க நேரமில்லை திரைப்படம் இல்லை. ஆனால், அத்திரைப்படத்தை நாம் முத்துராமன், ரவிச்சந்திரன் நடித்த படமாகவோ ஸ்ரீதர் இயக்கிய படமாகவோ பார்க்கிறோமே தவிர நாகேஷின் படமாகப் பார்ப்பதில்லை. நம்முடைய பார்வைப் பிழையினால் நாம் தவறவிட்ட இன்னொரு முக்கியமான நடிகை மனோரமா. ஆயிரம் படங்களுக்குமேல் அவர் நடித்திருக்கிறார்.

சினிமாவின் ஆரம்ப சகாப்தத்திலிருந்து அவருடைய பங்களிப்பு இருந்துவந்திருக்கிறது. என்றாலும், அவர் பெற்றிருக்கும் பெருமையும் அடையாளமும் குறைவுதான். அந்தப் பாத்திரத்திற்கு அவர் பொருந்துவாரா? என மைனா சமயத்தில் யோசிக்க வைத்த அதே அண்ணன், தம்பி ராமையா, எந்தப் பாத்திரத்திற்கும் பொருந்தக்கூடியவராகத் தன்னை நிரூபித்திருக்கிறார். இன்றைக்கு வெளிவரும் பல

படங்களில் அவர் முக்கியப் பாத்திரங்களை ஏற்றுவருகிறார். பிரதான நடிகர்களும் இயக்குநர்களும் விரும்பக்கூடிய ஒருவராக மாறியிருக்கிறார்.

இந்த மாற்றம் ஒரே நாளில் நிகழ்ந்ததல்ல. காலமும் வயதும் கடந்துகொண்டிருந்தாலும் அதைப்பற்றியெல்லாம் கவலை கொள்ளாமல் இயங்கியதால் விளைந்தது. தேசியவிருதுப் பட்டியலில் இன்னும் சிலமுறையாவது அவர் பெயர் இடம்பெறும் வாய்ப்பிருப்பதாகவே எனக்குப் படுகிறது. மலையாள நடிகர்களான திலகனையும் நெடுமுடி வேணுவையும் நினைவூட்டக்கூடிய அண்ணன், தம்பி ராமையாவை இப்போதைய தமிழ் சினிமாவும் இயக்குநர்களும் கூடுதல் கவனத்தோடு கையாள வேண்டும் என எண்ணுகிறேன்.

தன்னிடமுள்ள திறனையெல்லாம் அவர் காட்டிவிட்டார். ஆனாலும்கூட, அவரை இன்னும் இரட்டை அர்த்த வசனங்களைப் பேசும் நகைச்சுவை நடிகராகவே பயன்படுத்திக் கொண்டிருக்கிறோம். சந்தர்ப்பத்திற்காகக் காத்திருந்த அண்ணனும் தனக்குப் பெருமை சேர்க்காத வேடங்களைத் தவிர்க்கலாம். அவரே ஒருமுறை சொன்னதுதான். ஒரு கலைஞன் வேண்டும் என்பதைவிட வேண்டாம் என்பதில் குறியாயிருக்க வேண்டும்.

பொருந்துகின்றன என்பதால் எல்லா வேடங்களையும் ஒருவர் ஏற்கத் துணிந்தால் அவர் யார் என்னும் அடையாளம் அடிபட்டுவிடும். தம்பிக்கு முரட்டு வணக்கம் என்று உரையாடலை ஆரம்பிக்கும் அண்ணனுக்கு, எளிய இப்பதிவைப் பதில் வணக்கமாகச் செலுத்துவதும் அன்புதான். பாகனின் வருடலில்தான் யானையின் பலமிருக்கிறது. நான் பாகன்.

பேச்சரங்கின் பிதாமகன்

இரண்டாயிரமாவது ஆண்டுகளின் நடுப்பகுதியில், பாக்கியம் சங்கரின் "வீடுகள் என்னும் அறைகள்" கவிதைநூல் வெளிவந்தது. இன்று சிறுகதையாசிரியனாகவும் திரைப்பட வசனகர்த்தாவாகவும் வலம்வரும் பாக்கியம் சங்கர், அன்று கவிஞனாகியே தீருவதென்னும் கங்கணத்தைக் கட்டிக்கொண்டிருந்தான். அவ்வப்போது எழுதி வைத்திருந்த கவிதைகளை நூலாக்கிப் பார்க்கவும் அந்நூலை விழா எடுத்து விமரிசையாக வெளியிடவும் அவன் ஆசையுற்றிருந்தான். ஏறாத பதிப்பக வாசல்களே இல்லை. எல்லாப் பதிப்பகங்களும் ஏதேதோ காரணங்களைச் சொல்லித் தட்டிக்கழித்தன. அப்பதிப்பகங்கள் கவிதைகளைத் தவிர எதைக்கொடுத்தாலும் பிரசுரிக்கிறோம் என்றன.

கவிதை நூல்களை யாரும் விரும்பி வாங்குவதில்லை என்பதால் ஜோசியம் குறித்தோ தன்னம்பிக்கை குறித்தோ எழுதுங்களேன் எனச் சம்பந்தப்பட்ட பதிப்பக உரிமையாளர்கள் யோசனை சொன்னார்கள். நூலை வெளியிட முன்வரவில்லை என்பதைவிட அவர்கள் சொன்ன யோசனைகள் துக்கமளித்தன. ஒரு நவீன கவிஞன் உருவாகிவிடக் கூடாதென்பதில் இன்றுவரை வணிகப் பதிப்பகங்கள் கவனமாக இருக்கின்றன.

136 □ நல்லார் ஒருவர்

“என்னடா கவிதைக்கு வந்த சோதனை” என்று நானும் அவனும் சலித்துக்கொள்வோம். என்னுடைய கவிதைத் தொகுதியை நானே வெளியிட்டுக் கொண்டதைப்போல் நீயும் உன்னுடைய கவிதைத் தொகுதியை வெளியிட்டால் என்ன என்றேன். புத்தகம் போடுமளவுக்குப் பணம் புரட்ட வழியில்லையே என்றான். அந்தச் சூழலில்தான் நிவேதிதா பதிப்பக தேவகி, “உங்கள் நண்பரின் கவிதை நூலை நான் வெளியிடுகிறேன்” என உறுதியளித்தார். பாக்கியம் சங்கருக்கோ கனவு ஈடேறப்போகிறது என்பதைவிட சமூகம் தன்னை அங்கீகரித்துவிட்டதாக ஆச்சர்யப்பட்டான். கண்கள் மேல் செருக கம்பீரமாக அவன் பார்த்த அந்தக்காட்சி இன்னமும் என் நெஞ்சிலிருந்து அகலவில்லை.

புத்தகம் போட்டுத் தருகிறேன் என்றதும், தன் நூல் என்ன தாளில் அச்சிடப்படவேண்டும், என்ன மாதிரியான அட்டைப்படம் வரவேண்டும், எழுத்துப்பிழைகள், வாக்கிய இடைவெளி, கவிதைகளை வரிசைப்படுத்த வேண்டிய பட்டியல், முன்னுரை எழுதுபவர்களின் பெயர்கள் வரவேண்டிய எழுத்துருக்களின் அளவு என ஒவ்வொன்றையும் அவர்களுக்கு உபதேசிக்கத் தொடங்கினான்.

‘நிவேதிதா பதிப்பகம்’ பல நூல்களை வெளியிட்டுள்ளது. எத்தனையோ நூல்களை வெளியிட்டு அனுபவம் பெற்றபோதும், பாக்கியம் சங்கரின் நூலைக் கொண்டுவருவதற்குள் போதும் போதுமென்றாகிவிட்டது. புத்தகம் போடுவதாகச் சொன்ன ஒரே பாவத்திற்காக அவர்கள் அவனிடம் பட்டபாடு கொஞ் சமல்ல. இவன் ஒன்று சொல்ல, அதற்கு அவர்கள் ஒன்று செய்ய என ஏகக் களேபரம். இத்தனைக்கும் அந்நூல் அறுபத்தி நான்கு பக்கங்களே அடங்கிய மிகச் சிறிய நூல். ஆனால், சங்கருக்கோ தன் நூலை வெளியிடுவதன் மூலம் நிவேதிதா பதிப்பகம், ஓரியண்ட் லாங்மேன் அளவுக்கு உயரப்போகிறது என்னும் எண்ணமிருந்தது.

அதோ இதோ என்று ஒருவழியாக நூலும் வெளிவந்தது. அடுத்து வெளியீட்டு விழா முயற்சி. அதுவும் வழக்கம்போல் நண்பர்களின் உதவியுடன் சென்னை எழும்பூரில் அமைந்துள்ள இக்சா மையத்தில் ஏற்பாடானது. நூல் வெளியீட்டு விழா. பத்துப்பேரிலிருந்து பத்தாயிரம்பேர் வரை கலந்துகொள்ளும்

எந்த நிகழ்வாயிருந்தாலும் அதை விழா என்றே சொல்லும் பழக்கம் நம்முடையது. அந்த விழாவில் பல்வேறு பிரமுகர்கள் கலந்துகொண்டார்கள். கொள்கை ரீதியில் முரண்பட்ட கருத்துடைய பலரும் ஒன்றாகக் கலந்துகொண்ட கூட்டம் அது. பெரியார்தாசன், தமிழச்சி தங்கபாண்டியன், செந்தூரம் ஜெகதீஷ், ஆர்.சி.ஜெயந்தன் எனப் பெரும்பட்டியலில் பாக்கியம் சங்கரின் நண்பனென்பதால் என் பெயரும் அதிலிருந்தது. அப்போது நான் பிரமுகனும் இல்லை. பிரபலமும் இல்லை.

அந்தக் கூட்டத்தில் பாக்கியம் சங்கரின் கவிதைகள் காலத்தைக் கடந்து நிற்குமா எனும் கேள்வியை எழுப்பியவர் செந்தூரம் ஜெகதீஷ் என்றுதான் நினைவு. அவர் ஆரம்பித்து வைத்த விவாதத்தை அதற்குப்பின் வந்தவர்கள், ஏற்கவோ மறுக்கவோ செய்தார்கள். சொல்லப்போனால் இரண்டில் ஒன்றைக் கருத்தாகச் சொல்லவில்லையென்றால் கூட்டத்தின் அடிப்படை நோக்கமே தவறு என்றாகிவிடும் போலிருந்தது. “கதவைத் திற காற்று வரட்டும்” என்று பசுவய்யா ஒரு கவிதை எழுதியிருக்கிறார். அதைப்போல் இருப்பதுதான் கவிதை.

முக்காலத்திற்கும் பொருந்தக்கூடியதாக இருந்தால்தான் கவிதை. பிரச்சனைகளைப் பிரதானப்படுத்தாமல், யார் படித்தாலும் பொருந்தக்கூடியதாக இருந்தால் அதுதான் கவிதை என ஆளுக்கொரு கருத்தை முன்வைத்தார்கள். ‘கதவைத் திற காற்று வரட்டும்’ என்பது நல்ல கவிதைதான். ஆனால், அக்கவிதையைத் திரும்பத் திரும்பச் சொல்லிப் பார்த்தால், அமர்ந்திருக்கும் ஒருவன் தன் வேலையாளையோ அல்லது பிறிதொருவரையோ ஏவுவது போலிருக்கிறது. கவிதையின் தொனி ஏவுவது போலிருந்தால் அதை எப்படி நல்ல கவிதையாக சொல்ல முடியும்.

வீடு வாசலென்று நிரம்ப வாய்த்தவர்கள் வேண்டுமானால் இதைக் கவிதையாக ஏற்கலாம். என்னால் ஏற்க முடியாது. ஜன்னலை மூடிக்கொண்டு வீட்டிலே உட்கார்ந்திருப்பவர்களுக்குத்தான் இது கவிதை. வீடோ ஜன்னலோ இல்லாத நடைபாதைவாசிகளுக்கும் ஏழை ஜனங்களுக்கும் இது கவிதை இல்லை. குற்றேவல் புரிவதற்கான கூற்று. தவிர,

காற்றாகவே வாழ்கிறவர்களுக்குக் கதவைத் திறக்க வேண்டிய அவசியம் எங்கிருந்து வருகிறது” என என் பங்குக்கு நானும் குட்டையைக் குழப்பினேன். அப்போது மேடையில் என் அருகில் அமர்ந்திருந்த பேராசிரியர் பெரியார்தாசன், ‘தம்பி, “கணையாழியிலா வேலை பார்க்கிறீர்கள்’ என்றார். அவர் குரல், இப்படியான கருத்துகளை வைத்துக்கொண்டு ரொம்ப நாள் அந்தப் பத்திரிகையில் தாக்குப்பிடிக்க முடியாதே என்பது போலிருந்தது. “புரிஞ்சிட்டத தெளிவா சொல்றீங்க. இதுதான் வேணும். தப்பா இருந்தா மாத்திக்கலாம். ஆனா, பட்டத தைரியமா சொல்ற திராணி வேணும். காலத்த போல கருத்துகளும் மாறிக்கிட்டே இருக்கும். ஒண்ணையே புடிச்சிக்கிட்டுத் தொங்கக்கூடாது” என்றார்.

பெரியார்தாசன் என்னிடம் கிசுகிசுத்ததை அப்படியே மேடையிலும் பேசினார். தனக்குத் தெரிந்த ஒருவர், மக்களின் பிரச்சனைகளுக்காக எழுதி வந்ததையும் தன்னுடைய பெயரைக்கூட எழுதிவைக்க மறந்ததையும் குறிப்பிட்டார். காலத்தைக் கடந்தெல்லாம் நிற்கவேண்டியதைக் கவிதைகள் பார்த்துக்கொள்ளும். காலத்தை ஒட்டி நிற்கவேண்டியதே கவிஞனின் கடமை. கதவு காற்று என்பதை விட்டுவிட்டு மனிதநேயம் என்பதை நோக்கி வாருங்கள் என்றார்.

உண்மையிலேயே பெரியார்தாசனின் அன்றையப் பேச்சு, புதிதாக எழுத வரக்கூடியவர்கள் கருத்தில் கொள்ளத்தக்க பல நல்ல கருத்துகளைக் கொண்டிருந்தன. நான்குமணி நேரமானாலும் சக்தி குறையாமல் பேசக்கூடியவர் அவர். ஒருமுறை தஞ்சாவூரில், பெரியாரைப் பற்றி அவர் பேசினார். கூட்டத்தில் இருப்பவர்கள் மெய்மறந்து கேட்டுக் கொண்டிருந்தார்கள். கூட்டம் தொடங்கி இரண்டுமணி நேரமாகிவிட்டது. ஆனாலும், அவர் பேச்சின் சுவாரஸ்யத்தில் நேரம் போனதே தெரியவில்லை.

அவரே ஒருகட்டத்தில் கடிகாரத்தைப் பார்த்து, “இத்தகைய சிறப்பு வாய்ந்த பெரியாரை இரண்டுமணி நேரத்தில் பேசி முடிக்க முடியாது என்பதால், ஒரு தேநீர் இடைவேளைக்குப் பின் மீண்டும் தொடருவோம்” என்றார். சொன்னதுபோலவே அதற்கு அடுத்த இரண்டு மணிநேரமும் அனல் பறக்கப் பேசினார். வேதங்களிலும் கிரந்தங்களிலும்

சொல்லப்பட்டிருப்பவை என்ன? அதை ஏன் பெரியார் எதிர்த்தார் என்பதையெல்லாம் மடை திறந்த வெள்ளம்போல் கொட்டித் தீர்த்தார். சேஷாசலமாக இருந்த தான், பெரியார்தாசனாக ஏன் ஆனேன் என்பதை விளக்கும்விதமாகத் தொடங்கிய அப்பேச்சில், பெரியாரின் அத்தனை கருத்துகளையும் எளிய சொற்களால் புரியவைத்தார். சேஷாசலம் இந்துவாகப் பிறப்பதற்குக் காரணம் சேஷாசலமில்லை. ஆனால், அவன் பெரியார்தாசனாகி கடவுள் மறுப்பு, சாதி மத எதிர்ப்பு, பெண்ணடிமை ஒழிப்பு, வகுப்புரிமைப் பாதுகாப்பு எனப் பேசுவதற்குப் பெரியாரே காரணம்.

பகுத்தறிவின்பால் எனக்கேற்பட்ட ஈர்ப்புக்குக் காரணமான பெரியாரே இருபதாம் நூறாண்டின் இணையற்ற சிந்தனையாளர் என்று பேசினார். நல்ல நம்பிக்கைக்கும் மூட நம்பிக்கைக்குமுள்ள வேறுபாட்டை உணர்ந்துகொள்ளாமல் ஒருவர், பெரியாரைப் பின்பற்ற முடியாது என்பதை அந்தக் கூட்டத்திலும் அவர் அறிவித்தார்.

தமிழகத்தின் விரல்விட்டு எண்ணக்கூடிய சிறந்த பேச்சாளர்களில் ஒருவராக இருந்த பெரியார்தாசனை, நான் சொல்லி அடையாளப்படுத்த வேண்டிய அவசியமில்லை. பெயர் சொன்னாலே போதும், யார் என விளங்கிக்கொள்ளும்படியான ஆகிருதியாக இருந்தவரே அவர். கருப்பு, சிவப்பு, நீலம், பச்சை என அவருடைய வண்ணங்கள் மாறிக்கொண்டே இருந்தன. சேஷாசலம், பெரியார்தாசன், வீ.சித்தார்த்தன், நல்மனப் பெரியார்தாசன், அப்துல்லா என அவர் அவ்வப்போது தன்னுடைய பெயரையும் சிந்தனையையும் புனரமைத்துக்கொண்டார். என்றாலும், அவர் எப்போதும் மக்களை ஈர்க்கக்கூடிய பேச்சாளராகவே இருந்தார்.

தமிழகத்தின் குக்கிராமங்கள் வரை பெரியாரியக் கருத்துகளைக் கொண்டு சேர்த்ததில் அவருக்கும் பங்குண்டு. நாத்திகப் பிரச்சாரத்தில் ஈடுபடுகிறவர்கள், பக்த சிகாமணிகளின் வெறுப்புக்கும் எதிர்ப்புக்கும் ஆளான காலத்தில், அவர்களே ரசித்துக் கேட்கும்படியான இயல்பு மொழியழகை அவர் கொண்டிருந்தார். பேச்சின் இடையிடையே நக்கலையும் நையாண்டித்தனத்தையும்

140 □ நல்லார் ஒருவர்

தூவுவதால் எத்தனை மணி நேரமானாலும் அவர் பேச்சில் கட்டுண்டவர்கள் கலைந்துபோக மாட்டார்கள். தன்னால் படித்துப் புரிந்துகொள்ளப்பட்ட விஷயத்தை அடுத்தவருக்கு விளங்கும்படிச் சொல்வது தனிக்கலை. அந்தக் கலையில் தனித்துத் தெரிந்த பெரியார்தாசன், ஒருபோதும் ஒரே கருத்தைப் பற்றிக்கொண்டு நின்றதில்லை. சாமீ இல்லை என்ற பெரியாரை உணர்த்த, பெரியாருக்கு முன்பே இந்த நிலத்தில் இறை மறுப்புக் கொள்கை வேரூன்றி உள்ளதைச் சித்தர் பாடல்களின் வாயிலாகச் சான்று காட்டுவார்.

ஒரு சிறு குறிப்புக்கூட இல்லாமல் கருத்துகளைப் பேச்சின் போக்கிலேயே சொல்லிச்செல்வார். நடப்பு அரசியலையும் நகைப்புக்குரிய விமர்சனங்களையும் அவர்போல கலந்துகட்டி கலகலப்பாக யாராலும் பேச இயலாது. “வாக்களிப்பளிப்பவர்கள் கையில் ஏன் மை வைக்கிறார்கள். மீண்டும் அவர் திரும்பி வந்து கள்ள ஓட்டுப் போடக்கூடாது என்பதற்காகத்தானே. அப்படியானால் முன்னாள் முதல்வரும் இந்நாள் முதல்வருமா கள்ள ஓட்டுப் போடக் கூடியவர்கள். ஏன் அவர்கள் கையில் மை வைக்கிறார்கள்.

அப்படியே அவர்கள் கள்ள ஓட்டுப் போட வருகிறார்கள் என வைத்துக்கொள்வோம். அவர்களால் இவர்களை அடையாளங்காண முடியாதா, பதவியில் இருப்பவர்களும் பதவியில் இல்லாதவர்களும் சமம் என்பதைக் காட்ட மை வைக்கிறார்களே அதனால் மட்டும் முன்னாள் இந்நாள்கள் மக்கள் பணத்தில் கை வைப்பதை தடுக்க முடிந்திருக்கிறதா” என்பார். பச்சையப்பன் கல்லூரியில் தத்துவத்துறைப் பேராசிரியாகப் பணியாற்றிவந்தாலும், இதரத் துறைகள் சார்ந்தும் அவருடைய தேடல்கள் தொடர்ந்தன.

பெரியாரே பெரியவர் என ஏற்றுக்கொண்ட அவரால் அம்பேத்கரையும் மார்க்ஸையும் புத்தரையும் நபியையும் விலக்கிவைக்க முடியவில்லை. அம்பேத்கரை ஆழ்ந்து படித்தபின் வீ.சித்தார்த்தன் எனத் தன்பெயரைக் கெஸட்டில் மாற்றிக்கொண்டார். அம்பேத்கரின் இறுதி நூலான “புத்தரும் அவர் தம்மமும்” என்ற மிக முக்கியமான நூலைக்

தமிழில் அவரே மொழிபெயர்த்தார். புத்த மதம் குறித்து அறிந்துகொள்வதற்கு அம்பேத்கரின் அந்நூலைத் தவிர்த்துப் பிறிதொன்று கிடையாது. இந்தியாவை மதச்சார்பற்ற நாடாகக் கருதினாலும் அதனுள்ளே கிளைத்துள்ள சமூகச் சிக்கல்களை அம்பேத்கர் அந்நூல் மூலம் விளக்கியிருப்பார். நுட்பமாகவும் எல்லோருக்கும் புரியக்கூடிய விதத்திலும் அம்பேத்கரால் ஆக்கியளிக்கப்பட்ட அந்நூலை வாசித்த பிறகு, இந்தியாவில் மூட நம்பிக்கை வெறி அடங்கி, சமத்துவச் சமுதாயம் மலர, உண்மையான மதச்சார்பின்மை ஓங்க வேண்டுமானால் பவுத்தம் பரவ வேண்டும் எனப் பெரியார்தாசன் விரும்பியிருக்கிறார்.

அதன் விளைவாகத் தானுமே புத்த மதத்தைத் தழுவிக்கொண்டதாக அறிவித்து, 1992இல் முறைப்படி தீக்ஷாவும் பெற்றார். நாக்பூரிலுள்ள இந்தோரா பவுத்த விஹாரின் தலைமை பிக்கு சஹாய்யையும் எம்.டி.பஞ்ச் பாய் ஆகியோரைச் சந்தித்து அம்பேத்கரின் அந்நூல் குறித்த மேலதிக விளக்கங்களைப் பெற்றிருக்கிறார்.

எதை ஒன்றையும் பெரியார்தாசனால் மேலோட்டமாக ஒப்புக்கொள்ள முடிந்ததில்லை. ஆலவிருட்சமேயானாலும் அதன் ஆணிவேர்வரை சென்று ஆராயும் பண்பு அவரிடமிருந்தது. தேடல் என்பது கிடைக்கும்வரைதான் இருக்கமுடியும். பெரியார்தாசனோ, கிடைத்ததிலிருந்து விடுபட்டதைத் தேடத் தொடங்கிவிடுகிறார். "இந்துத்துவம் இறைமயப்படுத்துவதைத் தம்மம் அறமயப்படுத்துகிறது. இந்துத்துவம் முன்வைக்கும் சாராம்சவாதத்திற்குத் தம்மத்தில் இடமில்லை.

குறிப்பாக சுயம், ஆத்மன், பிரும்மம் போன்ற கருத்தாக்கங்களைப் பவுத்தம் முற்றாக மறுக்கிறது. உயிர்கள் யாவும் ஒன்று என்றால் சுயத்தையோ ஆத்மாவையோ பிரும்மத்தையோ கருத்திற்கொள்ள வேண்டியதில்லை. இந்துமதம் ஒருவன் வேதங்களின் மறைபொருளை அறிய பிரும்மத்தை அடைய வேண்டும் என்கிறது. பவுத்தமோ வேதங்களின் மறைபொருளை அறிவதைவிட அவன் எப்படி வாழ்கிறான் என அறிவதையே மெய்ஞ்ஞானமாகக் கொள்கிறது. இறைவழியைக் காட்டிலும் அறவழியே சமூகத்தின்

தேவை" என விளக்கிய அம்பேத்கரைத் தமிழாக்கியவர் அவர். இந்துத்துவம் முன்வைக்கும் "தர்மயுத்தம்" போல் அபத்தமான கருத்தாக்கம் எதுவுமில்லை. யாரை எதிர்த்து யார் நடத்தினாலும் யுத்தங்கள் நல்ல பயனைத் தருவதில்லை.

யுத்தம் என்று வந்துவிட்டாலே போட்டியும் சூழ்ச்சியும் வெற்றி தோல்வி கணக்குகளும் வந்துவிடுகின்றன. எனவே, அது தர்மத்துக்கே தேவையான யுத்தம் என்றாலும் அது ஏற்புடையதில்லை என்றுதான் பவுத்தம் சொல்கிறது. சாமி, சடங்கு, பூஜை, சாதி, மாயம், மந்திரம், பிரார்த்தனை இவை எல்லாவற்றுக்கும் மேலாகத் தனியுடைமைச் சுரண்டல் பவுத்தத்தில் இல்லை. பவுத்தத்தில் உள்ளவை: அன்பு, அறிவு, சமத்துவம், ஒழுக்கம், இரக்கம், வீரம், விவேகம் எனத் தான் புரிந்துகொண்டதையெல்லாம் பெரியார்தாசன் தயக்கமில்லாமல் சொல்லிவந்தார்.

மலரினும் மெல்லிது என்னும் தலைப்பில் திருக்குறள் காமத்துப்பாலுக்கு அவர் எழுதிய விளக்கவுரை குறிப்பிடத்தக்கது. பொதுவாக அரசியல் கருத்துகளை மேடையில் பேசுகிறவர்கள், இலக்கியத்திலுள்ள அகம் சார்ந்த பனுவல்களை வியக்கத் தயங்குவார்கள். காதலுணர்வையோ காமஉணர்வையோ பகிர்ந்துகொண்டால் அது ஏதோ தன் புகழுக்கும் கருத்துக்கும் களங்கம் ஏற்படுமெனக் கருதுவார்கள். பேச வேண்டியது எதுவென்றாலும், அதை எந்தத் தயக்கமுமில்லாமல் வெளிப்படுத்தும் தன்மையை அவர் கொண்டிருந்தார்.

தன் மகனுடைய திருமண நிகழ்வில் வெளியிடப்பட்ட நூல் அது. ஒரு மகனுக்குத் தந்தையாக அவர் சொல்லிக்கொடுத்தது காமத்துப்பாலென்றால் கேட்பவருக்கு ஆச்சர்யமளிக்கலாம். என்றாலும், அவர் அந்நூலை எழுத எழுந்த ஆசை எங்கிருந்து வந்தது எனவும் தெளிவுப்படுத்தியிருக்கிறார். ஒருமுறை எழுத்தாளர் விந்தனிடம் எம்.ஆர்.ராதா திருக்குறள் குறித்து விவரிக்கும்போது, "ஜீன்ஸும் டி ஷர்ட்டும் போட்ட பசங்கலெல்லாம் தாடியும் ஜடாமுடியும் வச்சிருந்த வள்ளுவர் கிட்ட பிச்ச வாங்கணும்யா. கண்ணால பேசுறதுதான் காதல். கண்ணால பேசினதுக்குப் பெறகு வாய்ப்பேச்சு எதுக்குன்னு போட்டாரே ஒரு போடு" அதை கேட்டுத்தான்

காமத்துப்பாலுக்கு உரை எழுதினேன் என்றிருக்கிறார். புதுக்கவிதை வடிவில் எழுதப்பட்ட அந்நூல், காமத்துப்பாலின் முதன்மை அம்சங்களையெல்லாம் தொட்டுக் காட்டுவது. ஏனையோர் எழுதிய பொருளுரைகளிலிருந்து பெரியார்தாசனின் காமத்துப்பால் பொருளுரை பெருமளவு வேறுபட்டது. வார்த்தைகளின் விளக்கங்களை மட்டும் விவரிக்காமல், அதைப் புதுக்கவிதையாக ரசிக்க வைத்திருப்பார்.

'கண்ணுள்ளார் காதல்' என்னும் குறளில் காதலன் கண்ணுக்குள்ளே இருக்கிறான். ஆகையால் மை எழுதினால் அவர் முகம் மறைந்துவிடும். ஆகவே, கண்ணுக்கு மை தீட்டுவதைத் தவிர்க்கிறேன் எனத் காதலி எழுதுவதாக இருக்கிறது. அதற்கு உரையெழுதும் பெரியார்தாசன், காதலன் முகத்தில் கரிபூசக்கூடாது என்பதற்காகக் கண்ணுக்கு மை எழுதவில்லை என்பதாக அழகுபடுத்தியிருப்பார். மை பூசுவதற்கும் கரி பூசுவதற்கும் உள்ள வேறுபாட்டை அவர் அறிவார். என்றாலும், குறளின் சுவையைக் கூட்டிக்காட்ட இப்படியாக நிறைய செய்திருப்பார்.

"அலர்" என்ற சொல்லுக்கு வெவ்வேறு பொருளுண்டு. குறளுக்கு உரையெழுதியுள்ள பலரையும் அலர் என்னும் சொல் ஆட்டிப் படைத்திருக்கிறது. அலர் என்பதை அலர் என்றே மு.வ.வும் இன்னபிறரும் பொருள் கொள்கிறார்கள். அலர் என்பதை கிசு கிசு என்று பாரதிதாசனும் பழித்தூற்றல் என்று கலைஞரும் ஊர் பரிகசித்து ஏளனம் செய்வது என்று நாமக்கல் கவிஞரும் எழுதுகிறார்கள். பெரியார்தாசனோ வதந்தி என்று பொருள் கொள்கிறார்.

வதந்தி என்பது தீப்போல பரவுவதால் அதை வதந்தீ எனவும் வார்த்தையில் விளையாடியிருக்கிறார். அந்த நூலில் என்னைக் கவர்ந்த இடம், வாராக்கால் துஞ்சா வரின்துஞ்சா ஆயிடை / ஆரஞர் உற்றன கண்(1179) என்னும் குறளுக்கு அவர் எழுதியிருக்கும் உரைதான். அவன் வந்தாலும் தூக்கமில்லை. வராவிட்டாலும் தூக்கமில்லை. அவனால் துன்பமுறும் கண்களுக்குத் தூக்கமே மறந்துவிட்டது என வள்ளுவர் சொல்லிருப்பதை, அவனால் என் கண்களுக்கு எப்போதும் ஏகாதசிதான் எனக் குறித்திருப்பார். திராவிட அரசியலிலும் பெரியாரியக் கொள்கைகளிலும் ஊறித் திளைத்தவரான

பெரியார்தாசனால் ஏகாதசி என்ற சொல்லை எப்படிப் பயன்படுத்த முடியும் என்றிருந்தது. இதே எண்ணத்தை நூலுக்கு அணிந்துரை வழங்கிய சிலம்பொலியாரும் முன்வைத்திருப்பது கவனிக்கத்தக்கது.

மூட நம்பிக்கைக்கு எதிரானவராக அவர் இருந்தபோதும் மக்களின் வழக்குமொழியிலுள்ள சொல்லாடல்களை அந்நூலில் அவர் வெகுவாகப் பயன்படுத்தியிருக்கிறார். அந்நூலில் மட்டுமல்ல அவருடைய எல்லா நூல்களிலும் மக்கள் வழக்கிலுள்ள நம்பிக்கைகளைப் பதிவு செய்திருக்கிறார். ஏறக்குறைய 55 நூல்கள் எழுதியுள்ளார்.

கட்டுரை, கவிதை, சிறுவர் கதைகள், தன்முனைப்புக் கருத்துரைகள் என எழுத்திலும் பேச்சிலும் அவர் தொடாத தலைப்புகளே இல்லை. பெரியாருக்குப் பின் திராவிட இயக்கம், போராடுங்கள், மனிதரைக் காக்கவா மதம், சிந்தியுங்கள், கலீல் ஜிப்ரானின் முறிந்த சிறகுகள், பெரியார் விதைத்த புரட்சி விதைகள் முதலிய நூல்கள் முக்கியமானவை. ஆகாயம் சுருங்குமா, சின்னக் குருவியின் சூரிய வாழ்த்து போன்ற கவிதை நூல்களிலும் தன்னுடைய கொள்கைகளை முழக்கங்களாக வெளியிட்டிருக்கிறார்.

"ஆகாயம் சுருங்குமா" என்ற தன்னுடைய அழகிய கவிதைநூல் தலைப்பை முதல் மரியாதை திரைப்பாடலில் பயன்படுத்தியதற்காக வைரமுத்துவிற்கு நன்றியும் தெரிவித்திருக்கிறார். அது நன்றியா, தன்னுடையதென உரிமை கொண்டாடும் உத்தியா என்பது அவருக்கே தெரியும். பெரியார்தாசனின் நான்குமணி நேரப் பேச்சை நான் கேட்டிருக்கிறேன். ஆனால், அதையும் தாண்டி காஞ்சிபுரத்தில் ஒருமுறை ஏழு மணிநேரம் தொடர்ந்து பேசி, கூட்டத்தைக் கட்டுக்குள் வைத்திருக்கிறார்.

தனி ஆவர்த்தனத்தையும் தகுதியான ஆவர்த்தனமாக மாற்றும் கலையை அவர் கற்று வைத்திருந்தார். உலக நாடுகள் முழுக்கத் தன் பேச்சுத் திறனால் மக்களைக் கட்டி ஆண்ட பெரியார்தாசன், பின் வருவதை முன் யோசித்து பேசக்கூடியவர் அல்லர். பின் வரக்கூடிய புரட்சிக்காக மக்களைத் திரட்டும் வலிமையுடையதுதான் அவர் பேச்சு

என்றாலும், மனதில் பட்டதைச் சட்டென்று சொல்லிவிடுவார். பிறரைக் காயப்படுத்துவது அவர் நோக்கமில்லை என்பதால் அவ்வப்போது வார்த்தைகள் அவரிடம் வசமிழந்துவிடும்.

கல்லூரியில் பேராசிரியராக இருந்த காலத்தில் ஊழல் அரசியல்வாதிகளுக்கு எதிராக மிகக் காத்திரமாகப் பேசிவந்தார். அப்போது எம்.ஜி.ஆர். முதலமைச்சராக இருக்கிறார். அவருக்கு எதிராகவும் அவர் நக்ஸலைட்டுகளை ஒடுக்க எடுத்து வந்த நடவடிக்கைக்காகவும் கடுமையாக விமர்சிக்கிறார். இந்தத் தகவல் காவல்துறை உயரதிகாரி மோகன்தாஸ் மூலமாக எம்.ஜி.ஆருக்குத் தெரியவருகிறது.

ஒரு கல்லூரியில் பேராசிரியராக இருப்பவர் நக்ஸலைட்டுகளுக்கு ஆதரவாகப் பேசிவருவது குற்றமாகப் பார்க்கப்பட்டு, கைது வாரண்டும் பிறப்பிக்கப்படுகிறது. இதையடுத்து எம்.ஜி.ஆர்., "கைது செய்வதற்கு முன் பெரியார்தாசனை வந்து என்னைச் சந்திக்கச் சொல்லுங்கள்" என்கிறார். நாட்டின் முதலமைச்சர் தன்னுடைய பேச்சினால் கோபமுற்றிருப்பதை அறிந்த பெரியார்தாசன், தனக்கு வந்துவிட்ட எந்தப் பாதிப்புக்காகவும் தன் பேச்சை வாபஸ் பெற்றுக்கொள்ள எண்ணவில்லை.

மாறாக எம்.ஜி.ஆரைச் சந்திக்கிறார். எம்.ஜி.ஆரும் "நானும் உங்கள் பேச்சின் ரசிகன்தான். எதையும் வெளிப்படையாகப் பேசக்கூடியவர் என்பதை அறிவேன். இருந்தாலும் ஒரு கல்லூரிப் பேராசிரியராக இருந்துவரும் நீங்கள் மாணவர்களைக் கிளர்ச்சிக்குத் தூண்டுவது சரியா? சட்டத்தின் பார்வையில் நீங்கள் தவறாகப் புரிந்துகொள்ளப்பட்டாலும் மனசாட்சிக்கு விரோதமில்லாமல் நடப்பவர் என்பதால் நடவடிக்கையைத் தவிர்க்கிறேன்" எனக் கைது வாரண்டைக் கிழித்திருக்கிறார்.

எங்கே பேராசிரியர் வேலையும் பறிபோய்விடப் போகிறதோ என அச்சத்தோடு போன தன்னை, ஆசையோடு சாப்பிட வைத்து, மறுக்க மறுக்க ஒரு கட்டு பணத்தாளைச் சட்டைப் பாக்கெட்டில் திணித்தனுப்பிய எம்.ஜி.ஆரை அதன்பிறகும் பெரியார்தாசன் விமர்சிக்காமல் இல்லை. எம்.ஜி.ஆர். நல்லவிதமாகத் தன்னிடம் நடந்துகொண்டார் என்பதற்காக, கைது செய்யாமல் காசுகொடுத்து கௌரவித்தார்

என்பதற்காக அவருடைய மக்கள் விரோத ஆட்சியைக் கண்டிக்காமல் இருக்கமாட்டேன் என்றே பேசிவந்தார்.

ஒரு நல்ல கருத்து வெகுஜனங்களைப் பற்றிக்கொண்டால், அது பௌதீகச் சக்தியாக மாறும் என்ற காரல் மார்க்ஸைப் பெரியார்தாசன் வெகுவாகப் பின்பற்றினார். கற்பதையும் கற்பிப்பதையும் தொடர்ந்து செய்துவந்த அவர், "மீனுக்கு நீந்தவும் கன்றுக்குட்டிக்குத் தாவவும் கற்பிக்க வேண்டியதில்லை. ஏனெனில், கற்றுக்கொண்டே பிறப்பவை இதர உயிரினங்கள். கற்றுக்கொள்வதற்காகவே பிறப்பவர்கள் மனிதர்கள்" என்பார். "சாப்பிடுவதற்காக ஒரு கவளம் சோற்றைக் கையில் எடுக்கின்ற போது அதில் நூறு பேருடைய வியர்வையாவது கலந்திருக்கிறது என்பதை உணர வேண்டும். அப்போதுதான் இந்த சமூகத்தின் மீது நமக்கு அன்பு வரும். அக்கறை வரும். நமக்குத் தேவையான ஒவ்வொன்றையும் தருகின்ற சமூகத்திற்கு நாமும் எதையாவது தர வேண்டும் என்ற எண்ணம் வரும்" என மேடைதோறும் சொல்லிவந்தார்.

ஒரு நல்ல பேச்சைக் கேட்டவுடன், நமக்குள் ஏற்பட வேண்டிய நல்ல விளைவுகளை அவருடைய சொற்பொழிவுகள் செய்து வந்தன. மாதம் ஐந்து கூட்டமெனத் தொடர்ந்து தனி ஒருவராக இருநூற்றி ஐம்பது கூட்டங்களுக்குமேல் சொற்பொழிவு செய்திருக்கிறார். அவர் பேச்சைக் கேட்கையில் நமக்குச் சோர்வே வராது என்பது விஷயமில்லை. அவருமே சோர்வில்லாமல் பேசுவதுதான் வியப்பு. ஒருமுறை மலைவாழ் மக்கள் மாநாட்டில் அவருடைய பேச்சைக் கேட்ட அன்பர்கள், நினைவுப்பரிசாகப் பாம்பைக் கையில் கொடுத்திருக்கிறார்கள்.

அச்சம்பவத்தை சிரிக்க சிரிக்க அவர் சொல்லக் கேட்க வேண்டும். "பாம்பை மாலையாகப் போட வந்ததுகூட பிரச்சனையில்லை. அதை வீட்டுக்கு எடுத்துப்போங்கள் என்றார்களே அங்குதான் டகிலடித்தது. இத்தனை வீரமாகப் பேசிய நீ பாம்புக்குப் பயந்தவனா என அவர்கள் எண்ணியிருக்கலாம். அதற்காக, ஆடு பாம்பே விளையாடு பாம்பே என்று பாடும் சித்தராகவா முடியும் சொல்லுங்கள்" என்பார். இப்படி ஊர்தோறும் விடாமல் அவர் பேச்சுக்குக் கிடைத்த எதிர்வினைகள் எத்தனையோ உண்டு.

எதைச் செய்தாலும் மனம் ஒன்றிச் செய்யும் தன்மையை தன்னுடையபள்ளித் தமிழாசிரியர் சுந்தரமூர்த்தி வாத்தியாரிடமிருந்து பெற்றதாக அவரே ஒரு நேர்காணலில் குறிப்பிட்டிருக்கிறார். "சுந்தரமூர்த்தி வாத்தியார் நடத்தினால் கடினமான பாடங்கள்கூட எளிதாக மனதில் பதியும். குறிப்பாகத் தேவாரத்தையும் திருவாசகத்தையும் அவர் பாடி நடத்தியவிதம் பாராட்டத்தக்கது. அவர்போலவே மனதில் பதியும்படி அப்பாடல்களைத் திரும்பத் திரும்பப் பாடிப் பழகியதால்தான் குறிப்பில்லாமல் எத்தனைமணி நேரம் வேண்டுமானாலும் பேசும் ஆற்றலைப் பெற்றேன்" என்றிருக்கிறார்.

"வாக்குண்டாம் நல்லமனமுண்டாம் மாமலரால் நல் நோக்குண்டாம், துப்பார்த் திருமேனி தும்பிக்கையான் பாதம் தப்பாமல் சார்வார் தமக்கு" என்ற பாடலை விநாயகர் பாடலாக நாம் நினைத்துக்கொண்டிருக்கிறோம். உண்மையில், அது விநாயகர் பாடலே அல்ல. "எவன் ஒருவனுக்குத் திக்குவாயிருக்கிறதோ, எவன் ஒருவனுக்கு சித்தப்பிரமை பிடித்திருக்கிறதோ, எவன் ஒருவனுக்கு கண்பார்வை மங்கலாக இருக்கிறதோ, அவனுக்கான மருத்துவப்பாட்டு அது. சித்த மருத்துவப் பாட்டைத்தான் இந்தச் சிகாமணிகள் விநாயகர் துதியாக்கி, அதை நம்மையும் பாட வைத்திருக்கின்றனர்.

'துப்பார்த் திருமேனி' என்றால் இன்றைக்கு நம்மால் குப்பைமேனி என்றழைக்கப்படும் இலையே அன்றி வேறில்லை. இரவில் அவ்இலைமீது குப்பையைக் கொட்டினால் அக்குப்பை காலையில் இருக்காது. தன்னைத் தானே தூய்மையாக்கிக்கொள்ளும் இலை அது. அதேபோல தும்பிக்கையான் பாதம் என்றால் தும்பைப்பூ.

குப்பைமேனி இலையையும் தும்பைப்பூவையும் கையாந்தகரை வேரையும் சேர்ந்துக் கசாயமாக்கிக் குடித்தால் திக்குவாய் சரியாகிவிடும் என்றுதான் பாடினார்களே தவிர, விநாயகரைத் தொழுதால் வினை தீரும் என்று பாடவில்லை. தமிழர்கள் என்றைக்கோ எழுதிய மருத்துவப் பாட்டின்படி கசாயம் குடித்துச் சரியான திக்குவாயன்தான் உங்களிடம் பேசிக்கொண்டிருக்கும் பெரியார்தாசன்" என்றும் இன்னொரு இடத்தில் சொல்லியிருக்கிறார். மேடைப்பேச்சுக்களை வெறும் கைத்தட்டல்களுக்காக அவர் நிகழ்த்தியதில்லை.

நேற்றைக்கு ஒரு மேடை, இன்றைக்கு ஒரு மேடை என மேடைகள் வித்தியாசப்பட்டாலும் அவர் ஒரே மாதிரியான கொள்கையைத்தான் கடைப்பிடித்தார். எதிரே இருப்பவர்கள் உற்சாகத்தோடு தன்னை உள்வாங்கிக் கொள்ளவேண்டும் என்பதுதான் அந்தக் கொள்கை. அந்தந்தக் கணத்து அதிசயங்களை அவர்போல யாரும் கொண்டாடியதில்லை. நேற்று ஒரு மாதிரியும் இன்று ஒரு மாதிரியும் தோன்றினால் அதையும் மேடையிலேயே சொல்லிவிடுவார்.

சைவப் பற்றாளனாக இருந்த நான், பெரியாரின் சீடனாகி, புத்தரைத் தரிசித்து, நல்மனப் பெரியார்தாசனாக நம்பிக்கைப் பெற்று, அப்துல்லாவாக இப்போது ஏக இறைவனைத் தொழத் தொடங்கியிருக்கிறேன் என்பதை வெளிப்படையாகத் தன் இறுதிக்காலங்களில் அறிவித்தார். தன்னுடைய மாறுதல்கள் ஒவ்வொன்றும் சுய தேவைகளுக்காகவோ லௌகீக வாய்ப்புகளுக்காகவோ நிகழ்ந்ததில்லை என்பதைத் தெளிவுபடுத்துவதாக இறுதியுரைகள் அமைந்துள்ளன.

“இதுயாவுமே தத்துவத் தேடலில் நானடைந்த படிப்பினைகள். என்னைப் பின் தொடர்வதில் சிலருக்குச் சிரமம் இருக்கலாம். ஆனால், நான் செல்லும் பாதைக்கு உண்மையாயிருக்கிறேன். சந்தேகத்தோடு என்னைப் பார்க்கிறவர்களுக்கு என் சத்தியத்தைப் பிரமாணப்படுத்த வேண்டியதில்லை” என்றிருக்கிறார். மாறிக்கொண்டே இருப்பதுதான் வளர்ச்சி என்றும் அம்மாற்றத்தினால் நிகழ்வதுதான் சிந்தனை என்றும் அவரே அவரைச் சோதனைக்கு உட்படுத்திக்கொண்டார்.

ஏற்றுக்கொண்ட ஒன்றுக்கு விசுவாசமாக இருப்பது ஒருவகையென்றால் அதுவாகவே மாறிவிடும் இயல்புதான் அவருடையது. தான் இஸ்லாத்தைத் தழுவிக்கொண்டதாக அறிவித்தவுடன் எழுந்த விமர்சனங்களையும் அவர் அப்படித்தான் எதிர்கொண்டார். தொலைபேசியிலும் நேரிலும் அவரிடம் இது குறித்து விவாதித்தவர்களைக் கடுமையான சொற்கள் கொண்டு காயப்படுத்த அவர் எண்ணவில்லை. நெஞ்சைத் திறந்து காட்டியபின்னும் தன் நேர்மையைச் சந்தேகிப்பவர்களை ஒரு புன்னகையோடு அவர் கடந்துபோனார். நீண்ட ஆய்வுக்கும் வாசிப்புக்கும்

பின்பே இஸ்லாத்தைத் தழுவியதாக அவர் சொன்னதைக் கருத்துமுதல்வாதிகள் கதைவிடுகிறார் என்கிறார்கள். அதுவரை மறுமையிலோ இறைக்கோட்பாட்டிலோ நம்பிக்கையில்லாதவருக்குத் திடீரென்று எப்படி ஞானம் வந்தது எனப் போகிறபோக்கில் கிள்ளியும் வைத்தார்கள்.

தன் தரப்பை நியாயப்படுத்துவதற்காக எந்த அஸ்திரங்களையும் பிரயோகிக்கக்கூடியவர் அல்லர் அவர். கருத்துகளிலும் விமர்சனங்களிலும் ஏற்புடையவைகளை விடாப்பிடியாக விதண்டாவாதமாக அவருக்கு மறுக்கத் தெரியாது. தெரிதலிலும் அறிதலிலும் அதன்பின்னான புரிதலிலுமே அவர் பயணித்தார். அவருடைய கல்லூரிக் காலங்களில் இருந்தே பலவிதமான கருத்துமோதல்களின் களமாக அவரிருந்திருக்கிறார்.

பச்சையப்பன் கல்லூரி ஆள்குறைப்பு நடவடிக்கையில் ஈடுபட்டபொழுது, அதை வீட்டுக்குக்கூடத் தெரிவிக்காமல் தொடர் பசியுடன் நூலகத்திலேயே கழித்த பொழுதுகள் அவருடையவை. குருவிக்கரம்பை சண்முகம் மூலம் விஷயமறிந்த சுரதா, மதிய வேளைகளில் தனக்கு வாங்கிக்கொடுத்த ஜனதா சாப்பாட்டை அவர் சொல்லாமல் இருந்ததில்லை. பலமொழிகளைக் கற்றிருந்தார். என்றாலும், அவராலும் சில கேள்விகளுக்குப் பதில் சொல்லமுடியாமல் போனதுதான் உண்மை.

இன்றைக்குத் திருப்புகழ் சந்தத்தை வைத்துக்கொண்டு யாரால் பாட்டெழுத முடியுமென்று கேட்ட சுரதாவை, கவிதைகளால் வெல்லமுடிந்த பெரியார்தாசனுக்கு அரபு மொழியைக் கற்க முடியாமல் போனதேயென்ற வருத்தமிருந்தது. ஒன்றை முனைந்து வெற்றி காண்பதில்தீவிரமாயிருந்தபெரியார்தாசன், ஏறாத மேடைகளே இல்லை. காய்தல் உவத்தலற்றுப் பேசும் அவர் கணீர் குரலைக் கேட்ட இயக்குநர் பாரதிராஜா, தம்முடைய கருத்தம்மா திரைப்படத்தில் குணச்சித்திர நடிகராக அவரை அறிமுகப்படுத்தினார். நடித்த முதல் படத்திலேயே குணச்சித்திர நடிகருக்கான தேசிய விருதையும் அவர் பெற்றார். எத்தனையோ மேடைகளில் வாய்கிழியப் பேசிய தன்னை, வாய்பேச முடியாத கதாபாத்திரத்தில் நடிக்க வைத்த சினிமாவையும் தேசியவிருதையும் எள்ளலோடு

பகிர்ந்துகொள்வதை வழக்கமாக வைத்திருந்தார். பெண் சிசுக்கொலை பெரும் பிரச்சனையாக இருந்த அந்தக் காலகட்டத்தில் கருத்தம்மா திரைப்படம் வெளிவந்தது. காலத்தின் தேவைகருதி எடுக்கப்பட்ட அத்திரைப்படத்தில் நடித்ததும் சமூகப்பணியே என்னும் எண்ணம் அவரிடமிருந்தது. அதன்பின்னும் பல படங்களில் அவர் நடித்திருக்கிறார். இருபத்தியாறு படங்களுக்குமேல் நடித்திருப்பதாகச் செய்திகள் உள்ளன. என்றாலும், கருத்தம்மா அளவுக்கு வேறு எந்தப் பாத்திரத்திலும் அவர் சோபிக்கவில்லை.

திரைத்துறைக்கு வந்தபிறகும் தம்முடைய அசலான பேச்சுக்கலையை அவர் கைவிடவில்லை. மக்கள் தன்னிடமிருந்து எதிர்பார்ப்பது நடிப்பை அல்ல என்பது அவருக்குத் தெரிந்திருந்தது. மெய்யையும் ஞானத்தையும் எதிர்பார்த்த மக்களிடம், பொய்யாகவும் போலியாகவும் நடந்துகொள்ள அவர் விரும்பவில்லை. சில நேரங்களில் அவர் தவறாகப் புரிந்துகொள்ளப்பட்டிருக்கிறார்.

பாக்கியம் சங்கரின் நூல் வெளியீட்டு விழாவில் அவர் சொன்னதுபோல காலத்திற்கேற்ப, கருத்துகளும் மாறிக்கொண்டே இருக்கின்றன. எந்தக் கருத்தையும் தைரியமாக எதிர்கொள்ளும் திராணி வேண்டும். மேலும், ஒன்றே சிறந்ததென்று பற்றித் தொங்கிக்கொண்டிருக்கக் கூடாது. உண்மையில், ஒரு பகுத்தறிவாளன் என்பவன் அறிவின் கண்களையும் அன்பின் கண்களையும் ஒன்றாகவே திறந்துகொள்கிறான். அவன் கண்களை மூடிக்கொண்டபிறகுதான் அவனை இந்த உலகம் பார்க்கத் தொடங்குகிறது.

விரலைச்சேராத கணையாழி

மசூதித் தெருவைக் கடக்கும்போது அவர் மவுத்தாகிவிட்ட தகவல் வந்தது. அது தகவலல்ல. நெஞ்சை நிலைகுலையச் செய்யும் சொற்கத்தி. தகவலை என்னிடம் தயங்கித் தயங்கிப் பகிர்ந்துகொண்டவரின் குரல் உடைந்திருந்தது. அவருக்கு நானும் எனக்கு அவரும் ஆறுதல் சொல்லிக்கொள்ளும் வாய்ப்பை அச்சொற்கள் வழங்கவில்லை. பத்திரிகையிலும் அத்தகவல் சின்னக் குறிப்போடு பிரசுரமாகியிருந்தது. அவ்வளவு சின்னத் தகவலில் இருந்து விடுபட எனக்கு ஆறுமாத காலம் பிடிக்குமென்று நானுமே அப்போது நினைக்கவில்லை. அதற்கு முன்னும் அதற்குப் பின்னும் பலர் மவுத்தாகியிருக்கிறார்கள்.

ஆனாலும், அவர் மவுத்தான தகவல் என்னைச் சுக்குநூறாக்கிச் சுட்டுப் பொசுக்கியதைச் சொல்லத்தான் வேண்டும். அது என்ன மவுத்தாவது? இஸ்லாமியர்கள் ஒருவர் மரணமுறுவதை மவுத்தாதல் என்றே சொல்கிறார்கள். காலமானார், இயற்கை எய்தினார், இறைவனடி சேர்ந்தார் என்று சொல்வதைவிட மவுத்தாதல் என்னும் சொல்லையே அவர்கள் பயன்படுத்துகிறார்கள். மவுத்தாதல் என்னும் சொல் அரபு மூலத்தை அடிப்படையாகக் கொண்டது. ஒருவர்

152 □ நல்லார் ஒருவர்

மவுத்தாகிவிட்டால் உண்மையாகவா சொல்கிறீர்கள் எனத் திரும்பத் திரும்பக் கேட்கிறோம். ஒருவர் மவுத்தாவது நம்மைப் பொறுத்தவரையில் பொய்யாக வேண்டியது. உண்மையாகிவிடக் கூடாதது. எந்தச் சந்தர்ப்பத்திலும் நமக்கு நெருக்கமான ஒருவர் மவுத்தாகவே மாட்டார் என நாமாக நினைத்துக்கொண்ட அதீத கற்பனையின் வெளிப்பாடு அது. அதன் காரணமாகவே நேற்றுகூட பேசினாரே, முந்தாநாள்தானே ரெண்டுபேரும் ஒன்றாக டீ குடித்தோமே என்று பழைய நினைவுகளை, நிகழ்வுகளைச் சொல்லத் தொடங்குவோம்.

நமக்கெல்லாம் சாவே வராது என்பது போலவும் இறந்து போனவர் அவசரப்பட்டுவிட்டார் என்பதுபோலவும் கருதிக்கொள்வோம். இந்த மாதிரி கருதிக்கொள்வது நம்முடைய விருப்பமே தவிர உண்மையல்ல. நாம் விரும்பினாலும் விரும்பாவிட்டாலும் ஒருவருடைய மரணத்தை ஏற்றுக்கொள்ளத்தான் வேண்டும். நம்பமாட்டேன் என முரண்டுபிடிப்பதால் ஆகப்போவதோ அகலப்போவதோ ஒன்றுமில்லை. இந்தச் சமாதானம் சராசரிகளுக்கு மட்டுமே. கலையுலகவாதிகளுக்கு இல்லை.

சிலபல வருடங்களுக்குமுன் ஒரு கம்பெனியிலிருந்து என்னைப் பாட்டெழுதக் கூப்பிட்டு இருந்தார்கள். அவர்கள் பாட்டெழுத வரச்சொன்ன இடத்தை வைத்தே அந்தக் கம்பெனியின் லட்சணம் தெரிந்தது. வழக்கமாக அந்த லாட்ஜுக்கு வரச்சொன்னால் அது, உதார் கம்பெனியாகவோ உப்புமா கம்பெனியாகவோ இருக்கும் என்பது பொதுவான கருத்து. அந்தக் கருத்தை நானுமேகூட சில சந்தர்ப்பங்களில் சோதித்து இருக்கிறேன். இதற்குமுன்னும் ஒருசில படங்களுக்கான கம்போசிங்கிற்கு வரச்சொல்லி அந்த லாட்ஜில் இருந்து அழைப்பு வந்திருக்கிறது.

அந்த அழைப்பை மதித்து நான் போய் எழுதிய எந்தப் பாடலும் இதுவரை வெளிவந்ததில்லை. அத்தகைய பெருமைக்கும் பிரியத்துக்கும் உரிய அந்த லாட்ஜிலிருந்து அழைப்பு. அதை லாட்ஜ் என்று சொல்வதைவிட கிளிக்கூண்டு என்பதுதான் பொருத்தம். ஒரே ஒரு படுக்கை. இரண்டு நாற்காலி. சிரமப்பட்டாலும்கூட திறக்க முடியாத ஜன்னல்.

யுகபாரதி □ 153

எப்போதும் சூழ்ந்த இருள். உடல் பெருத்தவர் உட்கார்ந்து எழமுடியாதவாறு ஒரு குட்டி பாத்ரூம். அழுக்கும் பழுப்பும் படிந்த மூன்று கண்ணாடிக் கோப்பை. பிளாஸ்க் மாதிரி ஏதோ ஒன்று. இதை வைத்துக்கொண்டு ரொம்ப காலமாக அதை லாட்ஜ் என்று அந்த லாட்ஜ் முதலாளி எல்லோரையும் ஏமாற்றி வியாபாரம் செய்துகொண்டிருந்தார். வடபழனி போலீஸ் ஸ்டேஷனுக்குப் பின்னால்தான் அந்த கிளிக்கூண்டின் தோராய முகவரி.

அது என்ன மாயமோ மந்திரமோ தெரியவில்லை, ஊரில் இருந்து படமெடுக்கவரும் பலரும் அங்கு வந்துதான் தன் பெட்டியைத் திறப்பார்கள். தம்முடைய பரம்பரை வீட்டை விற்றோ பலசரக்குக் கடையிலிருந்து கிடைத்த லாபத்தை எடுத்துக்கொண்டோ வரும் அவர்கள், கொஞ்ச காலத்திற்குப் பிறகு ஊருக்குக் கிளம்புவார்கள் அல்லது ஊரைவிட்டே கிளம்புவார்கள். நான்கூட நினைத்ததுண்டு, அவர்கள் தாமாக இங்குவந்து தங்குகிறார்களா இல்லை அதிகாலையில் கோயம்பேட்டுக்குப் போய் இந்த லாட்ஜிலிருந்து யாராவது அவர்களை அமுக்கிப் பிடித்து வருகிறார்களா என்று.

எது எப்படியோ சம்பந்தப்பட்டவர்களே அதுகுறித்து யோசிக்காதபோது நமக்கெதற்கு வீண் வம்பு? இப்போது அந்தக் கிளிக்கூண்டை இடித்துக் கலைத்துவிட்டு யாரோ ஒரு புண்ணியவான் அடுக்குமாடிக் குடியிருப்பைக் கட்டியிருக்கிறார். அந்தக் கிளிக்கூண்டு மட்டுமல்ல. அதுபோல இயங்கிவந்த எத்தனையோ கிளிக்கூண்டிற்கு நான் போயிருக்கிறேன். எந்தக் கிளிக்கூண்டின் அழைப்பையும் தவறவிடாத சின்சியர் சிகாமணி நான். அப்போது என்றில்லை, இப்போதும்கூட ஒருவர் அன்போடு அழைத்துவிட்டால் அந்த அழைப்பை நிராகரிப்பதில்லை.

அது, டுபாக்கூர் லாட்ஜாயிருந்தாலும் சரி. பைவ் ஸ்டார் ஹோட்டலாயிருந்தாலும் சரி,இம்மாதிரியான நற்குணங்களால் வரவே வராது எனத் தெரிந்த படங்களுக்குக்கூட மிகச் சிரத்தையோடு பாடல் எழுதியிருக்கிறேன். ஓரிருமுறை எழுத வாருங்கள் முன்தொகை தருகிறோம் என்றதை நம்பிப்போய், சொந்தக் காசில் படக்குழுவினருக்குப் புரோட்டா வாங்கிக்கொடுத்த வரலாறும் என்னிடமுண்டு. அவ்வளவு

வெள்ளந்தி நான். அப்பபடியெல்லாம் நான் போவதற்கும் புரோட்டா வாங்கித் தருவதற்கும் இன்னொரு காரணமும் இருக்கிறது. வெளிவரக்கூடிய படத்தைவிட வெளிவராமல் போகும் படத்தில் பணிபுரிவது ஆரோக்கியமானது. எப்படியென்றால், வெளிவராத படத்தில் எவ்வளவு மோசமாக எழுதினாலும் யாருக்கும் தெரியப்போவதில்லை.

அத்தோடு எவ்வளவு மோசமாக எழுதினாலும் பேசிய பணத்தைக் கொடுத்துவிடுவார்கள். காசையும் கொடுத்து நம்மைக் காப்பாற்றவும் கூடியவர்கள் அவர்களே என்பதால் அவர்கள் அழைப்பை நான் ஒருபோதும் தட்டுவதில்லை. சொன்ன நாளில் சொன்ன நேரத்தில் அந்த லாட்ஜிற்குப் போய்விட்டேன். வரவேற்பறையில் என்னைக் கண்டுகொண்ட மேலாளர் சிரித்தார். அவர் ஏன் சிரிக்கிறார்? எதற்குச் சிரிக்கிறார்? என எனக்கும் அவருக்கும் நன்றாகத் தெரியும். இதற்குமுன்னும் அவரும் நானும் இப்படி பலமுறை சிரிப்பாய்ச் சிரித்திருக்கிறோம்.

அந்த லாட்ஜின் மேலாளர் ஏற்கெனவே அறிமுகமானவர் என்பதால் ‘என்ன சார்... புதுசா கிளி வந்திருக்கா?’ என்றேன். ‘ஆமாம் சார், கிளி வந்து பத்து நாள் ஆகுது. திருப்பூர்க் கிளி. எக்ஸ்போர்ட் செஞ்சி ஏகப்பட்ட சொத்து வச்சிருக்காம். கிளியின் ஒரே லட்சியம் படம் எடுக்குறதுதானாம். முனியா மாட்டப்புடிச்சி கட்டுறா ரோலில், தன்னுடைய ஒன்னுவிட்ட சித்தப்பா பேரன் நடித்திருப்பதால் ஆரம்பத்திலிருந்து சினிமா அவங்க குடும்பத்துக்குத் தொடர்பாம். பாக்கத் தெடகாத்ரமா இருக்கு. நல்லா பழகுது. பதினாறாம் நம்பர்ல இருக்கு. போய்ப் பாருங்க’ என்றார். அவர் கிளி என்று சொன்னது, படமெடுக்க வந்திருக்கும் புதுத் தயாரிப்பாளரை.

அது, வெட்டுக்கிளியா துட்டுக்கிளியா என்பதைப் பார்க்க நானும் பரபரப்போடு மாடிப் படியேறினேன். ஏறிக்கொண்டிருக்கும் என்னைக் கவனிக்காமல் எதிரில் இரண்டொருவர் இறங்கிக் கொண்டிருந்தார்கள். மேலாளர் சொன்ன கிளி இதில் ஏதோ ஒன்றாயிருக்குமோ? என்ற யோசனை. பத்துநாள் ஆகிவிட்டதால் ரெக்கை முளைத்துக் கிளி பறந்துவிடக்கூடாதே என்னும் ஐயம் வேறு. அறைக் கதவு திறந்தே இருந்தது. இசையமைப்பாளர் கண்மணிராஜா

யுகபாரதி □ 155

ஆர்மோனியத்தில் எதையோ வாசித்துக்கொண்டிருந்தார். என்னைக் கண்டதும் எழுந்து கைகொடுத்தார். ஏராளமான பக்தி இசைத் தட்டுகளை பட்டித்தொட்டியெங்கும் பரவவிட்டவர். நல்ல இசை ஞானமுள்ளவர். முபாரக் என்னும் இயற்பெயரைக் கொண்ட கண்மணிராஜா, இஸ்லாமியப் பாடல்களில் தனி முத்திரைப் பதித்தவர்.

ஒருசில படங்களுக்கும் இசையமைத்திருக்கிறார். பரஸ்பர விசாரிப்புகளுக்குப் பிறகு தேநீர் அருந்துகிறீர்களா என்றார். வேண்டாம் என்று சொல்ல நினைத்து ஓ... சாப்பிடலாமே என்றேன். சர்க்கரை போடலாமா என்றார். நிறைய போடலாம் என்று சொல்லிவிட்டு என்னைப் பார்த்தால் சர்க்கரைவியாதியுள்ளவனாகத் தெரிகிறதா என்று கேட்க அவருக்குத் தர்மசங்கடமாகிவிட்டது. இல்லை இல்லை நானும் அய்யாவும் சர்க்கரையில்லாம குடிக்கிறோம் என்றார். அய்யா என்று அவர் சொன்ன பிறகு அறைக்குள் உட்கார்ந்திருந்த அந்தப் பெரியவரைப் பார்த்தேன். அறுபது வயதிருக்கும். அத்தர் வாசனை அடித்தது. அவர் யார் என்று கண்மணி ராஜாவைக் கேட்கத் தயக்கமாயிருந்தது.

ஒருவேளை, மேலாளர் சொன்ன கிளிதான் இந்த அய்யாவோ எனவும் நினைத்தேன். ஆனாலும், முழுமையாக நம்புவதற்கில்லை. கிளி, தெடகாத்ரமா இருக்கு. நல்லா பழகுது என்ற சர்டிபிகேட் அய்யாவுக்குப் பொருந்தவில்லை. வயதான ஒருவரைத் தெடகாத்ரமென்றா சொல்ல முடியும்? ஆக, நாம் சந்திக்க வந்த அல்லது நம்மைச் சந்திக்க இருந்த தயாரிப்புக்கிளி படிகளில் இறங்கிப் போய்விட்டது.

கிளி வரும்வரை கூண்டில் காத்திருக்க வேண்டியதுதான். முன்தொகை பெற்றுக்கொண்ட பிறகு கம்போசிங்கில் ஈடுபடலாம் என்றிருக்கையில் அந்த அய்யா மலங்க மலங்க என்னைப் பார்த்தார். தம்பி, ஒங்க பேரத் தெரிஞ்சிக்கலாமா என்றார். எனக்கு அவர் அப்படிக் கேட்டது சுருக்கென்றிருந்தது. சாதாரணமான கேள்விதான் என்றாலும்கூட என்னைப் பார்த்து அவர் அப்படிக் கேட்டதும் மெல்லிய கோபத்தை வரவழைத்தது. என்னைத் தெரியாமல் ஒருவர் இந்த சமூகத்தில் இருக்க முடியுமா? அப்படியே இருந்தாலும் அதை என்னிடமே கேட்கலாமா? என்பது போல. நான்

அப்படிக் கோபப்படுவதற்கு காரணம் என்னுடைய தம்பிகள். எழுதத் தொடங்கிய கொஞ்ச காலத்திலேயே ஏறக்குறைய நூறு பாடல்களுக்குமேல் திரையில் வந்துவிட்டது. அதிலும் பெருவெற்றி பெற்ற பாடல்கள் அதிகம். பல்லவியைச் சொன்னால் தெரியும் அளவுக்கு. ஏக அலம்பறையோடு அந்தக் காலத்தில் வலம் வந்த என்னை என் தம்பிகள் அவ்வப்போது கண்ணதாசனுக்கு இணையாகச் சொல்லுவார்கள். அவர்களுக்குள் யார் இராம.கண்ணப்பன், யார் பஞ்சு அருணாசலம் என்னும் போட்டி வேறு.

இருவரும் கண்ணதாசன் உதவியாளர்கள். எனக்கு உதவுவதாகச் சொல்லிக்கொண்டு என் உதவியில் வாழ்ந்துவந்த அந்தத் தம்பிகள், என் பாடலைக் கேட்டு வைரமுத்து ஆடிப்போய்விட்டார் எனவும் வாலிக்கு வயிற்றுவலி வந்துவிட்டதாகவும் சொல்லி என்னை ஏகத்துக்கு ஏத்திவிட்டிருந்தார்கள். அண்ணே, ஒங்க மன்மத ராசா பாட்டாலதான் இன்னைக்குத் திரையுலகமே மறுவாழ்வு பெற்றிருக்கிறது என்பதுவரை அவர்கள் சொல்ல நான் பூரித்திருக்கிறேன்.

பொதுவாக அப்படிப் புகழ்பவர்களை எனக்குப் பிடிப்பதில்லை என்றாலும் தம்பிகள் நம்முடைய சங்கை ஊதுவதில் என்ன தப்பு இருக்கிறது என்றே கருதினேன். நம்முடைய சங்கைத் தம்பிகள் ஊதலாம். நமக்குத்தான் சங்கு ஊதக்கூடாது என்று தம்பிகளைத் தடுக்காமல் இருப்பேன். அதிலும், ரகுமான் என்றொரு தம்பி. அரியலூர்க்காரன்.

அவனைப் போல உடம்பு கூசும் அளவுக்கு ஒருத்தரைப் புகழ முடியாது. இந்த வருசம் தேசிய விருது வாங்க டெல்லிக்கு நானும் உங்களுடன் வருவேன் என்பான். ஏதோ வருடந்தவறாமல் நானே விருது வாங்கிக்கொண்டு இருப்பதுபோலவும் இந்த வருடமும் எனக்கு விருது வழங்குவதற்காகவே ஜனாதிபதி காத்திருப்பதுபோலவும் சொல்லிக்கொண்டிருப்பான். மறுத்தால் கோபித்துக்கொண்டு, ஒங்களப் பற்றி உங்களுக்குத் தெரியல அண்ணே, நேத்துகூட பௌர்ணமி டிபன் சென்டர் மாஸ்டர் ஒங்க பாட்டப் பத்தி என்னிடம் மணிக்கணக்கா சிலாகிச்சார் என்பான். என் புகழ் மூலம் அவனுக்கு அவ்வப்போது அந்த டிபன் மாஸ்டர்

யுகபாரதி □ 157

இலவச ஊத்தாப்பங்களை வழங்கி வந்தார் என்பது உள் பொதிந்திருக்கும் உண்மை. டிபன் கடை மாஸ்டரிலிருந்து இந்திய ஜனாதிபதிவரை அறிந்து வைத்திருக்கும் ஒரு கவிஞனை அந்த அய்யா யார் என்றது கவனத்துக்குரியது. என்னை யார் என்று கேட்ட அந்த அய்யா யாராயிருக்கும் என்பது என் கவலை. அவசரப்பட்டு வார்த்தைகளைக் கொட்டிவிடாமல் அவரை ஏற இறங்கப் பார்த்தேன். அவரோ என் பதிலுக்குக் காத்திராமல் எதையோ மும்முரமாக எழுதிக்கொண்டிருந்தார்.

கண்மணி ராஜாவை விகல்பமாகப் பார்த்தேன். என்னைப்பற்றி ஊர் உலகிற்கு நீங்கள் அல்லவா சொல்லவேண்டும் என்பது போல. அவரோ பதறிப்போய்விட்டார். என்னய்யா இப்படி கேட்டுட்டீங்க.. கவிஞர்தான் இன்னைக்கு டாப். அவர் எழுதினா அந்தப் பாட்டு ஹிட்டுன்னு எல்லாரும் சொல்றாங்க. நம்ம படத்துக்கு எழுத ஒத்துக்கிட்டது நம்முடைய பாக்கியம் என்று சொல்லிவைத்தார். அவ்வளவு சிரத்தையோடு அவருக்குப் பதில் சொன்னது என்னைக் குதூகலப்படுத்தியது. என்றாலும், வெளிக்காட்டிக் கொள்ளவில்லை. கிளிக் கூண்டுகளில் எப்போதும் அதிகப்பிரசங்கித்தனமாக நடக்கக்கூடாது. நடந்தால் காரியம் கெட்டுவிடும். அதுமட்டுமல்ல, புரோட்டா செலவு நம் தலையில் விழுந்துவிடும்.

தேநீர் வந்தது. அய்யாவுக்கு சுகர் இருக்குங்களா.. என்று என் கோபத்தை எள்ளலாக மாற்றிப் பேசத் தொடங்கினேன். என் உரையாடலின் ஆரம்பம் அவரைக் காயப்படுத்துவது. என்னை யாரென்று தெரியவில்லையா? இரு. தெரிவிக்கிறேன் என்பதுபோன்ற வன்மம். ஆனால், அவர் என்னை ஒரு பொருட்டாகவே கருதாமல் மிகத் தாழ்ந்த குரலில், ஆமாந் தம்பி, கன்ட்ரோல்லதான் இருக்கு. அசைவத்தைக் கொறச்சிட்டேன். டெய்லி நடக்குறேன். நைட்ல சப்பாத்திதான் என்று பட்டியலிட்டார். பாத்துக்கோங்க இந்த வயசுல தேவயில்லாம பேசினாக்கூட சுகர் அதிகமாயிடும் என்றேன். அவருக்கு ஒன்றும் புரியவில்லை.

என் வார்த்தையிலிருந்த குரூரத்தைப் பெரிதுபடுத்தாமல் வாஞ்சையோடு சிரித்தார். ஒரு சின்ன அமைதிக்குப் பின் அய்யா, ‘ஒங்க பேர நாந் தெரிஞ்சிக்கலாமா?’ என்றேன்.

அவர் சட்டென்று நிமிர்ந்து, ‘என்பேரு சலீம் தம்பி. நாகூர் சலீம்முன்னு சொல்வாங்க’ என்றார். அவ்வளவுதான் என் மொத்தக் கொழுப்பும் அந்தப் பெயரைக் கேட்டதும் குறைந்துவிட்டது. நாடி நரம்பிலெல்லாம் ஒருவித நடுக்கம் ஏற்பட்டது.

தமிழக தர்காக்களைப் பார்த்துவருவோம் பாடலை எழுதிய சலீமா என்றேன். ஆமாந் தம்பி, அதக் கேட்டிருக்கீங்களா? என்றார். எனக்கு என்ன சொல்வதென்றே தெரியவில்லை. திக்பிரமைப் பிடித்தது போலானது. ஒரு சில பாடல்களைச் சினிமாவில் கிறுக்கிவிட்டு அதையே கௌரவமாகவும் உலக சாதனையாகவும் கருதுபவர்களுக்கு மத்தியில் சலீம் அய்யா எத்தனைப் பெருமைக்குரியவர்? இஸ்லாமிய வீடுகளில் அவர் பாடல்கள் ஒலிக்காத நாளில்லை. காலையும் மாலையும் அவர் எழுதிய எத்தனையோ கீதங்களை மசூதிகளும் தர்காக்களும் கொண்டாடிக் கொண்டிருக்கின்றன. கிட்டத்தட்ட ஏழாயிரத்தி ஐநூறு பாடல்கள். ஈச்சமரத்து இன்பச்சோலையில் என்னும் ஒருபாடல்போதும் அவர் யார்? என்பதை விளங்கிக்கொள்ள.

நாகூர் சலீம் என்னும் பேரைச் சின்ன வயதிலிருந்து நான் கேட்டிருக்கிறேன். `கல்லக்குடிகொண்ட கருணாநிதி` என்னும் பாடலைக் கேட்டுவிட்டு இது யார் எழுதியது என வியந்திருக்கிறேன். அதேபோல `வளர்த்த கடா மார்பில் பாய்ந்ததடா` என்னும் பாடல். வைகோ தி.மு.க. வில் இருந்து வெளியேறிய பொழுது தஞ்சைத் தெருக்கள் முழுக்க அப்பாடல் ஒலித்துக்கொண்டிருந்தது. அப்பாடல் வைகோவுக்காக எழுதப்பட்ட பாடலல்ல.

கண்ணதாசனும் ஈ.வி.கே. சம்பத்தும் தி.மு.க.வை விட்டு வெளியேறியபோது எழுதப்பட்டது. இசைமுரசு நாகூர் ஹனிபா கேட்டுக்கொண்டதற்கு இணங்க சலீம் அய்யாவால் எழுதித் தரப்பட்டது. கப்பலுக்குப் போன மச்சான், கண்ணிறைஞ்ச ஆசை மச்சான் என்னும் பாடலை வெளிநாட்டு வேலைக்குக் கணவனை அனுப்பிய எல்லாப் பெண்களும் கேட்டிருப்பார்கள். நாடகத்தில் தொடங்கி தனி இசைத்தட்டுகள்வரை சலீம் அய்யா சலிக்காமல் இயங்கியவர். கம்பதாசனுக்குப் பிறகு இந்தி டப்பிங் படப் பாடல்களுக்குப் பொருத்தமான வார்த்தைகளைக்

கொடுத்தவர். இந்தத் தகவல்கள் எல்லாம் ஏற்கெனவே எனக்கு ஓரளவு தெரிந்திருந்ததால் அந்தப் பெயரைக் கேட்டதும் என்னுடைய நிலை தளர்ந்தது. அசாத்திய சாதனை புரிந்த ஒரு பெரிய மனிதரை அடையாளந் தெரியாமல் அவமதிக்கத் துணிந்துவிட்டோமே எனப்பட்டது. ஒரு மாபெரும் இயக்கம் தன்னுடைய அடையாளங்களாகச் சில பாடல்களைக் கொண்டிருக்கும்.

கொள்கைகளை விளக்கவும் தொண்டர்களை உற்சாகப்படுத்தவும் அப்பாடல்கள் உதவுகின்றன. இயல்பாகவே கூட்டம் தொடங்குவதற்கு முன்பாக அப்படியான பாடல்களைப் பாடியே கூட்டத்தைக் கட்சிப் பிரமுகர்கள் ஆயத்தப்படுத்துவார்கள். அவ்வகையில் இன்றுவரை தி.மு.க மேடைகளில் பாடப்படும் பல எழுச்சிப் பாடல்களை எழுதியவர் சலீம் அய்யா. வண்ணக் களஞ்சியப் புலவர் பரம்பரையைச் சேர்ந்தவர். முதல் இஸ்லாமியப் பெண் நாவலாசிரியை சித்தி ஜுனைதா பேகம், திரைப்பட வசனகர்த்தா தூயவன் ஆகியோரின் உடன்பிறந்த சகோதரர். எழுத்தாளர் நாகூர் ரூமியின் தாய்மாமா. தூயவன்,

திரைத்துறையில் பிரசித்திப் பெற்றிருந்தபோதும்கூட தூயவன் ஏன் சலீம் அய்யாவுக்கு உதவவில்லை எனத் தெரியவில்லை. நாகூர் ஹனிபா, காயல் சேக் முகமது, குத்தூஸ் போன்றோர் இவர் பாடல்களைப் பாடி இசைத்தட்டுகளாக வெளியிட்டு இருக்கிறார்கள். இதுவரை நூற்றி ஐம்பது பாடகர்களையாவது அறிமுகப்படுத்தியிருப்பார். அவர் பாடலைப் பாடாத பின்னணிப் பாடகர்களே இல்லை எனலாம். இவர் எழுதிய `இறைவனை யாருக்குத் தெரியும், நபி இரசூல் இல்லையென்றால்` என்ற பாடல் ஒருகாலத்தில் பெரும் சர்ச்சையைக் கிளப்பிவிட்டது.

பல்வேறு வாத பக்கவாத மூக்குடைப்புகளுக்குப்பின் சலீம் சொன்னதே சரி என்று ஏற்றுக்கொண்டார்கள். இவருடைய காதில் விழுந்த கானங்கள் முக்கியமான கவிதைத் தொகுப்புகளில் ஒன்று. இஸ்லாமியக் கவிதை மரபின் தொடர்ச்சியை, சொல்லாட்சியை அக்கவிதைகளில் கண்டுகொள்ளலாம். கீழே இறக்கு... மக்கள் குரலுக்கு இணங்கு என்று இவர் எழுதிய காங்கிரஸ் எதிர்ப்புப்

பாடலைக்கேட்டு அறிஞர் அண்ணாவே புகழ்ந்திருக்கிறார். ஒரு தொலைக்காட்சியில் இவரை நேர்முகம் கண்ட தொகுப்பாளர், இவ்வளவு சாதனை புரிந்த நீங்கள் அடக்கமாகப் பேசுகிறீர்களே என்றார். உடனே, சலீம் அய்யா சொன்னார்: 'அடக்கமாகப் போகிறவன் அடக்கமாதான் இருக்கணும்' என்றார். அந்த நேர்காணல் வெளிவந்த கொஞ்ச காலத்தில் அவர் மரணமுற்றது குறிப்பிடத்தக்கது. அடக்கம் அமரருள் உய்த்தது. அந்தச் சந்திப்பு என்னை வெகுவாகப் புரட்டிப்போட்டது. அவர் பாடல்களைக் கேட்குந்தோறும் எளிய வாழ்வைச் சாத்தியப்படுத்த இயலாதவர்களால் எதையும் சாதிக்க முடியாது என்றே தோன்றுகிறது.

சலீம் அய்யாவுக்கு நிறைய சாதிக்கவேண்டும் என்னும் வெறியிருந்தது. ஆனாலும், காலம் அவரைத் திரைத்துறையில் செழித்தோங்கவிடவில்லை. பெயர் தெரியாத பல கிளிக்கூண்டுகளில் அவர் பாடல் எழுதிய காகிதங்கள் கசங்கிக் கிழிந்தன. ஏ.கே.வேலன், எம்.ஜி.ஆர் போன்றோர் முயன்றும்கூட அவருக்குத் திரைத்துறைக் கதவுகள் பெரிதாகத் திறக்கப்படவில்லை. சத்யராஜ் நடித்த மகாநடிகன் திரைப்படத்தில் ஒருபாடல் வந்திருக்கிறது. தம்பி, ஒங்கப் பேரத் தெரிஞ்சிக்கலாமா என்ற பெரியவரின் பெயரைக் கடைசிவரை தமிழ்த் திரைப்பாடல் உலகம் தெரிந்துகொள்ளாமலே போய்விட்டது.

எளிமையும் சாந்தமும் ஒரு படைப்பாளனை உருவாக்குகிறது. அதே எளிமையும் சாந்தமும்தான் அவனை அடுத்த கட்டத்திற்கு அழைத்துப்போகாமலும் இருந்துவிடுகிறது. அவரைச் சந்தித்துவிட்டுவந்த அந்த இரவில் ஒரு விநோத பயம் என்னைத் தொற்றிற்று. நாற்பதாண்டுகளுக்குப் பிறகு நாமும் இப்படித்தான் ஏதாவது ஒரு கிளிக்கூண்டில் உட்கார்ந்து அன்று பாடல் எழுதவரும் புதுப் பையனிடம் தம்பி, ஒங்கப் பேரத் தெரிஞ்சிக்கலாமா எனக் கேட்போமோ? சலீம் அய்யா என்னிடமிருந்து மட்டுமல்ல; யாரிடமிருந்தும் என்றைக்கும் மவுத்தாகமாட்டார்.

இயற்கையெனும் இளைய கன்னி

இந்தியத் தமிழர்களைவிட மண்பற்று மிக்கவர்கள் ஈழத்தமிழர்களே என்பதை அவர்கள் முன்னெடுத்த விடுதலைப் போராட்டத்தின் வாயிலாக உணர்ந்துகொண்டிருக்கிறோம். உண்மையில், மண்பற்று என்பது இனத்தையும் மொழியையும் கடந்த ஒன்று எனக் கருதுபவர் அண்ணன் பொ.ஐங்கரநேசன். தம்முடைய சூழலியல் கட்டுரைகள் மூலம் அவர் எத்தனையோ விஷயங்களைச் சுட்டிக்காட்டி இருக்கிறார். இன உரிமையை மீட்பது போலவே இயற்கையை மீட்பதும் அவசியம் என்பதுதான் அவர் தொடர்ந்து முன்வைத்து வருவது.

பிரபஞ்சத்தின் ஏக எஜமானர்களாகத் தங்களைக் கருதிக்கொள்ளும் மனிதர்கள், ஏனைய உயிரினங்கள் வாழ அனுமதிக்காத அவலத்தை அவர்போல் இன்னொருவர் தமிழில் எழுதியதாகத் தகவல் இல்லை. இன்று சூழலியல் குறித்து வெளிவரும் பல நூல்களுக்கு ஆதாரமாக விளங்குபவை அவருடைய "ஏழாவது ஊழி" கட்டுரைகளே.

இயற்கையோடு இயைந்த வாழ்வைக் கொண்டிருந்த தொல்குடி சமூகம், விஞ்ஞானச் சாதனங்களின் உற்பத்திப் பெருக்கத்திற்கு எந்தெந்த விதத்தில் பலியாகிறது என்பதை அவர் ஒருவரே புள்ளிவிபரங்களுடன் புரிய வைப்பவர்.

அந்நூலில் அவர் ஆகாயத்திற்கு மேலும் கீழும் உள்ள அத்தனை விஷயங்களையும் அலசியிருக்கிறார். கொதிக்கும் பூகோளத்திலிருந்து விடுதலைச் சூழலியல்வரை அவரால் எழுதப்பட்டுள்ள கட்டுரைகள் அடர்த்தியும் ஆழமும் நிறைந்தவை. நுனிப்புல் மேய்தலோ பதிவிறக்கப்பட்ட தகவல்களோ அந்நூலில் எதுவுமே இல்லை.

முற்று முழுக்க நிரூபிக்கப்பட்ட ஆய்வுகளின் அடிப்படையில் எழுதப்பட்ட நூல் அது. இன்னும் சொல்லப்போனால், சூழலியல் குறித்து உலகமெங்கும் எழுதிவரும் அறிஞர்களின் பட்டியலில் இடம்பெறத்தக்க பெயரே அவருடையதும். 'காக்கை குருவி எங்கள் ஜாதி, நீள் கடலும் மலையும் எங்கள் கூட்டம்' என்று பாரதி எழுதியதை அன்பின் வெளிப்பாடாக எண்ணிக்கொண்டிருந்த என் போன்றோர்க்கு அது, அன்பு சார்ந்த பதிவு அல்ல.

அறிவியல் சார்ந்த கூற்று என விளக்கப்படுத்தியவர் அவர்தான். பல பத்தாண்டுகளாக யாழ்ப்பாணத்திலிருந்து வெளிவந்த இருமாத சஞ்சிகையான 'நங்கூரம்' பத்திரிகையில் அவர் எழுதிய அறிவியல் கட்டுரைகள் குறிப்பிடத்தக்கன. மக்கள், தங்கள் நிலத்துக்கான போராட்டத்தைக் கையிலெடுக்கும் அதே வேளையில், பூச்சிகொல்லிகளால் பாழ்பட்ட நிலத்தின் மீதான கரிசனமே அவருடைய சூழலியல் குறிப்புகள். இடதுசாரிப் பார்வையிலிருந்து ஈழப் போராட்டத்தை அணுகக்கூடிய ஒருவர், பன்னாட்டு நிறுவனங்களின் சூழ்ச்சிகளையும் சர்வதேச அரசியல் அழுத்தங்களையும் ஒருசேரக் கணக்கிலெடுத்துக்கொள்ளும் தன்மையை அவர் எழுத்துக்களில் காணலாம்.

'நுகர்வென்னும் பெரும்பசி' என்னும் நூலில் ராமச்சந்திர குஹா சொல்லியிருப்பதைப் போல மனிதர்கள் தங்களுக்கு ஏற்பட்டுள்ள பெரும்பசிக்கு இயற்கையை இரையாக்கிக் கொண்டிருக்கிறார்கள் என்பதை அண்ணன் ஐங்கரநேசன், வேறு ஒரு அரசியலிலிருந்து சொல்லியிருக்கிறார். 'மென்பானங்களின் வன்முறைகள்' என்னும் கட்டுரையும் 'நீர்ப் போர் மூளுமா' என்னும் கட்டுரையும் குறிப்பிடத்தக்கவை. இரண்டாயிரமாவது ஆண்டின் முற்பகுதியில் அவர் எனக்கு அறிமுகம். அவ்வப்போது அவருடைய கட்டுரைகளை இணையத்திலும்

யுகபாரதி □ 163

இதழ்களிலும் வாசித்திருந்த எனக்கு, அவரை நேரில் சந்திக்கும் வாய்ப்பை ஏற்படுத்திக்கொடுத்தவர் அண்ணன் அறிவுமதிதான். 73, அபிபுல்லா சாலை அலுவலகத்தில்தான் முதல்முதலாக அவரைச் சந்தித்தேன். அந்த நாளை அவருமே மறக்க வாய்ப்பில்லை. எப்படியெனில், அன்றுதான் அண்ணன் ஐங்கரநேசனுக்கு அவர் பார்த்துவந்த பத்திரிகைப் பணி பறிபோயிருந்தது. அடுத்து என்ன செய்வதென்ற யோசனையில் அண்ணன் அறிவுமதியைச் சந்தித்து ஆலோசிக்க அவர் வந்திருந்தார்.

அவருடைய சூழலைப் புரிந்துகொள்ளாமல் அவர் எழுதிய சூழலியல் கட்டுரைகள் குறித்து அப்போது நான் சிலாகிக்கத் தொடங்கியதை நினைத்தால் இப்போது சிரிப்பு வருகிறது. ஒருவர் என்ன சூழலில் இருக்கிறார் என்பதைப் புரிந்துகொள்ளாமல் பேசிவிடக் கூடிய விடலைத்தனம் அப்போதும் என்னிடமிருந்தது ஆச்சர்யமில்லை. என்றாலும், என் கேள்விகள் எதையுமே அவர் தவிர்க்கவில்லை. மாறாத புன்னகையும் மறுக்காத அன்பையுமே அவர் என்னிடம் பகிர்ந்துகொண்டார். ஈழமக்கள் புரட்சிகர முன்னணியில் தீவிரமாக இயங்கிவந்த அவர், அந்தச் சந்திப்பிலிருந்து எனக்கு உணர்த்திவரும் நட்பின் கனம் மிகுதியானது.

சுற்றுச்சூழல் குறித்துத் தமிழில் வெளிவந்துள்ள மிக முக்கியமான நூலான 'ஏழாவது ஊழி' அப்போது வெளிவந்திருக்கவில்லை. யாழ்ப்பாணத்திலிருந்து வெளிவந்த நங்கூரம் இதழிலும் இன்னபிற இதழ்களிலும் அவர் எழுதிய கட்டுரைகளின் தொகுப்பே ஏழாவது ஊழி. நாற்பத்தியொரு கட்டுரைகள் அடங்கிய அந்நூலில் அவர் எழுதாத சூழலியல் கருத்துக்களே இல்லை.

பொதுவாக, அறிவியல் கட்டுரைகளோ சூழலியல் கட்டுரைகளோ எழுதுபவர்களின் மொழி, ஈர்ப்புடைய மொழிநடையைக் கொண்டிருக்காது. புள்ளிவிபரங்களை விட்டுவிடக் கூடாதே என்னும் கவலையில் இயல்பிலிருந்து வேறுபட்டு எழுதுவார்கள். கணதியான செய்திகளைச் சொல்லவேண்டியிருப்பதால் அவர்களின் மொழிநடை பொருத்தமற்ற வேதிப்பொருட்களின் சேர்க்கை போலிருக்கும். உச்சரிக்கச் சிரமமான அறிவியல் பெயர்களை

வலுக்கட்டாயமாகத் திணித்திருப்பார்கள். ஆனால், அண்ணன் ஐங்கரநேசனின் எழுத்திலோ எந்தச் சிக்கலும் இருப்பதில்லை. வாசிப்பனுபவத்தை முதன்மையாகக் கொண்டே அவர் எழுதுவார். தன்னுடைய அறிவை வெளிப்படுத்துவதைவிட வாசிப்பவரின் மனநிலையை உள்வாங்கியே பதங்களைப் பிரயோகிப்பார்.

சிலந்திகளைப் பற்றி அவர் எழுதினால்கூட அதை ஒரு கதையிலிருந்துதான் ஆரம்பிப்பார். அரக்னி என்ற நெசவுப் பெண்மணி, தையற் கலையில் தனக்கிருந்த தேர்ச்சியாலும் இறுமாப்பினாலும் கிரேக்கக் கடவுளான ஏதினாவுக்கு சவால்விடுகிறாள். உன்னைப் படைத்த என்னிடமே சவாலா என்று கடவுளுக்குக் கோபம் வந்துவிடுகிறது. என்ன திறமையிருந்தாலும் கடவுளிடம் மனிதன் தோற்றுவிடுவதுதானே பொதுவிதி.

அந்த விதியினால் அரக்னியும் ஒருகட்டத்தில் கடவுளிடம் தோற்றுவிடுகிறாள். இதுவரை யாரிடமும் தோற்காத தாம் கடவுளிடம் தோற்றுவிட்டோமே என்னும் அவமானம் தாங்கமுடியாமல் அரக்னி தற்கொலை செய்துகொள்கிறாள். கடவுளுக்கோ இப்போது கோபம் இரண்டு மடங்காகிவிடுகிறது. தோல்வியை ஏற்கக்கூட மனமில்லாத அளவுக்குக் கர்வமா உனக்கென்று கண்டிக்கிறார். கண்டித்ததோடு மட்டுமல்லாமல் மீண்டும் அரக்னியை உயிர்ப்பித்து, கர்வமுடைய அனைவருக்கும் உன் வாழ்க்கை பாடமாக அமையட்டுமென்று அரக்னியின் சந்ததிகளைச் சிலந்திகளாகச் சபித்துவிடுகிறார். அந்தச் சாபத்தின் காரணமாகவே சிலந்திகள் வாழ்நாள் பூராவும் தொங்கிக்கொண்டிருக்கின்றன. இது, கிரேக்கத்தில் இன்றளவும் சொல்லப்பட்டுவரும் ஐதிகக் கதை. இந்தக் கதையின் சரடுபிடித்துச் சிலந்திகளை அவர் விளக்கத் தொடங்குவார்.

சிலந்தி இழைகளின் பிரத்யேகமான இயல்புகளை விவரிக்கையில், அதிலிருந்து மனிதகுலம் பாராசூட்டையும் குண்டு துளைக்காத உடைகளையும் எப்படித் தயாரித்தன என்பதை அவரால் சொல்ல முடியும். அத்தோடு நில்லாமல், பேராதனைப் பல்கலைக்கழகத்தைச் சேர்ந்த ஜெயந்தி எதிரிசிங்க என்பவர் 98ஆம் வருடம் செய்த

சிலந்திகள் பற்றிய ஆய்வைக் குறிப்பிடுவார். இயற்கை வழங்கிய அற்புதமான பூச்சிகொல்லிகளான சிலந்திகளால் நெற்பயிரைத் தாக்குகின்ற பூச்சிகள் கட்டுக்குள் இருந்ததை ஆதாரத்தோடு நிரூபிக்க முயல்வார். ஓட்டடைகளென்றோ நூலாம்படைகளென்றோ துடைத்தெறியும் சிலந்திகளின் நன்மைகளைப் பட்டியலிடும் அவர் சிலந்திகளின் நச்சுத்தன்மை எத்தகையன என்பதையும் விவரிப்பார். பயத்தின் காரணமாகச் சிலந்திகளை விட்டு எட்டிநிற்கும் நம்மை அதன் சாதக அம்சங்களைத் தொட்டுக்காட்டிப் பராமரிக்கச் சொல்லுவார். பிற உயிர்களிடத்தில் அன்பு செய்யாவிட்டால் மனித உயிர்கள் மதிப்பிழந்து போகும் என்பதைச் சூழலியல் சார்ந்து அவர் எழுதும் எல்லாக் கட்டுரையிலும் பதிவு செய்திருக்கிறார்.

நம்முடைய மரபை நாம் எப்போது கைவிடத் தொடங்கினோமோ அப்போது இருந்துதான் நோயைச் சுவீகரிக்கும் நிலை ஏற்பட்டதென்று சொல்லும் அவர், பழமைக்குத் திரும்புவோம் என்று எங்கேயும் எழுதியதில்லை. மரபுக்குத் திரும்புவோம் என்றுதான் எழுதுவார். பழமைக்குத் திரும்புவதிலும் மரபுக்குத் திரும்புவதிலும் உள்ள வேறுபாட்டை அவருடைய எழுத்துக்கள் உணர்த்துபவை.

புழக்கத்திலுள்ள தமிழ்மரபு சார்ந்த சொற்றொடர்களை அதிகமாகக் கையாளும் அவர், நுணலும் தன் வாயால் கெடும் என்னும் பழமொழியை வைத்துக்கொண்டு செல்லிடப் பேசியின் ஆபத்துகளைச் சொல்லிவிடுவார். விஞ்ஞான சாதனங்கள் இயற்கைக்கு ஊறு விளைவிக்கின்றன என்பதற்காக முற்றாக விஞ்ஞானமே வேண்டாம் என்னும் குரலில் அவர் பேசுவதில்லை. தேவைதான் ஒன்றைத் தீர்மானிக்கின்றன என்பதால் அந்தத் தேவையின் நீள அகலங்கள் குறித்த தெளிவுகளை ஏற்படுத்துவதில் அவருடைய எழுத்துக்கள் முக்கியப் பங்காற்றும்.

ஈழத் தமிழர்கள் தங்களுடைய தேசிய மலராகக் கார்த்திகைப் பூவைக் கொள்ளவேண்டுமென விடுதலைப் புலிகள் அறிவித்த போது, அதை வழிமொழிந்து அண்ணன் ஐங்கரநேசன் எழுதிய கட்டுரை கவனிக்கத்தக்கது. அவர் அக்கட்டுரையை எழுதும்வரை கார்த்திகை மலர்தான் காந்தள் மலர் என்று பலருக்குத் தெரியாமலிருந்தது. தமிழரின் வாழ்வியலோடு

நெருக்கமான காந்தள் மலர் தனித்த இயல்புகளையும் தன்மைகளையும் கொண்டது. சிவப்பும் மஞ்சளும் கலந்த அம்மலர், கார்த்திகை மாதத்தில் பூக்கத் தொடங்குவதால் கார்த்திகைப் பூ என்று ஈழத் தமிழர்கள் அழைக்கிறார்கள். வெளிர்ப் பச்சையிலிருந்து பாதி சிவப்பும் பாதி மஞ்சளுமாக மலரும் அம்மலர், இறுதியில் குருதிச் சிவப்பில் வசீகரிக்கும். கார்த்திகை மலரின் அழகையும் வாசத்தையும் குறிப்பிட்டு எழுதிய அக்கட்டுரையில் ஒரு தேசம் தன்னுடைய அடையாளமாகப் பறவையையும் விலங்கையும் மலரையும் ஏன் கொள்கிறது என்பதை அரசியலோடு முன்வைத்திருப்பார். காந்தள் மலருக்கு வாசமில்லை என்றாலும், தேசிய மலராக அறிவிக்கப்பட்டிருப்பதால் தேசிய வாசம் வீசுகிறது என்றிருப்பார்.

இந்தியா தாமரையையும் இலங்கை நீலோற்பலத்தையும் ஐக்கிய அமெரிக்கா ரோஜாவையும் தங்களுடைய தேசிய மலராக அறிவித்துக்கொண்டதைப் போல ஈழத் தமிழ்த்தேசம் கார்த்திகைப் பூவைத் தேசிய மலராக அறிவித்ததிலுள்ள பண்பாட்டுச் சான்றுகளைச் சங்க இலக்கியத்திலிருந்து கொடுத்திருப்பார். "காந்தளங் கண்ணிச் செழுங்குடிச் செல்வர்" என்ற பதிற்றுப்பத்துப் பாடலையும் "மரகதமணி தாள்செறிந்த மணிக் காந்தண் மென்விரல்கள்" என்ற சிலப்பதிகாரச் செய்யுளையும் எடுத்தாளும் திறம் அவருடையது.

"சோலை அடுக்கத்துச் சுரும்பு உண விரிந்த கடவுட் காந்தளுள்ளும்" என அகநானூறை ஆய்ந்தெழுதும் அவர், "வெறியறி சிறப்பின் வெவ்வாய் வேலன், வெறியாட்டு அயர்ந்த காந்தளும்" என்ற தொல்காப்பியத்தையும் அக்கட்டுரையில் துணைக்கு அழைத்திருப்பார். விஞ்ஞான அறிவு இலக்கியத்திற்கு விரோதமானதென்னும் மாயையைப் போலவே இலக்கிய அறிவும் விஞ்ஞானத்திற்கு விரோதமானதென்னும் மாயை நிலவுகின்றது.

ஆனால், அண்ணன் ஐங்கரநேசன் போன்றவர்கள் விஞ்ஞானத்தைக்கூட இலக்கிய அறிவிலிருந்து பார்க்கப் பயின்றிருப்பது வியப்பளிக்கிறது. இனம், மொழி, பண்பாடு, கலாசாரம், உரிமை இவற்றின் ஊடாகவே அறிவியலை அணுகவேண்டும் என்பதுதான் அவருடைய எண்ணங்களும்

பார்வைகளும். அறிவியல் என்பது அறத்தின் பாற்பட்டுச் செயல்படும்வரை சிக்கலில்லை. அதே அறிவியல் அறத்திற்கு எதிராகப் போகும்போதுதான் சங்கடம் ஏற்படுகிறது. அந்தச் சங்கடத்தின் விலை, ஜப்பானின் கியூஷு தீவிலுள்ள மினமாட்டாவாகவும் இந்தியாவின் மத்தியப் பிரதேசத்திலுள்ள போபாலாகவும் ஆகிவிடுகிறது. விலை உயிரென்றால் விஞ்ஞானம் ஏன் என்ற கேள்வியைத்தான் உலகெங்கிலுமுள்ள சூழலியவாதிகள் எழுப்புகிறார்கள்.

வளர்ச்சி என்னும் பெயரில் பெருமுதலாளிகளின் பேராசைகளுக்கு வளைந்துகொடுக்கும் அரசுகளை அவர்களால் ஒருபோதும் ஆதரிக்க முடிவதில்லை. இழப்பீடுகளாலும் இன்னபிற நிவாரணங்களாலும் ஒரு மனித உயிரைக்கூட மரணத்திலிருந்து காப்பாற்ற முடியாதபோது விஷப்பரீட்சையான விஞ்ஞானத்தை வைத்துக்கொண்டு விளையாடாதீர்கள் என்றே அவர்கள் கெஞ்சுகிறார்கள். அரச பயங்கரவாதமென்பது ஆயுதங்களால் மட்டுமல்ல, அடிப்படை ஜீவாதாரப் பிரச்சனைகளில் ஏற்படுத்தும் அச்சுறுத்தலே என்றுதான் அவர்கள் சொல்கிறார்கள்.

ஒரு நாடு தன்னுடைய மக்களுக்கு விசுவாசமில்லாமல் வியாபாரிகளுக்கும் பெருமுதலாளிகளுக்கும் விசுவாசமாயிருந்தால் என்ன நேரும் என்பதைத்தான் இப்போது பார்த்து வருகிறோம். பசுவைக் காப்பதற்காக மனிதர்களை கொல்கிறார்கள். மனிதர்களைக் காப்பதாகச் சொல்லிக்கொண்டு பூசாரிகளையும் சாமியார்களையும் ஆட்சிக்கட்டிலில் அமர்த்துகிறார்கள். அண்ணன் ஐங்கரநேசனின் கட்டுரைகளின் வாயிலாக அறிவியலை எந்த அளவுக்குப் புரிந்துகொள்கிறோமோ அதே அளவுக்கு அரசியலைப் புரிந்துகொள்ளலாம்.

சிங்களப் பேரினவாதத்தை எதிர்த்து அவர் எழுதிய எழுத்துக்கள் புத்த மதத்தின் மீது வைத்த கேள்விகளாகவும் பார்க்கப்படுகின்றன. "புலிகள் அழியலாமா" என்னும் கட்டுரையில், காட்டு ராஜாவாகக் கர்ஜித்துக் கொண்டிருந்த சிங்கத்தை அழிவின் குகைக்குள் அடைத்துவிட்டு, புலியைத் தேசிய விலங்காக முடிசூடி அழகு பார்த்துக்கொண்டிருக்கும் இந்தியா, விரைவிலேயே புலியையும் அழிவின் குகைக்குள்

தள்ளிவிடும் எனத் தெரிகிறது என எழுதியிருப்பார். உண்மையில், இக்கட்டுரையை வாசிக்கத் தொடங்கியபோது சிங்கத்தைத் தேசிய விலங்காகக் கொண்ட ஒரு நாட்டுக்கும் புலியைத் தேசிய விலங்காகக் கொண்ட இன்னொரு நாட்டுக்கும் இடையே நிகழ்ந்துவரும் வல்லாதிக்கப் போட்டியைக் குறிப்பதாகப்படும். இரண்டு குறியீடுகள் வழியே அரசியலை முன் வைக்கிறாரோ என நினைத்து அக்கட்டுரையை வாசிக்கத் தொடங்கினால் அது முழுக்க முழுக்கக் காட்டுயிர்கள் பற்றிய கவலையாயிருக்கும்.

இந்தியக் கானகங்களில் வாழுகின்ற புலிகள் பற்றிய அண்மைக்காலக் கணக்கெடுப்புகளைப் பார்த்தால், புலிகளுக்கு ராஜயோகம் இருப்பதாகத் தெரியவில்லை. உலகிலுள்ள ஆறாயிரம் புலிகளில் மூவாயிரத்து எழுநூறு புலிகள் இந்தியக் கானகங்களில் இருப்பதாக இந்தியா பெருமைப்பட்டுக் கொண்டிருந்தது. ஆனால், இந்தியக் காட்டுயிர் நிறுவனம் தனது ஆய்வறிக்கையில் ஆயிரத்து ஐந்நூறுக்கும் குறைவான புலிகளே இருப்பதாக அறிவித்திருக்கிறது எனக் கட்டுரையை வளர்த்துக்கொண்டு போவார்.

ஆரம்பப் புள்ளியிலிருந்து இறுதிவரை அந்தக் கட்டுரை எதைக் குறித்து எழுதப்பட்டது என்பதைப் பூடகமாகச் சொல்லிக்கொண்டு போய், புலிகளின் ராஜாங்கம் என்று நம்பப்படும் இந்தியாவிலேயே அதன் இருப்பு கேள்விக்குறியாகி வருவதை ஆய்வறிக்கை வெளிச்சத்துக்குக் கொண்டுவந்துள்ளது என முடிந்திருப்பார். அக்கட்டுரை வெளிவந்த காலத்தில் விடுதலைப் புலிகளையும் விடுதலைப்புலிகள் ஆதரவாளர்களையும் இந்திய அரசும் தமிழக அரசும் சேர்ந்து ஒடுக்கிக்கொண்டிருந்தது.

எனவே, எதார்த்த அரசியலுக்கு நெருக்கமான அக்கட்டுரை சூழலியல் கட்டுரை என்பதை இன்றுவரைகூட என்னால் நம்ப முடியவில்லை. 'ப்ரொஜட் டைகர்' என்னும் புலிகள் பாதுகாப்புத் திட்டத்தை எழுபதுகளிலிருந்து இந்திராகாந்தி தொடங்கியதிலிருந்து சமீப காலம்வரை புலிகளின் நிலை என்னவாக இருக்கிறது என்பதை அக்கட்டுரை பேசும். அழிந்துவரும் புலிகள் குறித்துத் தீவிர அக்கறை காட்டிய உலகத் தலைவர்களில் முதன்மையானவர் இந்திராகாந்தியே

என்றிருப்பார். 1978இல் ஆயிரத்து எண்ணூறாக இருந்த புலிகளின் எண்ணிக்கை, இந்திராகாந்தியின் விசேஷ கவனத்தாலும் செயற்கரிய திட்டத்தாலும் 1988இல் நான்காயிரத்து ஐந்நூறாகப் பெருகிய புள்ளிவிபரத்தைச் சொல்லியிருப்பார். அதே சமயம், 1984இல் இந்திராகாந்தியின் படுகொலை புலிகளுக்குப் பெரும் பின்னடைவாக அமைந்ததென்றும் கூறியிருப்பார்.

ஆரம்ப காலங்களில் இந்திராகாந்தி நிபந்தனையற்று விடுதலைப் புலிகளை ஆதரித்து வந்தார். அவர் ஆதரவுக்குப் பின்னிருந்தது அரசியல் என்றாலும் அது, தமிழர்களின் நலன் சார்ந்த அரசியலாகப் பார்க்கப்பட்டது. இந்திராகாந்தியின் கூட்டணியிலிருந்த எம்.ஜி.ஆருக்கும் கருணாநிதி எதிர்ப்பு அரசியலைத் தூக்கிப்பிடிக்க விடுதலைப் புலிகள் உதவினார்கள். மலையாளியாயிருந்த போதும் தமிழினத்தைக் காக்க எம்.ஜி.ஆர். துணை நின்றார்.

ஆயுதம் வாங்கப் பணம் கொடுத்தார். எம்.ஜி.ஆர். அளவுக்குக் கருணாநிதி ஈழத் தமிழர்களுக்கு எதுவும் செய்யவில்லை என இன்றளவும் பரப்பப்படும் கருத்துக்களுக்குக் காரணமாயிருப்பது இந்திராகாந்தியின் புலி ஆதரவுக் கொள்கைதான். ஆனால், இந்திராகாந்தியின் மறைவுக்குப்பின் இந்தியா தன் புலி ஆதரவுக் கொள்கையை முற்றிலுமாகக் கைவிட்டது. ராஜீவ்காந்தியின் வருகைப் பிறகு விடுதலைப் புலிகள் ஆதரவுக் கொள்கை என்பது புலிகள் எதிர்ப்பாக உருவெடுத்தது. அமைதிப்படை என்னும் பேரில் இந்திய ராணுவம் இலங்கைக்குச்சென்று செய்த அட்டூழியங்களை நாமறிவோம்.

இந்தப் பின்னணியிலிருந்து 'புலிகள் அழியலாமா' கட்டுரையை வாசித்தால் அக்கட்டுரை காட்டுப் புலிகளைப் பற்றியதா, நாட்டுப் புலிகளைப் பற்றியதா என்று எளிதாக விளங்கிக்கொள்வதில் சிரமமேற்படும். நானறிந்தவரை, சூழலியல் குறித்து எழுதியவர்களில் அரசியலை உட்செறித்து எழுதியவர் அண்ணன் ஐங்கரநேசன் மட்டுமே. இலங்கையின் களஅரசியல் நிலவரமும் இந்தியாவின் அரசியல் கள அணுகுமுறையையும் நன்கு அறிந்திருந்த அவர், அவற்றின் ஊடாக எழுதிய அத்தனைச் சூழலியல் கட்டுரைகளும் குறிப்பிட்டுச் சொல்லத் தக்கனவே. யாழ்ப்பாணம் இந்துக்

கல்லூரியிலும் சென்னைக் கிறித்தவக் கல்லூரியிலும் கல்வி பயின்றவர் என்பதால் தமிழர்கள் வாழும் இரண்டு முக்கியப் பிரதேசங்கள் குறித்தும் அவரால் சிந்திக்க முடிந்திருக்கிறது.

உயிர்வாழ்தலில் "உண்ணுவதும் உணவாவதும், வலிந்தவை பிழைப்பதும் நலிந்தவை அழிவதும்" இயற்கையின் நியதி என்பதால் பரிணாமப் பாதையெங்கும் இனங்களின் மறைவும் தவிர்க்கமுடியாதது என ஏழாவது ஊழியில் எழுதியிருப்பார். காலம் நெடுகிலும் புவியியல் சரித்திரம், ஒரு மில்லியன் ஆண்டுவரைதான் ஓர் இனம் வாழ்ந்துள்ளது எனக் குறித்திருக்கிறது அல்லது ஓர் ஆண்டில் மில்லியனில் ஓர் இனத்தைக் காலம் களையெடுக்கிறது.

இந்தக் களையெடுப்பிலிருந்து தப்பிக்கவே ஒவ்வோர் இனமும் போராடி வருகிறது. அறிவியலாலும் அரசியலாலும் தங்களைத் தற்காத்துக்கொள்ள நிகழ்த்திவரும் போராட்டமே வாழ்க்கை. இந்த வாழ்க்கையில் பழையன கழிதலும் புதியன புகுதலும் பூமியின் சமநிலையைப் பேணி வருகிறது. தற்போது தரையில் வாழும் எந்தப் பெரிய விலங்கைவிடவும் மனிதர்கள் நூறு மடங்கு பெருகியிருக்கிறார்கள். புதிய உயிரினங்கள் வாழவும் பெருகவும் வழிவிடாத மனிதர்கள், காலத்தின் களையெடுப்பைத் தடுத்துக்கொண்டிருக்கிறார்கள். அதன் விளைவே இயற்கையில் ஏற்பட்டுவரும் மாற்றங்கள். இந்த இயற்கையை ஒருகாலம்வரைதான் தடுத்தாட்கொள்ள முடியும்; ஒரேயடியாகத் தடுத்தால் உலகத்திலுள்ள அத்தனை இனங்களும் தரைமட்டமாகிவிடும் என்பதுதான் சூழலியலாளர்கள் சொல்லி வருவது.

கூடங்குளம், கதிராமங்கலம், நெடுவாசல் என்று தமிழகத்தில் தற்போது எழுந்துள்ள சூழலியல் பிரச்சனைகள் அனைத்தையுமே இந்த விதத்தில்தான் அணுகவேண்டியுள்ளது. பன்னாட்டு நிறுவனங்களுக்கான எதிர்ப்பாகவோ அரசின் வளர்ச்சித் திட்டங்களுக்கான முட்டுக்கட்டையாகவோ ஆட்சியாளர்களும் ஆளும் அரசின் ஆதரவாளர்களும் கொடிபிடித்தாலும்கூட இந்தப் போராட்டங்கள் ஓய்ந்துவிடக் கூடாது என்பதே என் விருப்பம். இனமும் மொழியும் ஓர் மனிதனின் அடையாளமென்றால், இயற்கையே ஆதாரம். ஆதாரத்தை அழிக்கக்கூடிய அரசையும் நிறுவனங்களையும்

யுகபாரதி □ 171

அனுமதிக்க ஆரம்பித்தால் வாழ முடியாது என்பதல்ல பிரச்சனை. பூமியே இல்லாமல் போகும் என்பதுதான் நிதர்சனம். அண்ணன் ஐங்கரநேசன் போன்றவர்கள் அதை வலியுறுத்தவே தங்களை வருத்திக்கொள்கிறார்கள். “கேட்குமா தவளைச் சத்தம், வாழைகள் வாழுமா, நீல நஞ்சு, முற்றுகையில் மழைக்காடுகள், காணாமல் போகும் கடற்குதிரைகள், தந்திர விதைகளும் தற்கொலை விவசாயிகளும்” என அவர் எழுதிய அத்தனைக் கட்டுரைகளுமே உயிர் நேசத்தையும் மானுட விடுதலையையும் கோருகின்றன.

பத்திரிகையாளராகப் பணிபுரிந்த காலத்தில் அண்ணன் ஐங்கரநேசன் எடுத்த நேர்காணல்களை “வேர் முகங்கள்” என்னும் தலைப்பில் சாளரம் வெளியிட்டிருக்கிறது. ஈழத்திலும் தமிழகத்திலும் உள்ள கலை இலக்கிய ஆளுமைகளோடு அவர் நடந்திய உரையாடல்கள் ‘ஏழாவது ஊழி’ நூலுக்குச் சற்றும் சளைத்ததல்ல. ஓர் ஆளுமையிடம் உரையாடுவதற்கு அந்த ஆளுமை குறித்த தகவல்களை அனைத்து மட்டத்திலிருந்தும் சேகரித்திருக்கிறார்.

நாளதுவரை அந்த ஆளுமையின் நடவடிக்கைகளையும் ஏற்கெனவே அந்த ஆளுமை அளித்த நேர்காணல்களையும் தேடித்தேடிக் கண்டடைந்து வாசித்த பிறகே கேள்விகளைத் தயாரித்திருக்கிறார். இல்லையென்றால், எப்போதோ ஒருமுறை சத்யஜித்ரேயின் படங்கள் கட்டுரையைப் போல இலக்கணமாக இருக்கின்றன என்ற பாரதிராஜாவிடம், கலைப் படங்களுக்கான உங்கள் வரையறை என்னவென்று கேட்டிருக்க முடியாது. பாரதிராஜாவும் கலைப் படங்களுக்கான வரையறையாகச் சாந்தாராமின் படங்களை உதாரணமாகச் சொல்லியிருக்க வாய்ப்பில்லை.

பாலச்சந்தரைவிட சினிமா மொழியை நன்கு புரிந்துகொண்ட நீங்கள், ஏன் பாலசந்தர் அளவுக்குக் பல்வேறுபட்ட கதைகளை கையாளவில்லை எனக் கேட்கவும் அதற்குப் பாரதிராஜா, “அடிமட்ட வாழ்விலிருந்து வந்த நான், ஒரே பாய்ச்சலில் மேலே வந்துவிட்டேன். எனவே, இடைப்பட்ட நடுத்தர வர்க்கத்து வாழ்வை என்னால் தொட முடியவில்லை” எனப் பகிர்ந்துகொள்ளும் சூழல் ஏற்பட்டிருக்காது. ஓர் ஆளுமை குறித்து வாசகர்கள் அறிந்துகொள்வதைவிட

அந்த ஆளுமையே அறிந்துகொள்ளத்தக்க கருத்துக்களை உள்ளடக்கியுள்ள அவருடைய நேர்காணல்கள் பத்திரப்படுத்தத் தக்கவை. குறிப்பாக, ஈழப் போராட்டக் களத்தில் ஒரு கையில் எழுதுகோலும் மறுகையில் துப்பாக்கியுமாயிருந்த புதுவை இரத்தினதுரையிடம் அவர் நடத்திய நேர்காணல் நெகிழ்வானது. பொதுவாகப் போராட்டக் களத்திலிருந்து வெளிப்படும் கவிதைகள் கவிதைகளே அல்ல என்று தமிழ்நாட்டுச் சிறுபத்திரிகைகள் கூறுவது குறித்து என்ன நினைக்கிறீர்கள் என்ற கேள்விக்கு, இரத்தினதுரை அளித்திருந்த பதில் கண்ணீர்விட வைத்தது.

"புலிகள் அமைப்பில் புது அங்கத்தினராகத் தரப்படும் படிவத்தில் போராட உங்களைத் தூண்டியது எது என்னும் கேள்வி இருக்கும். அந்தக் கேள்விக்குப் பல இளைஞர்கள் இரத்தினதுரை அண்ணனின் கவிதைகள் என்று சொல்லியிருக்கிறார்கள். அப்படியிருக்க, நாட்டை மீட்கவும் உரிமைக்குப் போராடவும் தூண்டுபவை கவிதைகள் இல்லையென்றால் வேறு எது கவிதைகள்" என்று கேட்டிருப்பார். "கவிதைக்கான அளவுகோல் ஆளாளுக்குச் சூழலுக்குச் சூழல் மாறுபாடுடையது.

எனக்கு எது கவிதை என்று படுகிறதோ அது இன்னொருவருக்குக் கவிதையாகாமல் போகலாம். ஆனாலும், கவிதைகளின் உச்சமான பணியாக நான் கருதுவது இதைத்தான்" என்றிருக்கிறார். அதைவிட இன்னொரு சம்பவம், "புதுக்குடியிருப்பில் ஒன்பது வயதுப் பெண் பிள்ளை ஒன்று கிணற்றில் விழுந்துவிடுகிறது. மயக்க நிலையில் அந்தப் பெண் பிள்ளையை மருத்துவமனைக்குத் தூக்கிச் செல்கையில், எதிரிகளின் பாசறையைத் தேடிப்போகிறோம், தமிழீழ மண்ணை மீட்க ஓடிப்போகிறோம் என்று பாடியதாகப் பத்திரிகையில் செய்தி வந்ததே, அதுதான் ஒரு கவிஞனின் முழுத் திருப்தி" எனவும் சொல்லியிருப்பார்.

மண்ணையும் மக்களையும் நேசிக்கக்கூடிய படைப்பாளிக்கு இலக்கிய அங்கீகாரம் இரண்டாம் பட்சம்தான். மக்கள் அதிகாரமே முதன்மையானது. முக்கியமானது. அண்ணன் ஐங்கரநேசன் அளந்து அளந்து காலடியை எடுத்துவைப்பவர். எதைச் செய்தாலும் நேர்த்தியும் உண்மையும் அவரை

நிழலாகத் தொடர்ந்துவரும். வேர் முகங்கள் தொகுப்பில் அவர் நேர்காணத் தேர்ந்தெடுத்த நபர்கள் பலதரப்பட்டவர்கள். சி. மௌனகுரு, மணவை முஸ்தபா, இ.பத்மநாப ஐயர், த.ஜெயகாந்தன், நா.சுப்ரமணியன், பரமு. புஷ்பரட்ணம், ஞானரதன், சுஜாதா, டிராட்ஸ்கி மருது எனச் சகல துறையினரையும் நேர்கண்டு எழுதியிருக்கிறார்.

யார் எந்த விதத்தில் சிறப்பு என்பதும் யாரிடம் என்ன கேள்வியை முன்வைக்க வேண்டுமெனவும் அவருக்குத் தெரிந்திருக்கிறது. சூழலியலில் ஆர்வமுடையவர் என்பதால் அதுபற்றி மட்டுமே எழுதுபவராக அவர் தன்னை வெளிப்படுத்திக்கொள்ளவில்லை. அடிப்படையில் பத்திரிகையாளராக இருந்ததால் யாரை எதிர்கொள்வதிலும் அவருக்குச் சிக்கல் ஏற்படவில்லை.

யாழ்ப்பாணத்தில் வெகுகாலம் தனியார் பயிற்சி வகுப்புகள் நடத்தியதன் மூலம் ஆசிரியராகவும் அறியப்பட்ட அவரைப் பின் தொடர்ந்து வர ஓர் இளைஞர் பட்டாளமே காத்திருக்கிறது. அதன் காரணமாகவே போருக்குப் பிந்தையத் தேர்தலில் தமிழ்த்தேசியக் கூட்டமைப்பின் வேட்பாளராக அவர் நிறுத்தப்பட்டார். மக்களின் ஏகோபித்த ஆதரவைப் பெற்று வெற்றியும் கண்டார். சூழலியல் சார்ந்து பேசியும் எழுதியும் வந்த அவரை, வட மாகாண முதல்வர் க.வி. விக்னேஸ்வரன் வேளாண்மை, கால்நடை, நீர்ப்பாசனம், சூழல் ஆகிய துறைகளுக்கான அமைச்சராக்கினார். அமைச்சர் என்றால் தமிழ்நாட்டு அமைச்சரைப் போல தண்ணீர் ஆவியாகாமல் இருக்க தெர்மாக்கோலைப் போர்வையாக்கி மூடுபவராக அவர் இல்லை. துறைசார்ந்த தேர்ச்சியும் தெளிவும் மிக்கவராக அவர் செயல்பட்டார்.

அரசு சார்பில் நடத்தப்பட்ட மரம் நடும் விழாவையும் மாவீரர் மரம் நடு விழாவாகவே அறிவித்தார். காணொளி மூலம் அவர் ஆற்றியிருக்கும் பணிகள் பற்றிய தகவல்கள் இணையத்தில் கிடைக்கின்றன. அவர் பொறுப்பேற்றதிலிருந்து உரங்களைத் தெளித்து வயலையும் வயிறையும் புண்ணாக்காத இயற்கை வேளாண்மைக்கு மக்களைப் பழக்கினார். அவர் விரும்பி அழைத்ததால் ஒரே ஒருமுறை யாழ்ப்பாணம் செல்லும் வாய்ப்பு எனக்குக் கிடைத்தது. வேளாண்மைத்

திருவிழாவாகக் கொண்டாடப்பட்ட அவ்விழாவில் என் தலைமையில் கவியரங்கத்திற்கு ஏற்பாடு செய்திருந்தார். அவர் நோக்கம் கவியரங்கை நடத்தி என்னை சிறப்பிப்பது மட்டுமல்ல. போரின் சாட்சிகளாகச் சிதிலமடைந்து கிடக்கும் தன்னுடைய ஊரையும் உறவையும் எனக்குக் காட்டுவதே.

தமிழகத்தில் இருந்துகொண்டு தங்களையும் தங்கள் அரசியல் முன்னெடுப்புகளையும் விமர்சித்துக் கொண்டிருப்பவர்கள் அங்குள்ள நிலைமையைப் புரிந்துகொள்ள வேண்டும் என்பதே அவர் பெரு விருப்பமாக இருந்தது. ஒருவார காலம் அங்கிருந்தேன். அந்த ஒருவார காலத்தில் அவர் என்னை இரண்டுமுறைதான் சந்தித்தார். கிளிநொச்சியில் கவியரங்கம். கவியரங்கில் கலந்துகொண்ட அத்தனைபேருமே வெகு சிறப்பாக கவிதை வாசித்தார்கள். இரண்டாவது நாளிலிருந்து என்னோடு சில இளைஞர்கள் சேர்ந்துகொண்டார்கள்.

"அரசியல் மாச்சர்யங்கள் கொண்ட இந்த இளைஞர்கள், உனக்கு யாழ்ப்பாணத்தின் அத்தனை திக்குகளையும் காட்டுவார்கள். நீ எந்த அரசியலோடு ஈழத்தை பார்க்கிறாயோ அதே அரசியலோடு பார்த்துவிட்டுப் போ. உண்மை ஒன்றாகவும் உலகம் ஒன்றாகவும் சொல்வதை உணர்வுப் பூர்வமாக நீயும் விளங்கிக்கொள்ள வேண்டும் என்பதற்காகவே இந்த ஏற்பாடு" என்று சொல்லிவிட்டு அந்த இளைஞர்களின் கையில் என்னை ஒப்படைத்தார். அந்த இளைஞர்களில் ஒருவர் ஏற்கெனவே எனக்கு தமிழகத்தில் அறிமுகமாகியிருந்த கவிஞர் செல்வம். அறிவுமதி அண்ணன் அலுவலகத்தில் சில ஆண்டுகள் தங்கியிருந்த அவரைத் தவிர, ஏனைய இளைஞர்கள் எல்லோருமே எனக்குப் புதியவர்கள். விடுதலைப் புலிகள் குறித்த மாற்று அபிப்ராயம் கொண்டிருந்தவர்களும் அந்தக் குழுவில் இடம் பெற்றிருந்தார்கள்.

அத்தனை இளைஞர்களுமே போராட்டத்தின் வலிகளையும் தோல்வியின் கசப்புகளையும் என்னோடு பகிர்ந்துகொண்டார்கள். போர்க்காலத்தில் புலிகள் ஊடகப் பிரிவில் புகைப்படக் கலைஞராகப் பணியாற்றிய ரமணனால் அரைமணி நேரத்திற்கு ஒருமுறை அழாமல் என்னிடம் பேச முடியவில்லை. கொலையுண்டு கிடக்கும் குழந்தைகளின் சடலத்தின்மீது நடந்துபோய் பெரியவர்களைப் படம்பிடித்த

காட்சியை அவர் விவரிக்கையில் நெஞ்சே அடைத்துவிடும் போலிருந்தது. பக்கத்து வீட்டுக் குடும்பமே பலியுண்டு கிடக்கையில், உயிருக்குப் போராடிக் கொண்டிருந்த ஒருவர் அவர்கள் வீட்டில் வைத்திருந்த அரிசிப் பானையைத் துழாவிய கொடூர சூழலை அவர் அழாமல் சொல்ல வேண்டுமென்று நான் எதிர்பார்த்தது எத்தனை பெரிய வன்முறை என என்னை நானே நொந்துகொள்கிறேன்.

ஈழத்து வீதிகளிலும் முல்லைத்தீவின் ஓரங்களிலும் போரின் சுவடுகள் நான் போயிருந்த வருடத்தில் கழுவப்படாமல் இருந்தன. ஒல்லாந்தர்கோட்டைச்சுவர் முழுக்கப் பட்டுத் தெறித்திருந்த குண்டுகளின் வார்ப்படங்கள் துயர ஓவியத்தின் வண்ணங்களைப் பூசிக்கொண்டிருந்தன. அம்மைத் தழும்புகளைப் போல மதில் சுவர்கள் நெடுகத் தோட்டாக்கள் துளைத்த வடுக்கள் துருத்திக்கொண்டிருந்தன.

முள்ளிவாய்க்கால் பிரதேசங்களில் என்னுடைய கால்கள் நடந்தபோது, காலையிழந்தும் கையையிழந்தும் ஒரு பெரியவர் போய்க் கொண்டிருந்தார். வன்னிக் காடுகளிலும் வடமராச்சியிலும் பாதி கருகிய நிலையில் பனைமரங்கள் நின்றுகொண்டிருந்தன. நல்லூர் கந்தசாமி கோயிலில் வழக்கம்போல தீபாராதனைகள் நடந்தன. திலீபனின் நினைவுத்தூணை இலங்கை ராணுவம் சிதைத்திருந்தது. புனரமைக்கப்பட்ட யாழ் நூலகத்தில் என்னுடைய கைகளில் தட்டுப்பட்ட கவிதை நூலை எழுதியவர் நீலாவாணன் என்னும் பெயரைத் தாங்கியிருந்தார். கடல்வழியே கடந்தால் சில கிலோ மீட்டர் தொலைவே உள்ள ஒரு நாட்டில் அத்தனை அழிவுகள் நடந்தபோது, எந்தக் கவலையுமில்லாமல் போராட்டம் குறித்துப் பொறுப்பற்று பேசிய தமிழகத்தில் பிறந்ததற்காக அப்போது வெட்கமாயிருந்தது. அந்த நெருக்கடியான சூழலிலும் என்னை அடையாளம் கண்டுகொண்ட ஒரு பெண்மணி, என்னுடைய சினிமாப் பாடலை மெச்சினார்.

“காற்று வழியாக உங்களைப் பார்த்துக்கொண்டிருக்கிறோம். ராணுவ முகாம்களை அச்சத்தோடு கடக்கிற பொழுதெல்லாம் தூரத்திலிருந்து கேட்கும் ஏதோ ஒரு பாடல் எங்களுக்குத் தைரியமூட்டுகிறது. அந்தப் பாடல்கள் எங்கள் தனிமையை, விரக்தியை அனைத்தையும் இழந்த அவல நிலையை

ஓரளவு மறக்கடிக்கிறது. என்றோ ஒருநாள் உங்கள் கைகள் எங்களை ஏந்திக்கொள்ளும்" என்றார். அந்தப் பெண்மணியைப் பொறுத்தவரை அதிகம் படித்தவராகவோ அரசியல் மதிநுட்பம் நிறைந்தவராகவோ தென்படவில்லை. என்னைப் பார்த்ததும் அவருக்குச் சொல்லத் தோன்றியதைச் சொல்லிவிட்டு நகர்ந்துவிட்டார். என்னால்தான் அதன்பின் ஒரு அடிகூட எடுத்துவைக்க முடியாமல் போனது. உடனிருந்த இளைஞர்கள் என்னை சகஜமாக்குவதற்காக ஏதேதோ பகடி செய்தார்கள். இப்படித்தான் ஒருமுறை என்று அவர்கள் சொல்லத்தொடங்கிய எந்தக் கதைகளும் அதன்பிறகு என் செவிகளுக்கு எட்டவில்லை.

பக்கத்திலிருந்தும் பார்க்காமல் விட்டுவிட்டோமே என்னும் துக்கம் தொண்டையை நெறித்தது. ஒருவாரம் அங்குமிங்கும் அழைத்துச்சென்ற இளைஞர்கள், வாரக்கடைசியில் என்னை வழியனுப்ப வந்திருந்த அண்ணன் ஐங்கரநேசனிடம் ஒப்படைத்தார்கள். "பயணம் எப்படியிருந்தது?" என்றார். "வலி நிறைந்த இந்தப் பயணத்தில் நீங்கள் எப்படி வாழ்வை நடத்துகிறீர்கள்" என்றேன். "வாழ்வே வலி நிறைந்ததுதான் என்று புரிந்துகொண்டால் எந்தப் பயணமும் சிரமமில்லை" எனச் சொல்லி வழக்கம்போல் சிரித்தார்.

இப்போது அவர் வகித்துவந்த அமைச்சர் பதவியை அரசியல் காழ்ப்பு காரணமாக அவரே ராஜினாமா செய்யும் நிலை ஏற்பட்டிருக்கிறது. "நீதிமன்றத்தை நாடுகிறார் அமைச்சர் ஐங்கரநேசன்" என்னும் தலைப்பில் பிரபல இணையப் பத்திரிகை ஒன்று செய்தி வெளியிட்டிருக்கிறது. வாழ்வே வலி நிறைந்ததுதான் எனப் புரிந்து கொண்ட அண்ணன் ஐங்கரநேசன், புதிய வலியைத் தாங்கிக்கொள்ளும் பயணத்தை மேற்கொண்டிருக்கிறார்.

எளிய வாழ்விலிருந்து அரசாங்கத்தின் அமைச்சர் பதவிவரை எட்டமுடிந்த அவருக்குச் சூழலியலின் சகல சூட்சுமங்களையும் காலம் கற்பித்திருக்கும். எந்த இக்கட்டான நிலையிலும் அறத்தைத் தழுவி நிற்பவர்களை ஊழியால் ஒன்றும் செய்ய முடியாது. அதே நம்பிக்கையோடும் அதே உண்மையோடும் அவர் தன்மீது சுமத்தப்பட்டிருக்கும் குற்றச்சாட்டுக்களையும் தார்மீக நெறியோடு எதிர்கொண்டு

யுகபாரதி ☐ 177

சாதிப்பார் என்றே தோன்றுகிறது. "பார்த்தீனியத்தை ஒடுக்குவதற்கு எம்முன்னால் உள்ள ஓரே தீர்வு, அவை பெரும் எடுப்பில் சூழ்ந்துகொள்வதற்கு முன்னால் கைகளினால் பிடுங்கி அழிப்பதுதான்" எனப் படையெடுக்கும் பார்த்தீனியம் என்னும் கட்டுரையில் எழுதியிருப்பார். தற்போதும் அவர் தன்னைச் சுற்றி மண்டிக்கிடக்கும் அரசியல் பார்த்தீனியத்தைப் பிடுங்கி எறியும் பணியில்தான் இறங்கியிருக்கிறார்.

பாப்லோவும் பாரதிதாசனும்

மிகையான உணர்ச்சிகளுக்கு ஆட்பட்டுத் தங்கள் இயல்பைத் தொலைத்துவிடுபவர்களே படைப்பாளிகள். சமயத்தில், அந்த மிகை உணர்ச்சிகளே அவர்களைத் தொடர்ந்து இயங்க வைக்கின்றன. சராசரியிலிருந்து தங்களை வேறுபடுத்திக்காட்ட மிகை உணர்ச்சிகள் பயன்பட்டாலும், அளவுக்கு மீறிப் போகும்போது அவ்வுணர்ச்சிகள் ரசிக்கப்படுவதில்லை. அதிலும் கவிஞர்களைப் பற்றிச் சொல்லவே வேண்டியதில்லை. எதையுமே அவர்கள் கொஞ்சம் அதிகமாகப் பார்த்துப் பழகியவர்கள்.

இயல்புக்கு மீறிய சிந்தனையிலும் கற்பனையிலும் சதா உழலும் அவர்கள், தங்கள் படைப்பூக்கச் சக்தியை மிகையுணர்ச்சிகளிலிருந்தே பெறுவதாக நம்புகிறார்கள். இதிலிருந்து தம்மை விடுவித்து, அரை நூற்றாண்டுக்கும் மேலாகக் கவிதை எழுதி வருபவர் ஈரோடு தமிழன்பன். திராவிட முகாமைச் சேர்ந்த தமிழன்பனை, மார்க்சிய அறிஞரான கலாநிதி க.கைலாசபதி கொண்டாடியிருக்கிறார் என்பது குறிப்பிடத்தக்கது. திராவிட இயக்கத்தின் பிரதானக் கொள்கைகளையும் பொதுவுடைமைக் கருத்துக்களையும் தம் கவிதைகளில் ஒருசேரக் கொணர்ந்த தமிழன்பன்,

பாரதிதாசனையும் பாப்லோ நெரூடாவையும் இருகண்களாக ஏற்றுக்கொண்டவர். நெரூடா மார்க்சியத்தை முன்நிறுத்தியவர். பாரதிதாசனோ தமிழியக்கத்தைப் பின்பற்றியவர். இரண்டு பெரும் பாதைகளின் வழியே நடந்த பயணம்தான் தமிழன்பனுடையது. எழுத்துமுறையில் பாரதிதாசனையும் சிந்தனைமுறையில் பாப்லோ நெரூடாவையும் பின் பற்றிய தமிழன்பன், தமிழின் தொடர்ச்சியை உணர்ந்தவர் மட்டுமல்லர், அதை அடுத்தக் கட்டத்திற்கு அழைத்துப்போகவும் உழைத்திருப்பவர். மேலெழுந்தவாரியாக அவருடைய கவிதைகளை வாசிப்பவர்கள் இந்த நுட்பத்தை விளங்கிக்கொள்வதில் தோற்றுவிடுவர்.

ஆனால், அவருடைய கவிதைகளை ஆழ்ந்து வாசித்து மதிப்புரை எழுதியிருக்கும் கா.சிவத்தம்பியும் கோவை ஞானியும் தமிழன்பனின் தகுதியை உயர்த்தியே சொல்லியிருக்கிறார்கள். அவர்கள் இருவருமே மார்க்சியத்திலும் தமிழிலக்கியத்திலும் கரைகண்டவர்கள் என்பதை நான் சொல்ல வேண்டியதில்லை. அவர்கள் இருவருடைய கணிப்பிலும் தமிழன்பன், தமிழின் முக்கியக் கவியாக அடையாளப்படுத்தப்பட்டிருக்கிறார்.

தொண்ணூறுகளில் தீவிரமாக எழுதத் தொடங்கிய எனக்கு, தமிழன்பனின் கவிதைகளே பற்றி ஏறும் சாரமாகப் பயன்பட்டன. மரபாயினும் புதிதாயினும் தனக்கெனத் தனியான அடையாளத்துடன் எழுதக்கூடியவரே அவர். படிமத்திற்குள் படிமம் என்பதாக அவர் கவிதைகளை எழுதிச்செல்லும்விதம் அசாத்தியமானது. ஓர் எளிய வாசகனுக்கு முதல் வாசிப்பிலேயே புரிந்துவிடக் கூடியதாக அவர் கவிதைகள் இருந்ததில்லை.

இரண்டாவது மூன்றாவது வாசிப்பில்தான் அவர் கவிதைகளுக்குள் நுழைய முடியும். வாசிப்பவனின் தயவையும் பங்களிப்பையும் கோரிப் பெறுபவை அவருடைய கவிதைகள். நான் சொல்வது, ஆரம்பகாலங்களில் வெளிவந்த அவருடைய கவிதைகளைப் பற்றியே. பின்னால் வெளிவந்த கவிதைகளில் பலவும் நேரடித் தன்மையைக் கொண்டுள்ளன. மின்மினிக் காடு, சூரியப் பிறைகள், மழைமொக்குகள், கவின் குறுநூறு ஆகிய நூல்களில் அவர் கவிதைகளை நேர்கோட்டுக்குக் கொண்டுவந்திருக்கிறார். “ஓட்டுப்போட்டுவிட்டுத் திரும்பி வந்த

பிணம் திடுக்கிட்டது, தனது கல்லறையில் வேறொரு பிணம்'' எனவும், சிறைக்கம்பிகளுக்கு நிறம்பூசும் நிலா, பாதங்களில் பகலுக்கு விலங்கு எனவும், சோளக்கொல்லை பொம்மைக்குக் கோபம், குருவிக் குல்லாயில் முட்டையிட்டபோது'' எனவும், படிமங்களாலேயே கவிதையை வளர்த்திக்கொண்டு போன அவர், ஒருகட்டத்தில் "யார் உடைத்தாலும் / யாழ் உடைந்துவிடும் / ஆனால், யார் மீட்டினாலும் யாழ் இசைதருமா? என்று எளிமையாகவும் எழுதியிருக்கிறார்.

எளிமையென்பது வாசிப்பவரின் அறிவுமட்டத்தைச் சார்ந்ததுதான். எந்த அளவுக்கு ஒருவர் வாசித்திருக்கிறாரோ அந்த அளவுக்கே அவரால் ஒரு கருத்தையோ படைப்பையோ புரிந்துகொள்ளமுடியும். வாசிக்க வாசிக்க, சிக்கலான விஷயங்கள்கூட சிரமமில்லாமல் புரிந்துவிடும். வெளிப்படை அல்லது நேரடித் தன்மையுடன் ஒரு கவிதை இருக்கவேண்டும் என்றோ இருக்கக் கூடாதென்றோ படைப்பாளனின் சுதந்திரத்தில் நாம் தலையிடமுடியாது. இருந்தபோதிலும், பெருவாரியானவர்களுக்குப் புரியாமல் போகுமெனில், அப்படைப்பினால் அல்லது அக்கருத்தினால் என்ன பயன் என்பதைக் கேட்காமல் இருப்பதும் முறையல்ல.

அரை நூற்றாண்டுக்கும் மேலாகத் தொடர்ந்து கவிதையெழுதுவதில் அலுப்போ சலிப்போ இல்லாமல் இயங்கிவரும் தமிழன்பன், கவிதைகளை வெவ்வேறு வடிவங்களில் எழுதிக் காட்டுபவர். "பத்தாவது முறையும் / பாதம் தடுக்கி விழுந்தவனை / பூமித்தாய் முத்தமிட்டுச் சொன்னாள் / ஒன்பதுமுறை எழுந்தவனில்லையா நீ'' என்னும் கவிதையைக் கேட்டிராதவர்கள் குறைவு. தன்னம்பிக்கைப் பேச்சாளர்கள் தவறாமல் மேடைதோறும் மேற்கோள் காட்டும் இக்கவிதையை அவரவர் வசதிக்கேற்ப யார் யாரோ எழுதியதாகச் சொல்வதுண்டு.

எந்த இடத்திலும் இது என்னுடையதாயிற்றே என்று உரிமை கொண்டாடும் வழக்கம் தமிழன்பனிடம் இருந்ததில்லை. தமிழில் மிக அதிகமான கவிதைகளை எழுதியவரும், எவ்வளவு எழுதியும் எழுத்தின் மீதுள்ள விருப்பத்தைக் குறைத்துக்கொள்ளாதவரும் அவரென்றால் மறுப்பதற்கில்லை.நிறைய எழுதும்போது ஒரே மாதிரியான

படிமங்களும் குறியீடுகளும் நம்மையுமறியாமல் வந்துவிடும். நிலவைப் பற்றி எழுதுகிறோம் என்று வைத்துக்கொள்வோம். எத்தனைமுறை நிலவை எழுதமுடியும்? நிலவின் தன்மைக்கு முரணாகவும் எழுத முடியாது. ஒரே நபர் ஒவ்வொருமுறையும் நிலவை எழுதுகிறபோது வெவ்வேறு மாதிரியும் எழுத வேண்டும். இந்தச் சவாலைச் சாமர்த்தியமாகக் கடந்தவர் தமிழன்பன். நிலா நிழல், நிலவின் ஒளி, நிலாச் சும்மாடு, நிலவின் கரை, நிலவின் தறி என்பதாக வார்த்தைகளைப் பிரயோகித்துக் கூறியது கூறலைத் தவிர்த்துவிடுவார்.

இயற்கையைப் பாடுபொருளாகக் கொள்ளும்போது, இப்படியான சிக்கல் எல்லோருக்கும் வருவதுதான். ஆனால், அதை அவர்கள் எப்படித் தாண்டுகிறார்கள் என்பதில்தான் வித்தையிருக்கிறது. எண்ணிய சிந்தனையை வெளிப்படுத்தும்போது உரிய படிமத்தையோ உரிய குறியீட்டையோ கொள்ளவில்லையெனில், சிந்தனை மாறுபட்டுவிடும்.

சிந்தனையையும் சொல்லவேண்டும். அதே சமயம், அது ஒரே மாதிரியும் இருக்கக்கூடாது. ஒரு சில ஆண்டுகள் தீவிரமாக இயங்கிவிட்டு, பின் கவிதைகளே எழுதாமல் பலர் போவதற்கான காரணம் இதுதான். சொல் புதிது, பொருள் புதிது என்று பாரதி சும்மா சொல்லவில்லை. எதைச் சொன்னாலும் புதிது தேவை. புதிது இருந்தால்தான் கவனிக்கப்படும். "அந்த நந்தனை எரித்த நெருப்பின் மிச்சம்" என்னும் தலைப்பில் 1982இல் வெளிவந்த தமிழன்பனின் கவிதை நூலுக்குக் கிடைத்த வரவேற்பு, தமிழ்க் கவிதைகளின் செல்நெறியையே மாற்றியது.

நா.காமராசனின் கருப்பு மலர்கள். மு.மேத்தாவின் கண்ணீர்ப் பூக்கள், மீராவின் கனவுகள் + கற்பனைகள் = காகிதங்கள் ஆகிய நூல்கள் புதுக்கவிதைகள் மீது தமிழறிஞர்கள் கொண்டிருந்த தயக்கத்தை உடைத்தெறிந்தன. "வாழும் மனிதனுக்குக் குடிசையில்லை / மாண்டு போனவர்க்கு மண்டபங்கள்" என்பது உரைநடையை உடைத்துப் போட்டதுபோல தோன்றலாம். ஆனால், அப்படியொரு மொழியமைப்புக்குள் கவிதைகளைக் கொண்டுவர நெடுங்காலம் பிடித்தது. இலக்கணச் சட்டகத்திற்குள்ளேயே

இயங்கிவந்த தமிழ்க் கவிதை மரபை, அவ்வளவு எளிதாக உதற முடியாத சூழலே வெகுகாலம்வரை நிலவியது. எதுகையும் மோனையும் இல்லாமல் எழுதுவது கவிதையில்லை என்று சொல்லக்கூடியவர்களிடம்தான் அன்றைய இலக்கியத் தராசுகள் இருந்தன. புதுக்கவிதைகள் என்றால் தன்னுணர்ச்சிக் கவிதைகள் என்றும் இலக்கணம் தெரியாதவர்கள் எழுதும் தளர்ந்த கவிதைகள் என்றும் புரிந்துவைத்திருந்த இலக்கிய உலகுக்கு, தமிழன்பன் போன்றோர் புதுக்கவிதை எழுதவந்த பிறகே, எது கவிதை என்னும் தெளிவு ஏற்பட்டது.

இன்றைக்கு வேண்டுமானால், நவீனக் கவிஞர்களாகத் தங்களைச் சொல்லிக்கொள்பவர்கள், புதுக்கவிதைகளைக் கிண்டலடிக்கலாம். வார்த்தைகளை மடக்கிப்போட்டால் கவிதையா? எனக் கேட்கலாம். வெற்றுக் கூச்சலும் பிரச்சார நெடியுமா கவிதை? என்று விமர்சிக்கலாம். ஆனால், ஆரம்பகாலங்களில் புதுக்கவிதை தன்னை நிலைநிறுத்திக்கொள்ளப் பெரும்பாடு பட்டிருக்கிறது. பாரதிதாசனின் சீடராகத் தன்னை அறிவித்துக்கொண்ட தமிழன்பன், புதுக்கவிதையின் சகல தன்மைகளையும் உள்வாங்கி வெளிப்படுத்தியவிதம் மேலோட்டமானதில்லை. எல்லோரும் புதுக்கவிதைக்கு வந்துவிட்டார்கள். அதனால், நானும் வருகிறேன் என்று அவர் புதுக்கவிதையை எழுதவில்லை.

புதுக்கவிதையை ஏற்பதற்குமுன், உலகக் கவிதைகளின் கவிஞர்களின் போக்கையும் உற்றுணர்ந்தே எழுத வந்திருக்கிறார். மரபுக்கவிதை, புதுக்கவிதை என்பதோடு நின்றுகொண்டிருந்த தமிழுக்கு, ஹைக்கூவையும் சென்ரியூவையும் கொண்டுவந்ததில் அவருடைய பங்கும் இருக்கிறது. கவிக்கோ அப்துல்ரகுமான், ஹைக்கூவைக் கலையழகுடன் அறிமுகப்படுத்தினார் எனில், அதைச் சமூக நோக்குடன் எழுதலாமென எழுதிக்காட்டி ஆச்சர்யப்படுத்தியவர் தமிழன்பன்.

“கோடித்துணியை / வெட்டியான் உருவியதும் / குப்புறத் திரும்பிக்கொண்டது பிணம்” எனவும் “ஆகாயமும் அழகு / பூமியும் அழகு / ஆம் என் கையில் ரொட்டித்துண்டு” எனவும் அவர் எழுதும்வரை ஹைக்கூவில் இப்படியும் சிந்திக்கலாம் என்பதைத் தமிழ்க் கவிதையுலகம் அறிந்திருக்கவில்லை.

ஹைக்கூவின் இலக்கணத்திற்கு ஏற்ப மேற்கூறியவை இருக்கின்றனவா? என்பதைத் தாண்டி, ஹைக்கூவைத் தமிழ்ப்படுத்தியவர் அவரே. ஒருவரியில் ஆத்திசூடி இருவரியில் திருக்குறள், மூன்றுவரியில் பழமொழிகள், நான்குவரியில் நாலடியார், ஐந்து வரியில் ஐங்குறுநூறு என வரிகளைக் கணக்கிட்டு எழுதிப்பார்த்த சமூகம் நம்முடையது. அப்படியிருந்தும், ஜப்பானிய ஹைக்கூவை வரவேற்கவே செய்திருக்கிறோம். எழுத்துருக்களைச் சீர்திருத்தியது போலவே கவிதைகளின் வடிவங்களையும் சீர்திருத்திக் கொள்ள அனுமதித்திருக்கிறோம்.

ஜப்பானியர்களின் நில மற்றும் உளத்தன்மைக்கேற்ப இருந்த வடிவத்தைத் தமிழ்ப்படுத்தியதில்தான் தமிழன்பன் வெளிப்படுகிறார்.. ஒன்றை அப்படியே ஏற்பது வேறு. அதை நமக்கேற்ப மாற்றி, பயன்பாட்டுக்குக் கொண்டுவருவது வேறு. ஹைக்கூவைப் போலவே ஜப்பானியர்களின் இன்னொரு கவிதை வடிவமான சென்ரியூவையும் தமிழன்பனே முதல் முதலாகத் தமிழில் எழுதிக் காட்டியவர். இயற்கையிலிருந்து எடுக்கப்பட்ட காட்சிப் படிமங்களை மெய்யியல் உணர்வோடு வெளிப்படுத்தும் குறுங்கவிதைகளே சென்ரியூ. சமூகம் குறித்தும் அரசியல் குறித்தும் அங்கத, நகைச்சுவை உணர்வுடன் வெளிப்படும் சென்ரியூவில் ஹைக்கூவின் அடர்த்தியைப் பார்க்கமுடியாது. ஹைக்கூவைவிட சென்ரியூக்கள் செறிவு குறைவானவை.

ஒரு தேநீர்க் கடையிலும் மதுபானக் கூடங்களிலும் எளிய மனிதர்கள், தமக்குத் தாமே களிப்பூட்டிக்கொள்ளும் முறையில் சொல்லப்படும் சென்ரியூக்களில் அர்த்தத்தையும் கவித்துவத்தையும் எதிர்பார்க்க இயலாதுதான். என்றாலும், எவ்வடிவையும் தமிழுக்குக் கொண்டுவரும் ஆர்வத்துடன் தமிழன்பன் இயங்கியிருக்கிறார்.

முக்கிய கவிஞர் அறைகூவலாக முதல் வரியைக் கேள்விபோல முன் வைக்க, பின்வருபவர்கள் அவ்வரிகளை நிறைவு செய்வதே சென்ரியூக்களின் சிறப்பு. மிகுதியும் உரையாடல் தொனியில் அமையப்பெறும் சென்ரியூவின் இறுதி வாக்கியம், ஒரு சிரிப்பை வரவழைக்கவேண்டும் என்பது விதி. இந்த விதியைப் பின்பற்றி "பக்தர்களிடம்

/ கடவுள் கேட்ட வரம் / அரசியலுக்கு இழுக்காதீர்கள்" என்பதாகத் தமிழன்பன் 'ஒருவண்டி சென்ரியூ' என்னும் நூலில் எழுதியிருக்கிறார். நடப்புச் சூழலை உள்வாங்கி எந்த வடிவத்திலும் கவிதை செய்யும் மொழித்திறம் அவருக்குண்டு. மொழி வளம் இருக்கிறது என்பதற்காக எதைக் கவிதையாக எழுதுவது என்பதில் தேர்வுநிலை இல்லாமல் செயல்படுவதாகத் தமிழன்பன் கவிதைகளை மதிப்பீடு செய்த க. பஞ்சாங்கம் குறைப்பட்டிருக்கிறார்.

அவரே இன்னொரு இடத்தில், தொடர்ந்து எழுதுவதன்மூலம் கவிதையின் தரத்தையும் தேடலையும் காப்பாற்றிவருவதால் தமிழன்பன் இந்த நூற்றாண்டின் கவிஞன் என்பதை நிரூபித்திருப்பதாகவும் வியந்திருக்கிறார். கடவுளையும் மதத்தையும் இணைத்து அரசியல் செய்யும்போக்கிற்கு எதிரான கவிதைகளைத் தமிழில் அதிகமும் எழுதியவர் தமிழன்பன். ஆன்மிக அரசியல் போன்ற பதங்கள் கவனத்துக்கும் விவாதத்திற்கும் வந்திருக்கும் இச்சூழலில் நவீன சென்ரியூக்கள் பிறக்கக்கூடும்.

ஈரோட்டை அடுத்த சென்னிமலையில் பிறந்த ஜெகதீசன், தமிழன்பன் ஆனதும் பாரதிதாசனுடன் கொண்ட பற்றினால் கவிதைக்குள் வந்ததும் அறியக்கூடியது. ஆனால், இதுவரை அறுபதுக்கும் மேலான கவிதை நூல்களும், இருபத்து ஐந்து உரைநடை நூல்களும், பத்துக்கும் மேற்பட்ட மொழிபெயர்ப்பு நூல்களும் எழுதியிருக்கிறார் என்னும் தகவல் எத்தனைபேருக்குத் தெரியும்?

காட்சி ஊடகங்கள் பரவலாகாத எண்பதுகளில், சென்னைத் தொலைக்காட்சியின் செய்தி வாசிப்பாளராகவும் பதினாறு ஆண்டுகள் இருந்திருக்கிறார். செய்திகள் முடிவடைந்தன என்பதை மாற்றி, செய்திகள் நிறைவடைந்தன எனச் சொல்லும் வழக்கத்தை அவரே ஏற்படுத்தினார். முடிவுக்கும் நிறைவுக்கும் உள்ள வித்தியாசத்தை ஊடகங்களுக்குக் கற்பித்த அவர், புதுக்கல்லூரித் தமிழ்த்துறைத் தலைவராகவும் பணி புரிந்திருக்கிறார். கவிஞர் இன்குலாப்புடன் அணுக்கமும் இணக்கமும் காட்டிய தமிழன்பன், திராவிடக் கருத்தியலை வரித்துக்கொண்டவர். ஆயினும், சர்வதேசியப் பார்வையுடைய கவிஞரென்றே அறியப்பட்டிருக்கிறார்.

1990ஆம் ஆண்டு பிப்ரவரி 25இல் சென்னை பெரியார் திடலில் தமிழ்த்தேசத் தன்னுரிமை மாநாடு நடந்தது. அம்மாநாட்டிற்கு தஞ்சையிலிருந்து கிளம்பிய பேருந்தில் அப்பாவுடன் தொற்றிக்கொண்ட எனக்கு, செய்தி வாசிக்கும் ஒருவர் கவிதை வாசிக்கப் போகிறார் என்னும் செய்தியே மகிழ்வூட்டியது.

தமிழன்பனும் அண்ணன் அறிவுமதியும் அம்மாநாட்டில் கவிதை வாசித்தார்கள். அரங்கக் கவிதையென்றால் எப்படி அமைய வேண்டும் என்பதை அப்போதுதான் அறிந்துகொண்டேன். வெறும் கைத்தட்டலுக்காகக் கவிதைகளை வாசிக்காமல், அவர்கள் இருவரும் கருத்துச் செறிவுடன் அரசியல் கவிதையை எழுதியிருந்தார்கள். மாநிலங்களுக்கான சுயாட்சியை மறுக்கும் மத்திய அரசு குறித்துக் கடுமையான விமர்சனத்தை முன்வைத்த அவர்களுடைய கவிதைகள் பெரும் அதிர்வலைகளை உண்டாக்கின.

அப்போது ரஷ்ய ஒன்றியத்திலிருந்து அஜர்பைஜான் பிரிந்த நேரம். அதை மையாக வைத்து "அஜர்பைஜான் நெருப்பு / அசோகச் சக்கரத்தை விசாரிக்கும்" என்பதாகத் தமிழன்பன் கவிதை எழுதியிருந்தார். நடந்தது என்ன தெரியுமா? அஜர்பைஜான் நெருப்பு அசோகச் சக்கரத்தை விசாரித்ததோ இல்லையோ, இப்படியொரு கவிதையை வாசித்த தமிழன்பன், காவல்துறையால் விசாரிக்கப்பட்டார்.

விசாரணை முடிவில், மத்திய அரசின் கட்டுப்பாட்டிலுள்ள தொலைக்காட்சியில் செய்திவாசிக்கும் ஒருவர், மத்திய அரசையே அச்சுறுத்தும் விதமாகக் கவிதை வாசிப்பதா? என்று செய்தி வாசிக்கும் பணியிலிருந்து தமிழன்பன் விடுவிக்கப்பட்டார். உச்சரிப்பு சுத்தத்துடன் செய்தி வாசித்த ஒருவர், உண்மையை வாசித்ததற்காக விலக்கப்பட்ட விநோதக் கதை இதுதான். இக் கைங்கர்யத்திற்குத் திரைக்கதையை எழுதியதில் துக்ளக் சோவின் பங்கு முக்கியமானது.

திராவிட இயக்கச் சார்புடைய தமிழன்பன், கவியரங்க மேடைகளைப் புதுக்கியவர்களில் குறிப்பிடத் தக்கவர். 'ஓரல் பொயட்ரி' என்னும் வகைப்பாட்டை மிகத் துல்லியமாக விளங்கிக்கொண்டு, அதற்கேற்பப் பல முன்மாதிரிக் கவிதைகளைத் தந்திருக்கிறார். "வார்த்தைகள்

கேட்ட வரம்" என்னும் தலைப்பில் தமிழன்பனின் கவியரங்கக் கவிதைகள் தொகுக்கப்பட்டுள்ளன. அரங்கத்தின் மனநிலையை உணர்ந்து கவிதைகளை எழுதக்கூடிய தமிழன்பன், ஓரிரு திரைப்படங்களுக்குப் பாடல்களையும் எழுதியிருக்கிறார். பாலச்சந்தர் இயக்கிய 'அச்சமில்லை அச்சமில்லை' திரைப்படத்திலும், ஹரிகரன் இயக்கிய 'ஏழாவது மனிதன்' திரைப்படத்திலும் அவருடைய இசைப் பாட்டுகள் இடம்பெற்றுள்ளன.

தொடர்ந்து திரைப்பாடல் எழுதுவதில் விருப்பம் இல்லை என்று வெளிப்படுத்திய பிறகும்கூட அவரைத் திரைப்பாடல் எழுதவைக்கப் பலரும் முயன்றிருக்கிறார்கள். தன்னை ஸ்தாபித்துக்கொள்வதில் பிரியமில்லாத அவர், திரை வெளிச்சத்திலிருந்தும் விலகி இருக்கவே விரும்பியிருக்கிறார். பல ஆண்டுகள் பாரதிதாசனுடன் பழகியிருப்பதால், இந்தத் திரைத்துறை நல்ல கவிஞர்களை என்ன பாடுபடுத்தும் என்பது கேட்டறிந்திருப்பாரோ என்னவோ.

இப்போதும் அவர் என்னுடன் தொலைபேசியில் பேசும்போதெல்லாம் கவிதைகளை விட்டுவிடாதீர்கள் என்பதைச் சொல்லாமல் உரையாடலை முடிப்பதில்லை. மேடையில் அவர் வாசித்த கவிதை கேட்டு எழுதவந்த நான், அவருடைய தலைமையில் பல கவியரங்குகளில் பங்கு கொண்டிருக்கிறேன். அரங்கத்தைத் தயார் செய்து, இளம் கவிஞர்களை அறிமுகப்படுத்துவதில் அவருக்கிருக்கும் ஆர்வத்தை அளவிட வழியில்லை. அடுத்தத் தலைமுறையிடம் காலத்தையும் கவிதைகளையும் ஒப்படைக்க அவர் இன்னமும் உழைத்துவருகிறார். இப்போது எழுதிவரும் பல இளம் கவிஞர்களின் படைப்புகள் குறித்து நேர்ப்பேச்சில் என்னிடம் தெரிவித்திருக்கிறார்.

எதார்த்த நிலையிலிருந்து அரசியலை எப்படி அணுக வேண்டும் என்பதையும் உலகின் பல பகுதிகளில் நிலவிவரும் கவிதைக் கோட்பாடுகளையும் அவரிடமிருந்து பெற்றுக்கொள்ளலாம். எது கவிதை என்பதைத் தெளிந்துகொள்ள அவர் எழுதிய "சிகரங்கள் மேல்விரியும் சிறகுகள்" எனும் கட்டுரை நூல் முதன்மையானது. அக்காலத்தில் விரிந்த இலக்கியப் பார்வையுடன் வெளிவந்த ஒரே நூல் அதுவே.

நீண்ட வாசிப்பின் பின்புலத்திலிருந்து, உலக கவிஞர்களை அந்நூலில் படம் பிடித்திருப்பார். மொழிபெயர்ப்பின் வழியே நல்ல கவிதைகளையும் அந்நூலில் பகிர்ந்திருக்கிறார். ஆங்கிலப் புலமை அல்லாத ஒருவர், உலகக் கவிதைகளை உணர்ந்துகொள்ள ஏற்றவகையில் எழுதப்பட்ட அந்நூல், இளம் கவிஞர்களை எளிதாக ஈர்த்துவிடக்கூடியது. வால்ட் விட்மன் முதல் செங்கோர் வரையுள்ள பதினெட்டுக் கவிஞர்கள் குறித்த அறிமுகத்தை வழங்கிய அந்நூலைப் பின்பற்றிப் பல நூல்கள் வந்துவிட்டன. ஆயினும்கூட, அவருடைய மொழிபெயர்ப்புக்கும் தகவல் திரட்டலுக்கும் பக்கத்திலும் பிந்தைய நூல்கள் வரவில்லை என்பது என் எண்ணம்.

தமிழன்பன், பழந்தமிழ் இலக்கியப் பரிச்சயத்திற்குச் சற்றும் குறைவில்லாத வகையில் நவீன இலக்கியத்தையும் பயின்றுவருபவர். யாப்பு மரபை விடுவித்துக்கொண்ட தமிழ், ஷேக்ஸ்பியரிடமிருந்து சானட் என்னும் வகையை எடுத்துக்கொண்டது. பரிதிமாற்கலைஞர் போன்றவர்கள் அவ்வகையைப் பின்பற்றி எழுதியதாகத் தகவல் இருக்கிறது. அதேபோல, 'லிமரிக்' என்றழைக்கப்படும் ஆங்கிலக் கவிதை வடிவத்தை ஐந்து வரிகளில் இலங்கையைச் சேர்ந்த மகாகவியும் தமிழகத்தைச் சேர்ந்த கோவேந்தனும் முயன்றிருக்கிறார்கள்.

ஹைக்கூவையும் லிமரிக்கையும் இணைத்து, லிமரைக்கூ என்னும் புதிய வடிவத்தைத் தமிழன்பன் உருவாக்கியிருக்கிறார்.ஹைக்கூவில் பயின்றுவரும் மூன்று வரிகளைக் கணக்கிட்டுக்கொண்டு, லிமரிக்கில் பயின்றுவரும் இயைபுத் தொடையையும் இணைத்து லிமரைக்கூவை அவர் எழுதிக்காட்டியிருக்கிறார். "பறவையோடு சேர்ந்து பற / சிறகுகள் தேவையில்லை / மனிதன் என்பதை நீ மற". பற, மற என்பதே இயைபுத்தொடையின் அழகு. "சென்னிமலை கிளியோபாத்ராக்கள்" என்னும் தலைப்பில் வெளிவந்துள்ள தொகுப்பில் அதிகமான லிமரைக்கூ இடம்பெற்றுள்ளன.

சிலவகைப் பொருள்களை இன்னின்ன யாப்பில்தான் பாடவேண்டும் என்கிற மரபு நம்மிடமுண்டு. கட்டளைக் கலித்துறை போன்று வார்த்தைகளைக் கணக்கிட்டு எழுதும் வழக்கத்தைக் கொண்டவர்களே நாம். ஆசிரியப்பா, வெண்பா,

கலிப்பா, வஞ்சிப்பா என்று வகைக்கொன்றை வடிவமைத்து, அதற்கான இலக்கணத்தையும் வரையறுத்திருக்கிறோம். ஆனால், இன்று அதையெல்லாம் விட்டுவிட்டு, எளிய வகையில் எழுதும் சூழலைப் புதுக்கவிதைகள் உருவாக்கியுள்ளன.

எழுதுகிறவனுக்குக் கடினம் என்பதைவிட, வாசிப்பவனுக்குக் கடினமில்லாமல் இருக்க வேண்டும் என்னும் கருத்து முந்திவிட்டது. ஏற்கெனவே குறும்பா என்னும் வடிவம் நம்மிடம் இருந்ததுதான். என்றாலும், அதைக் குறும்பா என்று காசி ஆனந்தன் போன்றோர் குறிப்பிடுவதில்லை. நறுக்குகள், பொழிச்சல்கள் என்று புதுப்பெயரில் அழைக்கிறார்கள். ஹைக்கூ, சென்ரியூ, லிமரைக்கூ என்று பலவிதமான வடிவங்களில் எழுதினாலும் அவையெல்லாம் கவிதையென்னும் வகைக்குள் வருகிறதா? என்பதுதான் கேள்வியே.

எது கவிதை என்பதிலிருந்து, எதுவும் கவிதை என்னும் நிலைக்கு வந்திருக்கிறோம். வரலாற்றுப் போக்கில் நாம் இவ்விடத்திற்கு வந்து சேர்ந்திருப்பது தவிர்க்கமுடியாததே. சமூக வலைதளங்களின் பெருக்கத்திற்கு பிறகு, இன்னும் புதுப்புது வடிவங்களைத் தமிழ்க்கவிதைகள் தரித்துக்கொள்ளக்கூடும். பாப்லோ நெரூடாவின் 'புக் ஆஃப் க்வெஸ்டீன்ஸ்' என்னும் நூலை அடிப்படையாகக் கொண்டு, தமிழன்பன் எழுதியுள்ள "கனாக் காணும் வினாக்கள்" என்னும் நூல் கவனத்துக்குரியது. முழுக்க முழுக்கக் கேள்விகளாலேயே அமைந்த நூல் அது.

கேள்விகளின் வழியே கவித்துவத் தருணங்களை உருவாக்கி, அக்கேள்விகளுக்கான பதிலை மெய்யியலில் முன்வைத்திருக்கிறார். "நாணய ஓசையில் / நனைந்துகொண்டிருப்பவனுக்கு / ஈர மழையிடம் / என்ன செய்தி இருக்கும்?" எனவும் "பருத்தி பூப்பதற்கு முன் / சூரியனின் ஒரு யோசனையாக / இருந்திருக்குமோ?" எனவும் அவர் எழுப்பியிருக்கும் கேள்விகள் சுவாரஸ்யமானவை. கடவுள், சாதி, மதம் ஆகியற்றை மறுக்கக்கூடியவராக இருந்தும்கூட, ஒரு கவிஞனாக மெய்யியலிலிருந்து அவரால் விடுபடமுடியல்லை. கடவுள் என்கிற கருத்தாக்கம் முதலில் அற இயலுக்கும் அதன் பிறகு ஆன்மிகத்திற்கும் இட்டுச்செல்லும் என்பர். ஆன்மிகத்தை அடைந்ததுடன்

கடவுள் சிந்தனை எத்தகைய விளைவைத் தரும் என்பது விவாதத்திற்குரியது. உலகக் கவிஞர்கள் பலரும், கடவுளை மறுத்திருக்கிறார்கள். ஆனாலும், மெய்யியலை அவர்கள் தொடாமல் இல்லை. தமிழன்பனும் மெய்யியல் கவிதைகளை எழுதியிருக்கிறார். ஜென் மெய்யியலைச் சமதர்மத்தின் குறியீடாகக் கண்டிருக்கிறார். மகேந்திரநாத குப்தா எழுதிய “எம்” என்ற தலைப்பிலான இராமகிருஷ்ணர் வாழ்க்கை வரலாற்று நூலை, தன்னைக் கவர்ந்த நூல்களில் ஒன்றாகத் தெரிவித்திருக்கிறார்.

தான் என்பதைக் கடந்த ஆன்மிகவாதிகள்மீது தனக்கு அபிமானம் உண்டென்று கூறும் அவர், கடவுள் என்னும் கருத்தாக்கத்தை ஏற்றுக்கொண்டவரல்லர். ஆன்மிகம் வேறு, கடவுள் வேறு என்பதன் பின்னணியில்தான் அவருடைய மெய்யியல் கவிதைகள் எழுதப்பட்டுள்ளன. ஆன்மிகவாதியான தன் உடன் பிறந்த அண்ணன் தங்கவேலுவின் மறைவை ஒட்டி அவர் வெளியிட்டுள்ள தத்துபித்துவம் என்னும் நூல் அதற்கான சாட்சியைப் பகிர்கிறது.

ஒரு சித்தரைப்போல தத்துவ தரிசனம் பெற்றிருந்த அண்ணனுக்காகத் தமிழன்பன் எழுதிய தத்துபித்துவம் “வாழ்வியல் அனுபவங்களையும் வாழ்வியல் தேடல்களையும் குறிக்கோளாகக் கொண்ட பயணம்” என்பதாக கலாநிதி நா. சுப்ரமணியன் ஆய்வுரை வழங்கியிருக்கிறார். மூடநம்பிக்கைகளின் பாற்படாத ஓர் ஆன்மிகவாதியாக இருந்த அண்ணன், சித்து முயற்சிகள், விவாதங்களில் ஈடுபட்டதை அந்நூலில் நினைவுகூர்ந்துள்ள தமிழன்பன், “போகர் ஏழாயிரம்” என்னும் நூல், அண்ணனின் சாய்வு நாற்காலிக்கு அருகே இருந்ததையும் குறிப்பிட்டிருக்கிறார். முன்முடிவுகள் எதுவும் இல்லாமல் ஒன்றை அணுகி, அதன்மூலம் கிடைக்கும் அனுபவங்களைக் கவிதையாக்குவதில் அவருக்கு எந்தத் தயக்கமும் இருந்ததில்லை.

தமிழ் இலக்கியக் கல்விப் புலத்திலிருந்து படைப்பாளிகளாக வருபவர்களிடம் ஒருவிதமான பண்டிதத்துவம் வெளிப்படுவதுண்டு. எதார்த்த நிலையில் படைப்புகளை எதிர்கொள்ளாத அவர்களின் எழுத்துக்களில் இலக்கணச் சுத்தமிருந்தாலும், இலக்கிய அனுபவமென்பது சற்றுக்

குறைந்தே காணப்படும். அந்தக் குறைகளைக் களைந்த ஒருவராகத் தமிழன்பனைக் கருதலாம். பாரதிதாசனின் தமிழியக்கச் சிந்தனைகளை உள்வாங்கியபோதிலும்கூட, தமிழையும் இலக்கியத்தையும் மொழி கடந்த அனுபவங்களாக மாற்றுவதிலேயே அவர் குறியாய் இருந்திருக்கிறார்; இருந்துவருகிறார். "பாரதிதாசனுடன் பத்து ஆண்டுகள்" என்னும் நூலில், பாரதிதாசனுக்கும் தனக்கும் இடையே நிகழ்ந்த உரையாடல்களை, சம்பவங்களை விவரித்திருக்கிறார்.

தன்னுடன் பயின்ற பள்ளித் தோழர் மணியின் வேண்டுகோளுக்கு இணங்க, "நெஞ்சின் நிழல்" என்னும் நாவலை எழுதியதாக அந்நூலில் குறிப்பிட்டிருக்கிறார். "கல்யாணப்பரிசு" திரைப்படம் வெளிவந்திருந்த சமயத்தில், அதன் பாதிப்பில் எழுதப்பட்ட அந்நாவல் மூலம் திரைத்துறைக்குள் நுழையலாம் எனும் திட்டமும் அவருக்கு இருந்திருக்கிறது. கவிஞராக அறியப்பட்டுள்ள தமிழன்பன் முதலில் எழுதியது நாவலே என்பது பலர் அறிந்த தகவல். காண்டேகரையும், மு.வரதராசனையும் வாசித்திருந்த உத்வேகம், நாவல் முயற்சிக்கு அவரை இட்டுச் சென்றிருக்கிறது.

திரைத்துறைமீது தனக்குப் பெரிய ஆவலோ ஆசையோ இல்லை என்றபோதிலும், நண்பனின் விருப்பதற்காக எழுதப்பட்ட அந்நாவலைப் பாரதிதாசன் பாராட்டியிருக்கிறார். கையெழுத்துப் பிரதியாயிருந்த அந்நாவலை வாசித்துவிட்டு, அதை அச்சாக்க வேண்டுமென விரும்பி, பாரி நிலையத்தாரிடம் தமிழன்பனை நேரில் அழைத்துப்போய் பாரதிதாசனே பரிந்துரையும் செய்திருக்கிறார். அந்தச் சந்திப்பில், "லட்ச ரூபாயைப் பரிசுத் தொகையாகக் கொண்ட ஞானபீடம் தங்களுக்குக் கிடைக்க இருக்கிறது" என்னும் தகவலை, பாரி நிலையத்தார் பாரதிதாசனிடம் பகிர்ந்திருக்கிறார்கள்.

அதுகுறித்துப் பெரிதாக உணர்ச்சியை வெளிப்படுத்தாத பாரதிதாசன், "ஒரு வேளை அவர்கள் சொல்வதுபோல லட்ச ரூபாய் பரிசாகக் கிடைத்தால், உடனே ஒரு அச்சு எந்திரம் வாங்கி, இந்நாவலை நாமே அச்சிட்டுவிடலாம்" எனத் தெரிவித்திருக்கிறார். இளம் படைப்பாளர்களை வளர்த்தெடுப்பதில் பாரதிதாசனுக்கு இருந்த ஆர்வத்தை

இதன்மூலம் அறியலாம். அதே நேரத்தில், பாரதிதாசனின் இதயத்தை ஈர்க்கும் அளவுக்குத் தமிழன்பனின் நாவலும் இருந்திருக்கிறது என்பதையும் சொல்லித்தான் ஆகவேண்டும்.

ஞானபீட விருதுக்கான பரிந்துரைக் குழுவில் இப்போது போலவே அப்போதும் அரசியல் விளையாடி இருக்கிறது. விருதுகள் யாருக்குத் தரப்படவேண்டும் என்பதைவிட, யாருக்குத் தந்துவிடக்கூடாது என்பதில்தான் பரிந்துரைக் குழுக்கள் கவனம் கொள்கின்றன. குழுவில் நடுவர்களாக தெ.பொ.மீ, பெரியசாமித் தூரன், சா.கணேசன் ஆகியோர் இருந்திருக்கிறார்கள். மூவருமே பாரதிதாசனை முன்மொழிந்தும், அவ்வாண்டு அவ்விருதை மலையாளக் கவி, சங்கர குரூப் பெற்றிருக்கிறார்.

பாரதிதாசனை முன்மொழிந்த மூவரும் இராஜாஜியை இது சம்பந்தமாகச் சந்தித்தபோது, "நாமக்கல் கவிஞரைப் பரிந்துரை செய்திருக்கலாமே" எனச் சொல்லியிருக்கிறார். "பாரதிதாசன் மலைபோல் உயர்ந்து நிற்கிறார். அவரைப் புறக்கணித்துவிட்டு வேறு எவரையும் எங்களால் பரிசுக்கு உரியவராகப் பரிந்துரைக்க முடியவில்லை" என்று மூவரும் பதிலளித்திருக்கிறார்கள். நாமக்கல் கவிஞரைப் பரிந்துரை செய்திருக்கலாமே என்று இராஜாஜி சொல்லியது, அவருடைய விருப்பமே தவிர, கட்டளையில்லை.

காந்தீயக் கவிஞராகவும் தேசீயக் கவிஞராகவும் அடையாளப்பட்டிருந்த நாமக்கல் கவிஞரை நினைவூட்டியதால், பாரதிதாசன்மீது இராஜாஜிக்கு மதிப்போ மரியாதையோ இல்லையென்று சொல்வதற்கில்லை. இதுகுறித்து தமிழன்பன் பல மேடைகளில் விளக்கியிருக்கிறார். என்றாலும், தமிழன்பனின் கூற்றில் இராஜாஜிமீது தவறான எண்ணம் ஏற்பட்டுவிடுமோ? என்னும் ஐயத்தைக் கவிஞர் முருகு சுந்தரம் கிளப்பியிருக்கிறார். உடனே நடுவர் குழுவில் இடம்பெற்றிருந்த சா.கணேசனிடம்கருத்து கேட்கப்பட்டிருக்கிறது. இதுவிஷயமாக சா. கணேசன், முருகுசுந்தரத்திற்கு எழுதிய கடிதத்தில் "இராஜாஜி எவ்விதத்திலும் முடிவில் தலையிடவில்லை. பரிந்துரையைப் பற்றி நாங்கள் கூறியதைக் கேட்ட இராஜாஜி, முடிவு சரியானதே" என்று சொல்லியதாக அந்தர் பல்டி அடித்திருக்கிறார். மேலும், "கொள்கைக்கோலை வைத்து

192 □ நல்லார் ஒருவர்

கவிதையை அளக்காத எங்கள் முடிவே நன்றென்று" இராஜாஜி சொன்னதாகவும் அக்கடிதத்தில் தெரிவித்திருக்கிறார். ஈரோட்டில் நடைபெற்ற ஒரு கூட்டத்தில் சா.கணேசன் பேசியதைக் கொண்டே தமிழன்பன், பாரதிதாசனுக்கு ஏன் ஞானபீடம் வழங்கப்படவில்லை என்னும் கட்டுரையை எழுதினார். என்றாலும், மேடையில் பேசிய சா. கணேசன், திராவிட இயக்கத்தவர்க்கும் காங்கிரஸ்காரர்களுக்கும் இடையே இதுவொரு பிரச்சனையாகிவிடுமோ? என்றெண்ணி பின்வாங்கிக் கொண்டிருக்கிறார்.

அரசியல் இல்லாமல் எழுத்தில்லை. எழுத்துக்களில் உள்ள அரசியலைக் காட்டிலும், எழுத்தாளர்கள் கவிஞர்கள் நேரடி அரசியலை எதிர்கொள்ளும் சிக்கல் இருக்கிறதே அதுதான், ஒருவருக்கு விருதையும் இன்னொருவருக்கு ஆதங்கத்தையும் தருகிறது. நடந்த நிகழ்வுகளை எழுதும்போதுகூட, நாகரீகத்தைக் கடைபிடிக்கும் தமிழன்பனை அந்நூலில் அறியலாம்.

சா.கணேசன் கருத்தை மாற்றிக்கொண்டார் என்பதைச் சொல்லும்போது, "சமூகச் சூழல்களை அறிபவர்கள் எளிதாக இதைப் புரிந்துகொள்ளலாம்" எனத் தாண்டியிருக்கிறார். பாரதிதாசனுக்கு ஞானபீடம் வழங்கப்படாமல் போனதற்கு இராஜாஜியே காரணம் என்று அவர் எங்கேயும் எழுதவில்லை. காங்கிரஸைத் திராவிட இயக்கத்தைச் சேர்ந்தவர்களும், திராவிட இயக்கத்தைக் காங்கிரஸைச் சார்ந்தவர்களும் எவ்விதத்தில் எதிர்கொண்டனர் என்பதை இரண்டே வாக்கியத்தில் முடித்திருப்பார்.

கொள்கைக்கோலை வைத்தே இலக்கியங்கள் அளக்கப்படுகின்றன. இல்லையென்று ஒப்புக்குத் தெரிவித்தாலும், சாகித்ய அகாடமி விருது விஷயத்தில் தமிழன்பனுக்கும் அதுவே நடந்தது. அறுபது ஆண்டுகளுக்கு மேலாகத் தமிழ் இலக்கியத்திற்கு அதீத பங்களிப்புச் செய்திருக்கும் அவருடைய "வணக்கம் வள்ளுவ" என்னும் நூலுக்கு சாகித்ய அகாடமி விருது அறிவிக்கப்பட்டது. விருது அறிவிக்கப்பட்ட உடனேயே "சோ கால்டு" விமர்சனக் கும்பல்கள், காழ்ப்புணர்வுடன் கருத்துக்களைத் தத்தமது சிற்றிதழ்களில் வெளியிட்டன. மாற்றுக்கருத்துக்களை

மட்டையடியாகத் தருவதில் அப்படி என்னதான் சிற்றிதழ் சிகாமணிகளுக்கு விருப்பமோ தெரியவில்லை. பாரதியின் கவிதைப் போக்கிற்கு மாற்றாக எழுதத் தொடங்கிய அவர்கள், ஒரு கட்டத்தில் பாரதியே ஆகச் சிறந்த கவியென்று ஒப்புக்கொண்டார்கள். சமூக அரசியல் கருத்தாக்கங்களை எழுதுபவர்கள், படைப்பாளர்களே இல்லை என்னும் போக்கு, தற்போது தமிழில் குறைந்திருக்கிறது. அல்லது குறைந்தது போன்ற தோற்றம் தெரிகிறது. சமூக ஊடகங்களின் வளர்ச்சியினால் சிற்றிதழ்களுக்கு மவுசு குறைந்திருப்பது வரவேற்கத் தக்கதல்ல.

தமிழன்பனுக்குச் சாகித்ய அகாடமி விருது கிடைத்தவுடன், அவரையும் அவருடைய "வணக்கம் வள்ளுவ" நூலையும் வாசித்தறியாத பலபேருடைய வயிற்றெரிச்சலை நானறிவேன். தமிழின் தொடர்ச்சியை இடையறாமல் காப்பாற்றிவரும் அவருக்கு நவீனமாகச் சிந்திக்கத் தெரியவில்லை என்பது அவர்கள் வைத்த குற்றச்சாட்டுகளில் ஒன்று.

வள்ளுவரை எழுதினால் நவீனமில்லை என்பதுதான் அவர்கள் கண்டுபிடித்த புதுமை. வடிவங்களிலும் இலக்கிய வகைமைகளிலும் பல புதுமைகளை உருவாக்க அவர் உழைத்திருக்கிறார். திராவிட இயக்கச் சார்பை ஆரம்ப நாளில் இருந்தே கொண்டுள்ள அவர், தமிழ்ச் சமூகத்தின் நில மற்றும் குண வரையறைகளை நன்கு உணர்ந்தவர். சங்ககாலம் தொட்டு இன்றுவரை மருவிவரும் கவிதைப் போக்குகளுக்கு ஏற்பத் தன்னைத் தகவமைத்தும் வந்திருக்கிறார்.

இருந்தபோதிலும், எழுதியுள்ள எத்தனையோ நூல்களில் ஒன்றைக்கூட படிக்காத அவர்கள், விருதோடு அவரையும் விமர்சித்தது வியப்பில்லை. அவர்கள் எழுப்பிய கேள்விகளில் ஒன்றுகூட நியாயமான கேள்வி இல்லை. பழமைக்கும் புதுமைக்குமான இணைப்புப் பாலமே அவரென்பதை அறியாத அவர்கள், காலமே அழுக்கேறும் கறைகளை அவர்மீது பூசினார்கள். ஒருவர் பேராசிரியராகவும், பொதுவெளியில் அறியப்பட்டராகவும் இருப்பதே விருது பெறுவதற்குரிய தகுதியின்மை என்று கருதினால், அதற்குமேல் சொல்வதற்கு ஒன்றுமில்லை. "பாரதிதாசனுடன் பத்து ஆண்டுகள்" என்னும் நூலில், பாரதியைத் திரைப்படமாக எடுக்க

பாரதிதாசன் பட்ட பாடுகளைப் பட்டியலிட்டிருக்கிறார். பல பேரிடம் நன்கொடை பெற்றேனும், பாரதியின் வாழ்வைத் திரைப்படமாக எடுத்துவிடும் ஆர்வம் பாரதிதாசனுக்கு இருந்திருக்கிறது. பாரதிதாசனின் ஆர்வத்தை ஈடேற்ற தமிழன்பனும் பலபேரைச் சந்தித்து, அம்முயற்சியில் தன்னை ஈடுபடுத்திக் கொண்டிருக்கிறார். இரவுபகலாக பாரதிதாசன் பாரதி குறித்து எழுதிய திரையாக்கத்தின் அருமை பெருமைகளை அவர் சொல்லக் கேட்பது தனி அனுபவம். தமிழன்பனுக்குப் பாரதிதாசன் எழுதிய கடிதங்களில், பெரியார் கொண்டுவந்த எழுத்துச் சீர்திருத்தம் கடைப்பிடிக்கப்படவில்லை என்பது குறிப்பிடத்தக்கது.

பெரியாரின் நிழலாக இருந்துவந்த பாரதிதாசன், பெண்விடுதலையையும் சாதிமறுப்பையும் பாரதியிடமிருந்தே கற்றேன் எனத் தமிழன்பனிடமும் தெரிவித்திருக்கிறார். பாரதி, பாரதிதாசன் என்னும் வரிசையில் அடுத்து வரக்கூடிய பெயர் தமிழன்பன் என்பதை அவரை முழுமையாக வாசிக்காதவர்கள் ஏற்றுக்கொள்ளத் தயங்குவர். தமிழன்பனே ஒரு கூட்டத்தில், "பாரதிதாசனைத் தொடர்ந்து சுரதாவும் பட்டுக்கோட்டை கல்யாணசுந்தரமும் வருகிறார்கள்" என்றிருக்கிறார்.

பாரதி, பாரதிதாசன், கண்ணதாசன் என்பதாக ஒரு பட்டியலைத் தயாரித்து, அதற்குப் பின் யாரென்னும் சர்ச்சை இன்னொருபுறத்தில் ஓடிக் கொண்டிருக்கிறது. "பாரதிக்குப் பிறகு தமிழ்க் கவிதை அவ்வளவாக வளர்ந்துவிடவில்லை என்று நான் கருதிக்கொண்டிருந்தேன். தமிழன்பனைப் படித்த பிறகு என் கருத்தை மாற்றிக்கொண்டேன்" என எழுத்தாளர். ஜெயகாந்தன் கூறியிருக்கிறார். "பாரதிதாசனுக்குப் பிறகு தமிழ்ஒளியை அல்லவா ஜெயகாந்தன் சொல்லவேண்டும். அப்படிச் சொல்லாமல், தமிழன்பனைச் சொல்லியிருக்கிறார் என்றால், அதிலே ஏதோ அரசியல் இருக்கிறது" எனச் சொல்கிறவர்களும் உண்டுதான்.

தமிழ்ஒளியைத் தவிர்ப்பதற்காகத் தமிழன்பனைச் சொல்வதோ தமிழன்பனைப் புகழ்வதால் தமிழ்ஒளி தவிர்க்கப்படுவார் என்பதோ குறுகிய வாதம். யாராலும் யாரும் தவிர்க்கப்படுவதில்லை. ஒருவர் மீது நமக்குள்ள பற்றை வெளிப்படுத்திக்கொள்ள இன்னொருவரைத் தவிர்க்கிறோம்

அல்லது அந்த இன்னொருவர் நம்முடைய யோசனைக்கே வராததால் இப்படி வெளிப்படுத்திவிடுகிறோம் எனவும் வைத்துக்கொள்ளலாம். தமிழன்பனைப் பொறுத்தவரையில், தெளிந்த நீரோடையைப்போல் பயணித்துக்கொண்டிருப்பவர். விமர்சனக் கற்களால் சலனத்திற்கோ சஞ்சலத்திற்கோ உட்படாதவாறு, ஒரு துறவு மனநிலையில் எழுதி வருபவர்.

அவருடைய ஆக்கங்களை ஆய்வுசெய்து பலபேர் முனைவர் பட்டம் பெற்றிருக்கிறார்கள். பரிசுகள், பாராட்டுகள், விருதுகள் என்பதைத் தாண்டிய அவருடைய பாய்ச்சலில் அறுபது கவிதை நூல்கள், இருபத்து ஐந்து உரைநடை நூல்கள், பத்துக்கும் மேற்பட்ட மொழிபெயர்ப்பு நூல்கள் தமிழுக்குக் கிடைத்திருக்கிறது. இத்தனை நூல்களிலிருந்தும் அவர் தனக்கான இடத்தைக் கோரிப் பெறக்கூடிய செயலில் ஈடுபட்டதே இல்லை. சிறிய அளவிலான கூட்டத்தில் தன் நூலை வெளியிட்டுவிட்டு, அடுத்த நூலுக்கான ஆயத்தங்களில் ஈடுபடப் போய்விடுகிறார்.

ஓரிரு நூல்கள் வெளிவந்த உடனேயே, "தமிழுக்குச் சோறும் குழம்பும் தானே போடுகிறேன்" என்று முஷ்டி உயர்த்தும் முழங்கங்களைச் சிலர்போல் அவர் எழுப்பியதில்லை. தமிழன்பனே அசலான தமிழ் கஜல்களை எழுதிக் காட்டியவர். கஜலைத் தமிழுக்கு அறிமுகம் செய்த அப்துல்ரகுமான், அதன் புறக்கட்டமைப்பைவிட அகப் பரிமாணத்தையே அதிகமும் கவனத்தில் எடுத்துக்கொண்டார். கஜலின் தன்மையை உணர்ந்துகொள்ள அப்துல்ரகுமான் உதவினார் என்றால், அதை இலக்கணச் சுத்தத்துடன் எழுதிப்பழக தமிழன்பனே உதவியிருக்கிறார். "கஜலின் தொனி மாறுபடாமல், புறக்கட்டமைப்பையும் அகப்பரிமாணத்தையும் உருவாக்கிக் கொடுத்ததில் தமிழன்பனுக்குப் பெரும் பங்குண்டு" என்கிறார் ஏ.எஸ். சஜ்ஜாத் புகாரி.

பாரசீகக் கவிதை வடிவங்களே உருதுக் கவிதைகளுக்கு அடிப்படைகளாக அமைந்தன. கஜலின் மூலம் பாரசீகமென்றாலும், அதை அரவணைத்துக்கொண்ட மொழியே உருது. கஜலில் மிக முக்கியமாகக் கருதப்படுவது, காஃபியா என்னும் இயைபுத் தொடையும் அதைத் தொடர்ந்துவரும் ரதீஃப் எனும் சொற்றொடரோ அல்லது சொல்லோதான்.

கஜலென்றால் மான்விழி என்று அர்த்தம். அதாவது, அழகை பிரதானப்படுத்துவதே கஜல். இயற்கையையும் காதலையும் பாடுவதே கஜலின் எல்லைகள். காதலி, கடவுள் என எதையெல்லாம் புனிதத்துவத்துடன் இணைக்கமுடியுமோ அதையெல்லாம் கஜலில் பாடலாம். ஒன்றன்பின் ஒன்றாக அடுக்கிக்கொண்டே போய் இறுதியில் ஓர் உச்சத்தைத் தொடுவதே கஜலின் தன்மை. நம்முடைய சங்கப்பாடல்களில் இயற்கையைப் பாடும் வகை இருக்கிறது. ஆனால், அவை இசையுடன் இணைத்துப்பாடிய முறையில்லை. கஜல்கள் அந்தவிதத்தில்தான் நம்முடைய பாடல்களிலிருந்து வேறுபடுகின்றன.

உருது கஜல்களைப் போல தமிழில் எழுத முடியாது என்றொரு எண்ணம் நம்மிடையே உண்டு. ஹிந்துஸ்தானிக்கு ஏற்ப எழுத நம்முடைய தமிழ் வளைந்துகொடுக்காது என்னும் தவறான புரிதலும்கூட சிலரிடத்தில் காணப்படுகிறது. உண்மையில், தமிழன்பன் இந்த எண்ணத்தை உடைக்கும் முயற்சியாகவே கஜல்களைத் தமிழில் ஆக்கி அளித்திருக்கிறார். தனக்குள்ள யாப்பு அறிவினாலும் மரபுப் பயிற்சியினாலும் தமிழ் கஜல்களை உருவாக்கியிருக்கிறார்.

உருது அகாடமியின் துணைத் தலைவர் சஜ்ஜாத் புகாரியே ஒப்புக்கொள்ளும் அளவுக்கு என்பதுதான் அதில் விசேஷம். அசை, சீர், தளை, தொடை என்ற தமிழ் இலக்கணப் பயிற்சியை வைத்துக்கொண்டு, அதன் வழியே கஜல்களை எழுத முடியும் என நிரூபித்திருக்கிறார். புறத் தோற்றத்தில் எதுகை மோனைத் துள்ளல் சேர்த்து எழுதப்படாதபோது, அசல் கஜல்கள் உருவாக வாய்ப்பில்லை. உருது மொழிக்கேற்ப வடிவமைக்கப்பட்ட கஜல்களை, தமிழின் அளவுகோலுக்குத் தக்கவாறு மாற்றுவது தனிப்பெரும் ஆற்றல்.

வெறும் இலக்கியச் சுவையறிந்த ஒருவரால் இதைச் செய்துவிட முடியாது. இலக்கணத்தைப் பிழையறப் பின்பற்றத் தெரிந்த ஒருவரால்தான் இத்தகைய முயற்சிகளில் ஈடுபட முடியும். "கஜல் பிறைகள்" என்னும் தலைப்பில் வெளிவந்துள்ள தமிழன்பனின் பாடல்களை இசையமைத்து, நூல் வெளியீட்டு விழாவில் அரங்கேற்ற நானும் இசையமைப்பாளர் டி. இமானும் முயன்றோம். என்றாலும், குறித்த நேரத்திற்குள்

எங்களால் தயாராக முடியவில்லை. தொடர் பாடல் பதிவினால் அப்போது அம்முயற்சி தள்ளிவைக்கப்பட்டாலும், கூடியவரையில் தமிழன்பனின் தமிழ் கஜல்களை இசையுடன் கேட்கும் வாய்ப்பிருக்கிறது.

திரைப்பாடல் எழுதுவதில் அதிக விருப்பம் காட்டாத தமிழன்பன், கஜல்களை எழுதியிருக்கும் விதம் அசாத்தியமானது. உதாரணத்திற்கு ஒன்றிரண்டை இசையமைத்த இமான், எங்கேயும் இசைக்கு நெருடலாக வார்த்தை இல்லையென்று வியந்ததை நானறிவேன். "நட்சத்திரக் கடிதத்தைப் பகலினிலே / யார் எடுத்துப் படிப்பார்? / தொட்டில் பாடலுக்கோர் மெட்டமைத்துச் செத்தவரா முடிப்பார்?" என்று ஒரு கஜலின் இறுதியை எழுதியிருப்பார். அக்கஜலில் எல்லா வரிகளிலும் அழகு மிளிரும். "நிலாவட்டம் சாக்கடையில் என்றாலும் / யாரள்ளிக் குடிப்பார்? / கூழாங்கல் அடைகாத்து குஞ்சுகளைப் / பெற யாரே துடிப்பார்" என அவர் அடுக்கிக்கொண்டே போகும்விதத்தில், நமக்குமே கஜல்களை எழுதிப்பார்க்கும் ஆர்வம் வந்துவிடுகிறது.

காஃபியாவையும் ரதீஃபையும் கணக்கிட்டுக்கொண்டே எழுதப்படும் கஜலை, தமிழிலும் எழுதமுடியும். ஒன்றைப்போல செய்து பார்த்தல் படைப்பாளிகளுக்கே உரிய ஆரம்ப குணம். அதிலும், தனித்து வெளிப்படும் ஆற்றலுடன் வெளிப்படுவது தமிழன்பன்களின் தனித்துவம். தமிழன்பன், தொடக்கத்திலிருந்தே தமிழுக்கேற்ப ஒன்றை தயாரித்துத் தருவதில் ஆர்வமுடையவர்.

ஆர்வத்தைச் சித்தியாக்கும்வரை அவர் ஓய்ந்ததில்லை. உருது மொழிக்கேயுரிய நளினமான பிரயோகங்களை, மெல்லின எழுத்துக்களை மட்டுமே பயன்படுத்தி எழுதும் முயற்சி சவால்கள் நிரம்பியது. ஒலிக் குறிப்புகளிலிருந்து இசையை உருவாக்குவதுபோல காஃபியாவையும் ரதீஃப்பையும் மெல்லின ஓசைகளாக அமைத்துக்கொள்வது, தமிழ் கஜல்களை வசீகரமுடையதாக்கும். அவர் தமிழிலிருந்துதான் சகலத்தையும் எழுதுவார்; அணுகுவார். தமிழின் தன்மைகளைப் புறக்கணிக்காமல் எழுதுவதையே புதுமை என்னும் எண்ணம் அவரிடமுண்டு. எதையும் தமிழுக்குக் கொண்டுவருவதில் தீவிரம் காட்டுபவர். அதே சமயம், எது ஒன்றும் தமிழைக்

காட்டிலும் சிறந்ததென்ற வாதத்தை அவர் வைத்ததாகத் தெரியவில்லை. நான் சொல்வது, தமிழில் இல்லாதது எதுவுமில்லை என்கிற பண்டித மனோபாவம் இல்லை. தமிழில் தமிழால் சகலமும் முடியும் என்கிற கம்பீரம் அல்லது நம்பிக்கை. பிற மொழிகளில் எவை எவை உள்ளனவோ அவற்றையெல்லாம் தமிழ்ப்படுத்துவதிலும் அதன் வழியே தமிழை முன்னோக்கி நகர்த்துவதிலுமே அவருடைய விருப்பங்கள் விளைகின்றன. கடந்த கால் நூற்றாண்டுக்கும் மேலாக அவருடைய படைப்புகளை வாசித்து வருகிறேன். நேரடியாகப் பழகும் வாய்ப்பையும் பெற்றிருக்கிறேன்.

பத்திரிகையில் பணியாற்றியபோதும் சரி, திரைப் பாடலாசிரியனாக ஆகிவிட்ட இப்போதும் சரி, அவருடைய ஒவ்வொரு சந்திப்பிலும் ஒவ்வொரு நூலிலும் ஏதோ ஒரு புதிதை அறிமுகப்படுத்துபவராகவே இருந்து வருகிறார். அவர் தலைமையில் நடைபெற்ற பல அரங்குகளில் பங்கு பெற்றிருக்கிறேன். ஒரு மேடையில்கூட அவர், புதிய செய்திகளைப் பகிராமல் இருந்ததில்லை. கவியரங்குகளில் தனக்குப் பின்னால் வரும் இளம் கவிஞர்களைத் தாய்மையுடன் தாங்கிக்கொள்வார்.

ஒருமுறை மணப்பாறையில் நிகழ்ந்த கவியரங்கில் கவிதைப்பித்தன், நான், கபிலன், இளங்கம்பன், சொற்கோ ஆகியோர் கலந்துகொண்டோம். மேடையில் நாங்கள் எல்லோரும் அமர்ந்த நிலையில் கவியரங்கம் விமரிசையாகத் தொடங்கியது. தலைமைக் கவிதையைத் தமிழன்பன் வாசிக்கத் தொடங்கினார். அரங்கம் கைதட்டி ஆரவாரம் செய்தது. அப்போது பார்த்தால், நாற்காலியிலிருந்து கபிலன் மயங்கிச் சரிகிறார். இரண்டுமூன்று நாள்களாக சரியான உறக்கமில்லாமல் பாடல் பதிவிலும் கூட்டங்களிலும் கலந்து கொள்ள நேர்ந்ததால் அவரது உடல் ஒத்துழைக்கவில்லை.

கபிலன் மயங்கிச் சரிந்த மாத்திரத்தில் விழாக் குழுவினர் பதறிவிட்டனர். கவிதை வாசித்தக் கொண்டிருந்த தமிழன்பனோ, அந்த வேளையிலும், அரங்கையும் கபிலனையும் ஒருசேரத் தாங்கிக்கொண்ட தருணத்தை மறப்பதற்கில்லை. மிகையுணர்ச்சிகளுக்கு ஆட்படாதவர் தமிழன்பன் என்றுநான் முதல் பத்தியில் எழுதிய காரணம்

யுகபாரதி ☐ 199

அதுதான். அருகிலிருந்த மருத்துவமனைக்கு அழைத்துச் செல்லப்பட்ட கபிலன், திரும்பி வந்து தன் கவிதையை வாசிக்கும்வரை மேடையும் காத்திருந்தது. அவரை விட்டுவிட்டு அரங்கத்தை முடித்திருக்கலாம். ஆனால், அப்படிச் செய்யாமல், கபிலன் திரும்பிவந்து கவிதையை வாசித்த பிறகுதான் அரங்கை நிறைவு செய்தார். அவரை நம்பி எங்கேயும் போகலாம். மூன்று தலைமுறைகளாகக் கவிதைகளுடனும் கவிஞர்களுடனும் பழகிவரும் அவர், ஒரு சந்தர்ப்பத்தில்கூட யாரையும் குறைத்துச் சொல்லி நாங்கள் கேட்டதில்லை.

கொள்கையளவில் அவருடன் மாறுபட்டவர்கள், வேறுபட்டவர்கள் பலருண்டு. திராவிட இயக்கத்தைக் கடுமையாக விமர்சித்துக் கட்டுரை எழுதுபவர்களே ஆனாலும், அவர்கள் கருத்துக்களில் எவை எவை தக்கனவோ அவற்றை ஏற்றுக்கொள்ளத் தயங்க மாட்டார். எழுத்திலும் இயல்பிலும் நிதானத்தை இழந்துவிடாத அவர், "எனக்கு ஒரு மகள் இருந்திருந்தால், யுகபாரதிக்குத் திருமணம் செய்து கொடுத்திருப்பேன்" என்றதும், "எனக்கு ஒரு மகள் இல்லையே என்ற வருத்தம் இப்போதுதான் வருகிறது" என்றதும், என்மீது அவர் கொண்டுள்ள அன்பின் வெளிப்பாடே அன்றி வேறில்லை.

சபையறிந்து பேசக்கூடியவரே அவர், எந்தச் சபையானாலும், பேச்சைத் தயாரிக்காமல் வரமாட்டார். ஆனால், அவருடைய பேச்சுமுறை தயாரித்தது போலிருக்காது. நினைவுகளின் அடுக்கிலிருந்து சொல்வது போல்தான் இருக்கும். வருடங்களைச் சொல்வதானாலும் விஷயங்களை அடுக்குவதிலும்கூட ஒருவித நேர்த்தியைக் கடைபிடிப்பார். ஒருசில ஆண்டுகளுக்கு முன் திருச்சி லோகநாதன் ஏற்பாடு செய்த விழாவில் பேசிய அவர், "கவிதைகளால் எதையோ செய்துவிட முடியும் என்று நம்புகிற அரசியல்வாதிகள் இன்னும் இருக்கிறார்கள் என்பதே மகிழ்ச்சி" என்றிருக்கிறார்.

முன்னெப்போதோ அவருடைய கவிதை ஒன்றுக்கு எதிர்ப்புத் தெரிவித்த வாழப்பாடி இராமமூர்த்தியை மேடையில் வைத்துக்கொண்டே, "கவிதைகளைக் கண்டு ஏன் பயப்படுகிறீர்கள்" எனக் கேட்டிருக்கிறார். தன்னிடம்

அபிப்ராய பேதமுடையவர்களைக்கூட, தன் பேச்சின் வழியே அரவணைத்துக்கொள்ளும் பண்பு அவருடையது. இஸ்லாமிய இலக்கியக் கழக விழாவொன்றில், விவேகானந்தரைப் பற்றிப் பேசியும் கைதட்டு வாங்க அவரால் முடியும். 1892இல் விவேகானந்தர் திருவனந்தபுரத்தில் ஒருவார காலம் சொற்பொழிவாற்றியிருக்கிறார். அவ்விழாவில் நாள் தவறாமல் கலந்துகொண்ட மனோன்மணியம் சுந்தரனார், விவேகானந்தரின் பேச்சில் ஈர்க்கப்பட்டிருக்கிறார். விவேகானந்தரின் சொற்பொழிவில் கட்டுண்ட சுந்தரனார், விவேகானந்தரை வீட்டுக்கு அழைத்து விருந்துகொடுத்திருக்கிறார்.

விருந்தில் கலந்துகொண்ட விவேகானந்தர் என்ன காரணத்தினாலோ சுந்தரனாரைப் பார்த்து ஒரு சர்ச்சைக்குரிய கேள்வியைக் கேட்டுவிடுகிறார். சர்ச்சைக்குரிய கேள்வி என்றால் அது, துறவியின் வாயிலிருந்து வரக்கூடாத கேள்வி. சுந்தரனாரைப் பார்த்து விவேகானந்தர் "நீங்கள் என்ன கோத்திரம்" என்றதுதான் அக்கேள்வி. சாதி, மத, கோத்திர வேறுபாடுகளைக் கடந்த ஒருவரே துறவி என்னும் நிலையை எய்தமுடியும். அதிலும், எல்லாவற்றையும் கடந்த முற்போக்கு மனமுடைய விவேகானந்தரிடமிருந்து அப்படியொரு கேள்வியைச் சுந்தரனார் எதிர்பார்க்கவில்லை.

எதிர்பார்க்காத இடத்திலிருந்து கேட்கக்கூடாத கேள்வி வந்த பிறகும், நிதானமிழக்காத சுந்தரனார் "தன்மானம் காக்கும் தென்னாட்டு திராவிடக் கோத்திரம்" என்று பதிலளித்திருக்கிறர். ஆன்மிகக் குருவாக அறியப்படும் விவேகானந்தர், "அப்படியெல்லாம் சுந்தரனாரைக் கேட்டிருக்க வாய்ப்பே இல்லை" என்று சிலர் வாதிடலாம். உண்மையில், கோத்திரம் அறியும் புத்தியுடன் விவேகானந்தர் இக்கேள்வியைக் கேட்கவில்லை என்றே வைத்துக்கொண்டாலும், அப்போதிருந்த காலச்சூழல் எத்தகையது என்பதைத் தெரிந்துகொள்ளும் வாய்ப்பை அக்கேள்வி ஏற்படுத்துகிறது.

இரண்டுபேருமே விமர்சனத்திற்கு அப்பாற்பட்ட மேதைகள். ஒருவருக்கு இன்னொருவரைத் தாழ்த்தும் எண்ணம் அறவே இருந்திருக்க வாய்ப்பில்லை. கால தேச வர்த்தமான இயல்புகளின்படியே அவரும் கேட்டிருக்கிறார். இவரும் பதிலளித்திருக்கிறார். தமிழ்த்தாய் வாழ்த்தை

எழுதிய சுந்தரனாரின் வாழ்க்கைக் குறிப்பில் இச்செய்தி இடம்பெற்றிருக்கிறது. இச்சம்பவத்தை இஸ்லாமிய இலக்கியக் கழகத்தில் குறிப்பிட்டுப் பேசிய தமிழன்பன், விவேகானந்தரையும் சுந்தரனாரையும் பேதமில்லாமல் பாராட்டி, ஒரு கருத்து எப்படியெல்லாம் புரிந்துகொள்ளப் படுகிறது என்பதை விளக்கியிருக்கிறார். 1913இல் நோபல் பரிசு பெற்ற தாகூர், அப்பரிசை பெற்றுக்கொண்டு உரையாற்றியபோது, "இந்தியாவில் இந்துக்கள், இஸ்லாமியர்கள், கிறிஸ்தவர்கள், தமிழர்கள், திராவிடர்கள் வாழ்கிறார்கள்" எனக் குறிப்பிட்டிருக்கிறார்.

மத அடிப்படையில் பலரும் வாழ்வதாகச் சொல்ல விரும்பிய தாகூர், தமிழர்களையும் திராவிடர்களையும் தனித்துக் கூறியதில் உள்ள புரிதலைத் தமிழன்பனின் வார்த்தையிலிருந்தே நான் தெரிந்துகொண்டேன். இத்தனைக்கும் "கவிதையே என்னுடைய சமயம்" என்றவர்தான் தாகூர். தமிழர்களும் திராவிடர்களும் தனி சமயம் என்று தாகூர் சொல்லியிருப்பாரோ என்னவோ?

தமிழன்பன், பாப்லோ நெரூடாவைப் பாரதிதாசனுடன் ஒப்பிட்டு எழுதிய கட்டுரை ஒன்றுக்குக் கடும் எதிர்ப்பை 'இந்தியா டுடே' பத்திரிகை வெளியிட்டது. உலகக் கவிஞரை உள்ளூர்க் கவிஞருடன் ஒப்பிட்டுவிட்டதாகவும் பாப்லோ நெரூடாவின் உயரத்தில் பாரதிதாசனா? என்பது போலவும் எழுதப்பட்ட அக்கட்டுரையின் இறுதியில், கவிதை குறித்து எதுவுமே தெரியாதவர் தமிழன்பன் என்று எழுதப்பட்டிருந்தது.

தமிழன்பனுக்கு எதுவும் தெரியாது என்பதல்ல கட்டுரையாளரின் பிரச்சனை. பாரதிதாசனைப் பாப்லோ நெரூடா அளவுக்கு உயர்த்துகிறாரே என்பதுதான் சம்பந்தப்பட்ட கட்டுரையாளரின் நமைச்சல். பாரதியை ஏற்றுக்கொள்பவர்கள் பாரதிதாசனை மறுப்பதும், பாரதிதாசனைப் பின்பற்றுகிறவர்கள் பாரதியை விமர்சிப்பதும் தொடர்ந்து வருவதைப்போலத்தான் இதுவும். உலகக் கவிஞர்கள் யாரோடும் தமிழ்க் கவிஞர்கள் சமத்து இல்லையென்கிற எண்ணம் ஒருசில பத்திரிகைக்காரர்களிடம் இருந்து வருகிறது. இதுகுறித்து நேரடியாகவே ஒருமுறை தமிழன்பனிடம் கேட்டிருக்கிறேன். பாரதியையும் பாரதிதாசனையும் ஒரே அளவுகோலால்

அளப்பதை எப்படிப் பார்க்கிறீர்கள்? என்றதற்கு, "ஒவ்வொரு கவிஞனுக்கும் மூன்று நிலைகள் உண்டு. முதல்நிலை தனக்கு முன்னே இருப்பவரின் பாதிப்பில் எழுதுவது. இரண்டாவது நிலை, தனித்து எழுதுவது.

அதாவது, தனித்தன்மையான எழுத்துமுறையை ஏற்படுத்துவது. மூன்றாவது நிலைதான் முக்கியமானது. அது, தனித்தன்மையுடன் எழுதும் தன்னைப்போல தனக்குப் பின்னால் வருபவர்களை எழுதத் தூண்டுவது. இந்த மூன்று நிலைகளையும் எவரெல்லாம் எட்டிப் பிடிக்கிறார்களோ, அவர்கள் விமர்சிக்கப்படுகிறார்கள்" என்றார். அளவுகோல்களை ஒரே மாதிரியாக வைத்துக்கொண்டால் எவரையும் சரியாக அளவிட முடியாது.

காலமும் சூழலும் அரசியலும் என்ன அளவுகோல்களைத் தருகின்றனவோ அதைவைத்தே படைப்பாளிகள் அளக்கப்பட வேண்டும். அதைவிடுத்து, குழு வாதத்தை குறுங்குழு வாதத்தை வைத்துக்கொண்டு அளந்தால், தமிழ்ப் படைப்பாளர்களில் ஒருவர்கூட தேறமாட்டார்கள்" எனவும் தெளிவுபடுத்தினார். "முதல் நிலையில் பாரதிதாசன், பாரதியைப் போலவே எழுதிப் பழகினார். அடுத்தடுத்த நிலைகளில் கொள்கை சார்ந்தும் கோட்பாடு சார்ந்தும் அரசியல் சார்ந்தும் மாறுபாடுகிறார். இந்த மாறுபாட்டை உள்வாங்கிக் கொள்ளாமல் பாரதியையும் பாரதிதாசனையும் ஒப்பிட்டு விமர்சிப்பது ஏற்புடையதல்ல" என்பதே அவர் எப்போதும் சொல்வது.

"ஒருவரை இன்னொருவருடன் பொருத்திப் பார்க்கலாம். ஆனால், அந்தப் பொருத்தப்பாட்டில் குறைகாண்பது முறையல்ல. ஒருவருக்கு ஒன்று வாய்த்திருக்கிறது என்றால் அது, அவருடைய ஆற்றலால் மட்டுமே விளைந்ததல்ல. காலத்தாலும் சூழலாலும் கிடைத்ததென்று எண்ணினால்தான் கணக்கு நேராகும்" என்பதைப் பல மேடைகளில் வலியுறுத்தியிருக்கிறார். அனுபவங்களின் திரட்சியிலும் வாசிப்பில் கண்டடைந்த உண்மைகளையும் அவர்போல் வேறொருவர் பேசியதில்லை. இளம் படைப்பாளர்கள் யாராயிருந்தாலும், அவர்களை உச்சிமோந்து வரவேற்பதிலும் அவருக்கு இணை இன்னொருவர் இல்லை. எதையும் ஆராய்ந்து ஆதாரத்துடன் பேசக்கூடிய அவருடைய நினைவாற்றல்

மெச்சத் தக்கது. திரைத்துறைக்கு வருவதற்கு முன்பிருந்தே அவர்மீதும் அவர் கவிதைகள்மீதும் ஈடுபாடுள்ள நான், அவர் தலைமையில் கவியரங்கமென்றால் பங்கேற்கத் தவறியதில்லை. காரணம், சிலேடைகளைச் சொல்லியோ கிளுகிளுப்புகளை மூட்டியோ அவர் அரங்கத்தைக் குறுக்க மாட்டார். நேர்த்தியாக ஒவ்வொரு மேடைக்கும் உரிய கருத்துக்களை எழுதிவருவார்.

கவியரங்கில் பங்கேற்கும் எங்களையும் புதிதாகச் சிந்திக்கத் தூண்டுவார். ஒருமுறை மும்பைத் தமிழ்ச் சங்கம் கவியரங்கிற்கு ஏற்பாடு செய்திருந்தது. கவிதை வாசிப்புக்கென்று நிர்ணயித்திருந்த தொகையைக் காட்டிலும் அதிகமாக எனக்கு வழங்கப்பட்டது. "எல்லோருக்கும் ஒரே தொகையைத் தராமல் எனக்கு மட்டும் கூடுதலாக ஏன் தருகிறீர்கள்?" என்று கேட்டேன்.

அப்போது தமிழ்ச் சங்கத்தினர், "தற்போது திரைத்துறையில் பணியாற்றிவரும் நீங்கள் அய்யாவுக்காக விழாவில் பங்கேற்கச் சம்மதித்ததை அறிவோம். என் அழைப்பை ஏற்று வரச் சம்மதித்த பாரதிக்குக் கூடுதலாகத் தரவேண்டுமென அய்யா கேட்டுக்கொண்டார்" என்றார்கள். எனக்குச் சுரீரென்றிருந்தது. தமிழன்பனைக் காட்டிலும் தகுதியோ திறமையோ அனுபவமோ வாசிப்போ வாய்க்கப் பெறாத நான், திரைத்துறையில் இருப்பதாலே உயர்ந்துவிட்டதாக அர்த்தமில்லை என்று அந்த நொடியிலேயே மறுத்து எல்லோருக்கும் நிர்ணயித்த தொகையையே எனக்கும் தரும்படி கேட்டுக்கொண்டேன்.

அறுபது ஆண்டுகளுக்கும் மேலாகக் கவிதைத்துறையில் இயங்கிவரும் அவர், என் போன்ற பல இளம் கவிஞர்களை உருவாக்கியவர். உருவாக்கியதோடு நில்லாமல் தொடர்ந்து வளர்த்தும் விடுபவர். இந்தியாவின் பல மூலைகளுக்கும் அவர் எங்களைக் கவிதை வாசிக்க அழைத்துப் போயிருக்கிறார். அண்ணா நூற்றாண்டு விழா சமயத்தில், அவர் தலைமையில் ஏற்பாடான அத்தனைக் கவியரங்கங்களிலும் என் பெயரும் இடம்பெற அவரே காரணம். என்றாலும், ஒருபொழுதும் தன்னால்தான் இத்தனை வளர்ச்சியைக் கண்டிருக்கிறாய் எனச் சொல்ல அவர் துணிந்ததில்லை. வானொலி நிகழ்ச்சி ஒன்றில்

கலந்துகொண்ட வாகீச கலாநிதி கி. வா. ஜெகன்நாதன், தன்னுடன் நிகழ்ச்சியில் பங்குகொண்ட பாரதிதாசனுக்குத் தம்மைவிட அதிகமாகச் சன்மானம் தரவேண்டும் எனச் சொல்லியிருக்கிறார்.

வானொலி நிகழ்ச்சிக்கென்று விதிக்கப்பட்டுள்ள தொகைக்கு அதிகமாகத் தர வரைவு இல்லையென்று எவ்வளவோ சொல்லியும் கி.வா.ஜ. கேட்கவில்லை. அடம்பிடித்து வேறொரு நிகழ்ச்சியை ஒலிப்பதிவு செய்ய வைத்து, தம்மைவிடக் கூடுதலான தொகையைப் பாரதிதாசன் பெறும்படி செய்திருக்கிறார். பிறரைவிடத் தனக்கே அதிகம் தரவேண்டும் என நிபந்தனை விதித்த கதைகளைத்தான் நாம் கேட்டிருக்கிறோம். ஆனால், பெரியவர்கள் அப்படி நடந்துகொள்வதில்லை.

தங்களைத் தாழ்த்திக்கொண்டு பிறரை உயர்த்துகிறார்கள். தன்னைத் தாழ்த்திக்கொள்பவனே உயர்த்தப்படுவான் என்னும் விவிலியத்தின் வாசகங்கள் அவர்களுக்கே பொருத்தமானவை. தமிழன்பன், பணத்துக்காக எதையும் எழுத ஒப்பாதவர். நெருக்கடிநிலை அமுலில் இருந்த காலத்தில், இருபது அம்சத் திட்டத்தை ஆதரித்துப் பாட்டெழுதினால், பாட்டுக்கு இரண்டாயிரம் தருவதாக வானொலி நிலையம் அறிவித்தது. அவ்வறிப்பைத் தொடர்ந்து பலரும் இருபது அம்சத் திட்டத்தை ஆதரித்து எழுதினார்கள். தமிழன்பனிடமும் பிரத்யேகமாக வானொலி நிலைய இயக்குநர் கேட்டுக்கொண்டார்.

அப்போதும் காசு கிடைக்கிறது என்பதற்காக மக்களுக்கு விரோதமான திட்டத்தை ஆதரித்து எழுதமாட்டேன் என்றிருக்கிறார். கண்ணதாசனே எழுதியிருக்கிறார் எனக்கூறி, வானொலி இயக்குநர் வற்புறுத்தியபோதும், எடுத்த முடிவிலிருந்து அவர் பின்வாங்கவில்லை. கண்ணதாசனுக்கு இருபது அம்சத் திட்டத்தில் ஏற்பிருந்தது. அத்தோடு காங்கிரஸ் கட்சியுடன் உறவுமிருந்தது. ஏற்பினாலும் உறவினாலும் அவர் எழுதியதைக் காசுக்காக எழுதினார் என்று கருதிக்கொண்டால், அதைவிட மடமை ஒன்றில்லை. மணிக்கொடி, எழுத்து என்னும் வரிசையில் வானம்பாடி இதழ் வருகிற போதுதான் தமிழன்பன் போன்றோர்க்கு

வெளிச்சம் கிடைக்கிறது. கோவையில் ஆரம்பித்த வானம்பாடி இதழை ஆதரித்தும், அவர்களுடைய கவிதை முயற்சிகளைப் பாராட்டியும் எழுதத் தொடங்கியவர்களே இன்குலாப்பும் தமிழன்பனும். இரண்டுபேருமே அப்போது புதுக்கல்லூரியில் பேராசிரியர்களாக இருந்தவர்கள்.

ஒத்த சிந்தனையுடைய அவர்கள் இருவருடைய படைப்புகளையும் தொடர்ந்து வெளியிட்ட பெருமை, கவிஞர் இளவேனில் நடத்திய கார்க்கி என்னும் இதழுக்கு உரியது. பெரியாரியம், மார்க்சியம் என்ற தளத்தில் ஆரம்பித்து இயங்கிய அவர்கள் இருவருமே ஒருகட்டத்தில் தமிழ்த் தேசியக் கொள்கைக்கு வந்தடைந்தார்கள். மார்க்சியத்திலிருந்து சர்வதேசியத்தை நோக்கி விரியாமல், தமிழ்த் தேசியத்தை நோக்கி அவர்கள் திரும்பியதைச் சிலர் விமர்சிப்பதுண்டு. நியாயமாகப் பார்த்தால், தமிழ்த் தேசியமே சர்வதேசியம் என்ற கருத்தே அவர்களுடையது. தனித் தமிழ் ஈழத்துக்கான கனவுகளோடு இளைஞர்கள் உலவிய காலங்களில், அவர்களின் எண்ணங்களுக்கு ஏற்பக் கவிதைகளை ஆக்கியளித்தவர் தமிழன்பன். ஈழம் என்றில்லை. உலகத்தின் எந்த மூலையில் ஆதிக்கம் தலைவிரித்தாடினாலும், அதை அவர் எழுதுகோல் குத்திக்கிழிக்கத் தயங்கியதில்லை.

அமெரிக்க எதிர்ப்பு என்பதை நெரூடா வழியாகப் பெற்றவர் அவர். அதேபோல், சமூகநீதிச் சமன்பாட்டைப் பாரதிதாசனிடமிருந்து பெற்றிருக்கிறார். "உன் வீட்டுக்கு நான் வந்திருந்தேன் வால்ட் விட்மன்" என்னும் நூலில், பயண அனுபவங்களை முதல் முதலாகக் கவிதையில் எழுதிக் காட்டியவரும் தமிழன்பனே. ஆபிரகாம் லிங்கனையும் வால்ட் விட்மனையும் தந்த அதே அமெரிக்காவை இன்றைய அரசியல் புரிதலோடு அந்நூலில் அணுகியிருக்கிறார். ஏகாதிபத்திய எதிர்ப்புணர்வுடன் அமெரிக்காவை ரசிக்கமுடியாத துக்கத்தையும் அந்நூலில் பதிந்திருக்கிறார்.

எதை எழுதினாலும் எவ்வளவு எழுதினாலும் திரும்பத் திரும்பத் தமிழன்பன் மக்களைச் சுற்றியே வருகிறார். "ஒரு காலத்தில் சமயங்களின் இடத்தைக் கவிதைகள் கைப்பற்றும்" என்பது அவருடைய நம்பிக்கை. ஆனால், இன்றைய மதவாதச் சூழலில், கவிஞர்கள் படுகிற பாடுகளைச் சொல்வதற்கில்லை.

ஆண்டாள் சந்திதிகளிலும் ஆய்வுக் கட்டுரைகளிலும் கவிஞர்கள் மன்னிக்கமுடியாத குற்றங்களைச் செய்தவர்களாக சித்திரிக்கப்படுகிறார்கள். நெருக்கடி நிலைக் காலத்தில் இந்தியாவென்றால் இந்திரா என்றதுபோல, மதமென்றால் மத்திய அரசென்ற நிலை இப்போது வந்திருக்கிறது. இந்த அபாயங்களைத் தடுக்கும் செயலூக்கமிக்கவராகத் தமிழன்பன் இருந்துவருகிறார்.

படித்தவர் படிக்காதவர் எல்லோரும் உண்ணக்கூடிய ரொட்டிகளாகக் கவிதைகள் இருக்க வேண்டுமென விரும்பியவர் நெரூடா. அவரையே தன் கவிதை ஆசானாகக் கொண்டு இயங்கிவருபவர் தமிழன்பன். அவருமே நெரூடாவைப் போல் "எளிய பொருள்களை எளிய சொற்களால் எழுதுவதையே விரும்பும் கவி"யாக இருந்துவருகிறார். ஒப்பீட்டளவில் ஒவ்வொரு கவிஞரும் ஏதோ ஓர் இடத்தில் தேங்கிவிடுவதை அறிகிறோம். அந்தத் தேக்கம், வாசிப்பின்மையாலும் வயதின் காரணத்தாலும் வருவது. தமிழன்பனுக்கோ இரண்டினாலும் தேக்கம் வரவில்லை என்பதுதான் ஆச்சர்யம். தொடர்ந்து வாசிப்பதைத் தன்னுடைய கொள்கையாகவே வைத்திருக்கும் அவர், இக்கட்டுரை எழுதப்படும் இந்தச் சமயத்தில்கூட ஏதோ ஒரு புதிய நூலுக்கான சிந்தனையில் இருக்கக்கூடும். "தீவனம் வைத்துத்தான் மாட்டைக் கறக்கவேண்டும்" எனப் பாரதிதாசன் நூல் வாசிப்புக் குறித்துச் சொல்லுவார்.

தீவனம் வைக்காமல் கறந்தால் மடிக்கும் வலி, கறக்கும் விரலுக்கும் வலி என்பதே அவர் சொல்லாமல் சொல்லியிருப்பது. இக்கூற்றை அடிக்கடி நினைவூட்டும் தமிழன்பன், இதயங்கள் மென்று சுவைக்கவும் எதிர்காலப் படைப்பிலக்கியவாதிகள் ஜீரணித்துக்கொள்ளவும் எழுதிக்கொண்டே இருக்கிறார். "மலை கண்டு மலைக்காதே" என்றொரு கவிதையைத் தமிழன்பன் எழுதியிருக்கிறார். எதைக் கண்டும் வியந்து வீழ்ந்துவிடாதே என்பதே அக்கவிதையின் உட்பொருள்.

அக்கவிதைபோல பல கவிதைகளை மிகை உணர்ச்சியிலிருந்து விடுபட அவர் எழுதியிருக்கிறார். உண்மையில், மிகை உணர்ச்சிக்கு ஆட்படாமல், ஒரு கவிஞனால் இவ்வளவு எழுத இயலுமா? என்பதே என்னுடைய கேள்வி. அதீத வியத்தலை அல்லது மிகை உணர்ச்சியைப் பற்றிக்கொள்ளாத ஒருவர்,

தொடர்ந்து கவிதை எழுதுவதும், நூல்களை வெளியிடுவதும் சாத்தியமே என்பதைத் தமிழன்பனைத் தவிர்த்து, வேறு யாரால் சொல்ல முடியும்?

களத்தை வென்ற கானங்கள்

தொண்ணூறுகளின் இறுதியில் நானும் சரவணனும் சென்னைக்கு வந்துவிட்டோம். சினிமா, பத்திரிகை, அரசியல், இலக்கியம் என அலைந்துகொண்டிருந்த எங்களை, விஞ்சுவதற்கு ஆளே இல்லை என்பதுபோல உள்ளூர்த் தோழர்களில் சிலர் உசுப்பிவிட்டிருந்தார்கள். ஆகப்பெரும் திறமைசாலிகளாக இருக்கும் நீங்கள் தஞ்சாவூரில் இருந்து என்னதான் செய்ய முடியும்? உங்களுக்கான களம் சென்னை மாநகரே. சிறப்பாகச் செயல்படவும் செழித்தோங்கவும் சென்னைக்குக் கிளம்புங்கள். மேலே கூறிய துறைகளில் போதாமை நிலவுகிறது. அந்தப் போதாமைகளைப் போக்கும் திறன் உங்களிடமிருக்கிறது. உடனே கிளம்புங்கள். நம்முடைய அடுத்தச் சந்திப்பு சென்னையில் அமையட்டும் என்பார்கள்.

அவர்கள் சொல்லியதுபோல நாங்களும் எங்களை, சகல துறைகளையும் மேம்படுத்தும் பராக்கிரமசாலிகளாக நம்பினோம். ஒருகட்டத்தில் சென்னைக்கு விஜயமாவது என்றும் முடிவெடுத்தோம். அம்முடிவு, அவர்களின் வார்த்தைகளை மெய்ப்பிக்க அல்ல. வாரி வாரிப் புகழ்ந்த அவர்களின் தொந்தரவிலிருந்து தப்பிக்க. மேலும் சிலநாள் நாங்கள் தஞ்சாவூரில் இருந்திருந்தால் அவர்கள் எங்களைச்

சிதையிலோ சிலுவையிலோ அறைந்திருப்பார்கள். எங்கள் மீதுள்ள அக்கறையினால் அவ்வார்த்தைகளை அவர்கள் உதிர்த்தார்களா? இல்லை. எங்கள் நச்சரிப்புப் பொறுக்காமல் நாடு கடத்தினார்களா? என இன்றுவரைகூட யூகிக்கமுடியில்லை. சென்னையில் எங்களுக்கு யாரையுமே தெரிந்திருக்கவில்லை. இன்னும் சொல்லப்போனால் சென்னை தமிழ்நாட்டின் தலைநகர் என்பதைத்தாண்டி ஒன்றுமே தெரியாது.

பழகிய சிலபேர் கொளுத்திப்போட்டதில் பற்றிக்கொண்ட நாங்கள், கும்பி நெருப்பெரிய சென்னையில் வந்து விழுந்தோம். அழகழகான கட்டடங்கள் நிரம்பிய சென்னைத் தெருக்கள் அப்போதும் அழுக்குகளையே சுமந்திருந்தன. அதுவரை சாக்கடையாக ஒரு ஆறு ஓடும் என்று கனவில்கூட நாங்கள் நினைத்திருக்கவில்லை. பெரிய பெரிய பிஸ்தாக்கள் வாழும் சென்னை மாபட்டிணத்தில் பிச்சைக்காரர்களும் பிழைக்க வழியில்லாதவர்களும் அதிக எண்ணிக்கையில் இருப்பதைப் பார்த்த எங்களுக்கு அதிர்ச்சியாயிருந்தது.

பரவாயில்லை. இதையெல்லாம் சரி செய்வதற்கே யாம் வந்திருக்கிறோம். இரண்டு பேரும் முன்நின்று இக்கேடுகளை நீக்கவும் சோம்பிக்கிடக்கும் சென்னையைச் சொர்க்கபுரியாக்கவும் தீர்மானித்தோம். சென்னை மாநகரைத் திருத்த வந்திருக்கும் எங்களை ஒரு ஈ, காக்கைகூட ஏறெடுத்துப் பார்க்கவில்லை. அந்த ஈயும் காக்கையும் அலுத்துச் சலித்து அடுத்த மாத இ.எம்.ஐக்காக ஆலாய்ப் பறந்துகொண்டிருந்தன. எல்லாக் காலத்திலும் சமூக மீட்பர்களுக்கு நேர்ந்த கதிதான்.

மனுஷ்யபுத்திரன் அவ்வப்போது எழுதுவதுபோல என்ன மாதிரியான சமூகத்தில் நாமிருக்கிறோம்? தங்களுக்காக உழைக்க வந்திருக்கும் இரண்டு பெரும் ஆகிருதிகளை அடையாளம் காணக்கூட இந்தச் சமூகத்திற்கு முடியாமல் போகிறதே. தங்களைக் கைதூக்கிவிட வந்திருப்பவர்களைப் பாராட்ட மனமில்லை என்றாலும், ஒருவேளை பட்டை சோற்றுக்காவது வழி செய்யக் கூடாதா? குடத்தைக் குப்புற கவிழ்த்ததுபோல் கொண்டு வந்த பணமெல்லாம் தீர்த்துவிட்டது. ஊருக்கே திரும்பிவிடவும் யோசனைதான். ஆனாலும், எங்களைவிட்டால் சென்னையை யார் செப்பனிடுவது?

வாய்க்கும் வயித்துக்கும் வழியில்லை எனினும், அவ்வளவு எளிதாக ஒரு வரலாறு வந்தவழியில் திரும்பிவிடுமா என்ன? மூன்று வேளை உணவில்லையென்பது குறையில்லை, ஒருவேளை உணவுகூட இல்லாமல் நம்முடைய முன்னோர்கள் ஊருக்கு உழைத்திருக்கிறார்களே. சரவணன், எதார்த்தத்தை மீறி இப்படி எதையாவது பேசிக்கொண்டிருப்பான். சென்னைக்கு வர எனக்கும் சேர்த்து அவனே பிரயாண டிக்கெட்டெடுத்தவன் என்பதால் அவனைமீறி எந்த முடிவையும் என்னால் எடுக்க முடியாது. சரிதான் நண்பா, உன் சித்தம் எப்படியோ அப்படியே நடப்போம் என்றுதான் சொல்ல முடியும்.

பசி, அடிவயிற்றைக் கவ்விக்கொண்டு அகல மறுக்கும். ஈவு இரக்கமில்லாமல் எதைச்செய்யவும் தூண்டும். நாங்கள் வந்திருந்த தொண்ணூறுகளின் இறுதியில்தான் தண்ணீரைக்கூட பாக்கெட்டில் விற்பனை செய்யும் விபரீதம் தொடங்கியது. பணமில்லாமல் பசியோடு சென்னையிலிருப்பது, இறந்துபோனவரிடம் நலம் விசாரிப்பது போன்றதுதான். ஆனாலும், அப்போதைய எங்கள் பசியைப் போக்க சில அரங்கங்கள் உதவின.

கம்பன் கழகமும் தமிழ்ச் சான்றோர் பேரவையும் புதுக்கல்லூரி இஸ்லாமிய மாநாடுகளும் எங்களுக்கான அரிசியை, உணவாகச் சமைத்துப் பரிமாறின. விழாவில் பங்கெடுக்கப் பிரத்யேகமாக வந்தவர்களைப் போல அவ்வரங்கங்களில் சாப்பிடுவதற்காகவே கலந்துகொள்வோம். சமூகம், எங்களை அடையாளம் காணவில்லையே என்று ஆரம்பத்தில் துக்கப்பட்ட நாங்கள், அப்புறம் யாருமே எங்களை அடையாளம் காணாத வகையில் நடந்துகொண்டோம். தெரிந்தால் விரட்டிவிடுவார்களோ? என்னும் அச்சத்தில் தலையைக் குனிந்துகொண்டே சாப்பிட்டு எழுவோம்.

ஒருமுறை அப்படித்தான் ஜெர்மன் ஹாலில் தமிழ்ச் சான்றோர் பேரவை விழா. மதிய உணவு ஏற்பாட்டுடன் தடபுடலாக விழாவை நடத்தினார்கள். மாணவர் நகலக அதிபர் அருணாச்சலம் அந்நிகழ்வுகளைப் பின்னிருந்து இயக்கினார். உதிரி உதிரியாய்ப் பிரிந்திருந்த தமிழ் அமைப்புகளை ஒன்றிணைக்கும் முயற்சியில் அவர் அப்போது ஈடுபட்டிருந்தார். இறுதியில் அவராலும் தமிழின

உணர்வாளர்களை ஒரு வட்டத்திற்குள் கொண்டுவர முடியவில்லை. அந்த விழா மூன்று அமர்வுகளைக் கொண்டிருந்தது. இயல், இசை, நாடகம். மூன்றிலும் சிறந்து விளங்கியவர்கள் பங்கெடுத்துக்கொண்டார்கள். காலையில் இருந்து மதியம்வரை ஒரு அமர்வு. அந்த அமர்வு எங்களைப் பெரிதாகக் கவரவில்லை. மதிய உணவு உண்டென்று சொல்லியிருந்தால் ஒருவேளை பிடித்திருக்கலாம். சும்மா சொல்லக்கூடாது.

மதிய உணவை ஜமாய்த்துவிட்டார்கள். இரவுக்கும் இதுபோல ஏற்பாடு செய்திருப்பார்களா? என ஏங்கும் அளவுக்கு மதிய உணவின் மகிமை அமைந்தது. எதிர்பார்ப்பில்லாமல் யார்தான் இருக்கிறார்கள்? நாங்களும் அன்று அங்கேயே பொழுதைக் கழிக்க முடிவு செய்தோம். இரவு உணவை உத்தேசித்து அல்ல. விழா ஏற்படுத்திய விநோதப் பரவசம், மாலைவரை எங்களை அங்கே இருக்கவைத்தது. இருள் மெல்லக் கவிந்த பின்மாலையில்தான் அந்த அதிசயமும் நிகழ்ந்தது. அரங்கிற்கு வெளியே ஊசிமழை.

யாரோ ஒரு பெரியவர் மேடையேறினார். தபேலா, ஹார்மேனியத்துடன் மேலும் சிலர். கச்சேரி ஆரம்பமானது. அழகான அந்தப் பனைமரம் அடிக்கடி நினைவில்வரும் என்ற காசிஆனந்தனின் பாடலை அவர் பாடினார். அதுவரை அந்தப் பாடலை நாங்கள் கேட்டதில்லை. அதற்கு முன்னாலும் அதற்குப் பின்னாலும்கூட அப்படியொரு குரலை நாங்கள் கேட்டதில்லை.

அதைக் குரல் என்று சொல்லமுடியாது. உயிரை உருக்கிப்பிழியும் வஸ்து. தமிழனின் செங்கோட்டு யாழ். தமிழ்த்தேசிய அடையாளத்தைப் பிரதிபலித்த சிதம்பரம் ஜெயராமனின் சீர்காழி கோவிந்தராஜனின் குரலை ஒத்திருந்தது அந்தக்குரல். கருத்த முகம். தோளில் நீலநிற ஜரிகை சால்வை. வயதின் காரணமாக அவ்வப்போது சுருதி சேராவிட்டாலும் உணர்ச்சியின் பாவத்தை அவர் உதடுகள் கொப்பளித்தன. மின்சாரம் உடலெங்கும் ஊடுருவியது போலிருந்தது. இன மீட்பு, மொழிப் பற்று, திராவிட அரசியல் விமர்சனம் என்று அவர் பாடிய பாடல் ஒவ்வொன்றும் உள்ளத்தைக் கடைந்தன. மேலும் கீழும் அபிநயம் பிடித்ததில் அவ்வப்போது அவர்

விரலில் அணிந்திருந்த மோதிரத்தின் ஒளி, குழல் விளக்கில் பட்டுத்தெறித்தது. உச்சஸ்தாயி. எட்டுக்கட்டைக்கும் மேல்கூட அவர் அனாயசமாகப் போவார் போல. உச்சரிப்பில் தெளிவு. உந்திவரும் கருத்துக்களில் ஒன்றுகூட சோடையில்லை. அவர் முழங்கிக்கொண்டே இருந்தார். முதுகுத் தண்டில் மின்னல் வெட்டிக்கொண்டே இருந்தது. அந்தப் பாடகரின் பெயரை அருகிலிருப்பவரிடம் கேட்டுத் தெரிந்துகொண்டோம். அவர்தான் தேனிசை செல்லப்பா.

சி.பா.ஆதித்தனாரின் நாம் தமிழர் காலத்திலிருந்து பாடிவரும் அவர், தமிழ் ஈழ விடுதலைப்புலிகளின் தலைவர் பிரபாகரனுக்குப் பிடித்தமான பாடகர். 1987இல் பன்னிரெண்டு நாள் உண்ணாவிரதமிருந்து மரணத்தைத் தழுவிய போராளி திலீபன், தன்னுடைய கடைசி ஆசையாக அய்யாவின் பாடலையே கேட்க விரும்பினான் என்றார்கள். ஒரு போராளி தன் இறுதி ஆசையாகக் கேட்கத்தக்க குரல்தான் அது.

எத்தனை உணர்ச்சிக் கொந்தளிப்பு. இசைக்கு மொழியில்லை. இசைக்கு இனமில்லை என்று சொன்னாலும், மொழியையும் இனத்தையும் அவர் பாடல்களிலிருந்தே அறிந்துகொள்ள முடிந்தது. திராவிடத்தின் மூத்த மொழியான தமிழின் இசைவடிவை அவர் நேர்த்தியாகக் கற்றிருந்தார். தமிழிசை அவரிமிடருந்து தனக்குரிய பங்கைப் பெற்றிருக்கிறது. நடிகவேள் எம்.ஆர்.ராதாவின் நாடகங்களில் பாடிவந்த அவரை, ஒருகாலம்வரை ஆகர்ஷித்து ஆதரித்தவர் சி.பா. ஆதித்தனார். நாம் தமிழர் இயக்கப் பொதுச்செயலாளர். சி. ஆர். வரதராஜனின் அறிமுகத்திற்குப் பிறகு தன்னை மக்கள் பாடகராக மாற்றிக்கொண்டிருக்கிறார். 1958இல் மன்னார்குடியில் நிகழ்ந்த தனித் தமிழ் மாநாட்டில் பாரதிதாசனின் பாடலைப் பாடுவதற்காக அழைக்கப்பட்டிருக்கிறார்.

அதன்பின், தமிழ்த்தேசியக் கொள்கைகளை மேடைகளில் முழங்குவது ஒன்றே தன் வாழ்நாள் லட்சியமாகக் கொண்டுவிட்டார். பாரதிதாசனின் பல பாடல்கள் ஸ்வரக் கட்டுமானத்திற்கு உட்படுவதல்ல. ஆவேசத் தொனியைக் கொண்டிருப்பவை. அவருடைய விருத்தப்பாக்களைப் பதம் பிரித்து வாசிப்பதே தனிக்கலை என்றிருக்கையில், அதற்கு மெட்டமைப்பது சாதாரண காரியமில்லை.

ஆதித்தனார், திருக்குறள் முனுசாமி, சின்னச்சாமி போன்றோர் அக்காரியத்தில் தனக்கு உதவி புரிந்ததாகத் தேனிசை செல்லப்பா ஒரு நேர்காணலில் தெரிவித்திருக்கிறார்.

முன்னாள் அமைச்சர் திருச்சி சௌந்தர்ராஜனும் பழம்பெரும் நடன இயக்குநர் புலியூர் சரோஜாவும் இணைந்து நடித்த 'பேராசை பிடித்த பெரியார்' என்னும் நாடகத்தைத் திராவிட இயக்கத்தவர்கள் மறந்துவிடமாட்டார்கள். அந்த நாடகத்தின் வாயிலாகப் பெரியாரின் கொள்கைகள் நாடெங்கும் பிரகடனப்படுத்தப்பட்டு வந்தன. சுயமரியாதை இயக்கத்தின் நோக்கமும் பயணமும் எதைச் சொல்ல வந்ததோ அதைச் சொல்லிக்காட்டுவதற்காகவே நிகழ்த்தப்பட்ட அந்நாடகப் பாடல்களைப் பாடியவரே தேனிசை செல்லப்பா.

அதற்காக, பெரியார் நூறு ரூபாய் பரிசளித்திருக்கிறார். ஒரு ரூபாய் செலவு செய்வது என்றாலும், கோடிமுறை யோசிக்கும் பெரியாரிடம், ஒருவர் நூறு ரூபாய் பெறுவது பத்து லட்சம் கோடிக்குச் சமம். பணத்தைப் பரிசளிக்கும் போது பெரியார், 'மறுக்கக்கூடாதுங்க... எங்க பாடினாலும் யாருக்குப் பாடினாலும் எவ்வளவு தருவீங்கன்னு கேட்டுட்டுதான் பாடணும்' என்றிருக்கிறார். கொள்கையை முன்னிறுத்திச் செயல்பட வேண்டும். பணம் பொருளைப் பெரிதாகக் கருதக்கூடாது என சொல்ல வேண்டிய ஒரு தலைவர், பணம் பெறாமல் எங்கேயும் பாடாதே என்றது கவனிக்கத்தக்கது.

தேனிசை செல்லப்பாவின் குரல், கூட்டத்தைக் கட்டிப்போட்டுவிடும். அவர் கச்சேரிக்குப் பிறகு எத்தனைப் பெரிய சொற்பொழிவாளர்கள் வந்தாலும் அவர்கள் பேச்சு எடுபடாது. அரங்கு முழுவதையும் பறித்துக்கொண்டு போய்விடுவார். இன உணர்வையும் மொழி உணர்வையும் கொதிநிலைக்குக் கொண்டுவந்து நிறுத்துவார். இப்பொழுதே கிளம்பிப்போய் துப்பாக்கிக்கு இரையாகத் தோன்றும். எனக்கும் சரவணனுக்கும் அந்தநாள் மிகமிக முக்கியத்துவம் வாய்ந்தது. தேனிசைத் தென்றல் தேவாவை மட்டுமே அறிந்திருந்த எங்களுக்குத் தேனிசை செல்லப்பா என்ற பெயரும் அவரின் அசாதாரண இசை அர்ப்பணிப்பும் அன்றுதான் புரிந்தது. உலகநாடுகள் முழுக்க அவர் பாடலால் அறியப்பட்டிருக்கிறார். குறிப்பாக, ஈழத் தமிழர்கள் அவர்

பாடலுக்காகத் தவம் கிடக்கிறார்கள். அவர் ஒரு மேடையில் பாடுகிறார் என்றால் அது அவர்களுக்கு மேடை அல்ல. போர்க்களம். இன்றும் அவரால் பாடப்பட்ட சந்தனப் பேழையில் என்று ஆரம்பிக்கும் புதுவை ரத்தினதுரையின் பாடலைத்தான் மாவீரர் நாளில் இசைக்கிறார்கள். மெழுகுவர்த்தி ஏந்தி அவர்கள் அப்பாடலை இசைக்கும்போது கண்ணீர் பெருகுவதைக் கட்டுப்படுத்தமுடியாது.

தமிழிசைக்கு நெடிய வரலாறு உண்டு. ஆபிரகாம் பண்டிதரின் கருணாமிருத சாகரத்திலிருந்து அவ்வரலாறு தொடங்குகிறது எனச் சிலர் சொன்னாலும், அதற்கு முன்பிருந்தே அதாவது, சங்க இலக்கியக் காலத்திலேயே அதன் வேர் இருப்பதாக இன்னும் சிலர் ஆய்ந்திருக்கிறார்கள். தேனிசை செல்லப்பா அந்த வேரின் கிளைமரமாகவே கிளைத்திருக்கிறார். இல்லையென்றால், அவர் பாடலைக் கேட்டு ஆஸ்திரேலியாவில் ஒரு பெண்மணி தாலிக்கொடியை, வளையலை, காது கம்மலை, இன்னபிற ஆபரணங்களைக் கழற்றி, ஈழப் போருக்கு நிதியாகக் கொடுத்திருக்க மாட்டார்.

'எப்படித் தாங்குவது, எப்படித் தாங்குவது, ஈழ தேசம் எதிரி கையில் எப்படித் தாங்குவது' என்று அவர் மேடையில் பாடப்பாடக் கண்ணீர் உகுத்த அப்பெண்மணி தாமாகவே மேடைக்குவந்து தன்னிடமிருந்த நகைகளை நிதியளிப்புப் பெட்டியில் போட்டிருக்கிறார். கொடுமுடி கோகிலம் என்றழைக்கப்பட்ட கே.பி. சுந்தராம்பாள், இந்திய விடுதலைக்கு நிதி வசூல் செய்து கொடுத்ததைப் போல தேனிசை செல்லப்பாவும் ஈழ விடுதலைக்குத் தன்னால் இயன்றதைச் செய்திருக்கிறார். இதயத்தின் ஆழத்திலிருந்து பாடும் பாடகர்களால் மட்டுந்தான் அப்படியான வரலாறுகளை உருவாக்க முடியும்.

தேனிசை செல்லப்பா தமிழின வரலாற்றில் தவிர்க்கமுடியாத இசை அத்தியாயம். ஒருமுறை நார்வேயில் தேனிசை செல்லப்பாவின் இசைக் கச்சேரி. அரங்கு நிறைந்த கூட்டம். அந்தக் கச்சேரியில் தம்பிராஜா என்ற ஈழத்தமிழர் கலந்துகொள்கிறார். அதுவரை அப்படியோரு கச்சேரி நிகழ்ந்ததில்லை என்பதால் சிலிர்க்கிறார். அதன் காரணமாக அடுத்த ஆண்டும் செல்லப்பாவின் கச்சேரியில்

கலந்துகொள்ள எண்ணுகிறார். என்றாலும், நோய் அவரை வரமுடியாதவாறு படுத்தப் படுக்கையாக்கிவிடுகிறது. ஒருகட்டத்தில் நோய்முற்றி, இனி பிழைக்க வழியில்லை என மருத்துவர்களும் சொல்லிவிடுகிறார்கள். அந்த அடாத சோகத்திலும் அவர் வருத்தப்பட்டது செல்லப்பாவின் கச்சேரியைக் கேட்க முடியாமல் போய்விட்டதே என்றுதான். வருத்தப்பட்டவர், அத்தோடு நில்லாமல் தன் விரலில் அணிந்திருந்த மோதிரத்தைக் கழற்றி, இந்த ஆண்டு அய்யா வந்து மேடையில் பாடும்போது என் வருத்தத்தைத் தெரிவித்து இதை அவர் விரலில் அணிவியுங்கள், என்றிருக்கிறார்.

மனைவியும் மகளும் அந்தச் சம்பவத்தைச் சொல்லி அதுபடியே மோதிரத்தை அணிவித்திருக்கிறார்கள். அந்த மோதிரத்தை அய்யா தன் இறுதி காலம்வரை அணிந்திருக்க வேண்டும் என்பது தம்பிராஜாவின் விருப்பம். தமிழ்ச் சான்றோர் பேரவை விழாவில், குழல் விளக்கில் பட்டுத்தெறித்த மோதிரத்தின் ஒளிக்குப் பின்னே இப்படியொரு செய்தியிருப்பது நெடுநாள் கழித்தே எனக்கும் சரவணனுக்கும் தெரிய வந்தது.

தேனிசை செல்லப்பாவைப் புலம்பெயர்ந்த தமிழர்கள் கொண்டாடிய அளவுக்குத் தமிழகம் கொண்டாடவில்லை. இங்கே இருக்கும் ஒருசில தமிழ் அமைப்புகளின் மேடைகளில் அவர் இன்றும் பாடி வருகிறார். பாரதிதாசன், பெருஞ் சித்திரனார், புதுவை ரத்தினதுரை, காசி ஆனந்தன், கவியன்பன் பாடல்களை அவர் பாடும்பொழுது நம்மையுமறியாமல் உணர்வுத் தளத்தில் சஞ்சரிக்கத் தொடங்குவோம். இசைக் கச்சேரி என்பதிலும் பார்க்க, தமிழிசை மீட்பையே அவர் ஒவ்வொரு மேடையிலும் செய்துவருகிறார். 1990இல் யாழ்ப்பாண முற்றவெளி மைதானத்தில் ஐந்துலட்சம்பேர் கூடி, அவர் கச்சேரியைக் கௌரவித்ததை வீரகேசரி தலைப்புச் செய்தியாக வெளியிட்டது. 1996இல் லண்டன் லம்போர்ட் ஸ்டேடியத்தில் இருபதாயிரம்பேர்.

பதினெட்டாயிரம் பேர் மட்டுமே அமர முடியும் என்ற நிலையில் இரண்டாயிரம்பேர் திருப்பி அனுப்பப்படுகிறார்கள். அனுமதி மறுக்கப்பட்ட அவர்களுக்காக அடுத்த சிலநாட்களும் கச்சேரியைத் தொடர்ந்திருக்கிறார்கள்தற்போது சென்னைப் புறநகரை அடுத்த படப்பையில் வசித்துவருகிறார்.

இரண்டாயிரம் பாடல்கள். ஏராளமான இசைத் தட்டுகள். ஆயிரக்கணக்கான மேடைகள் எனத் தமிழர்கள் வாழும் நிலப்பரப்பெங்கும் அவர் பயணித்திருக்கிறார். லண்டனில் மைக்கேல் ஜாக்ஸனுக்குப் பிறகு அதிகமான ரசிகர்களை ஈர்த்தவராக தேனிசை செல்லப்பாவைச் சொல்கிறார்கள். ஆனால், உள்ளூர் மேடைகளோ அவரை ஒதுக்கி வைத்திருக்கின்றன. இசை விழாக்களிலோ ஊடகங்களிலோ அவர் முகம் தென்படுவதில்லை.

நானும் தம்பி ஆரோக்கியதாஸும் அவரை '49ஓ' திரைப்படத்தில் 'இன்னும் எத்தனை காலம் வரை' என்னும் பாடலைப் பாடவைத்தோம். சமூக மாறுதலுக்கான சிந்தனைகளை உள்ளடக்கிய அப்பாடலை எத்தனைபேர் கேட்டிருப்பார்கள் எனத் தெரியவில்லை. பாடல் வெளியீட்டு விழாவுக்கு வந்திருந்த நடிகர் சத்யராஜ் அவரைப்பற்றிச் சொன்னபோதுதான் அந்தப் படக்குழுவினருக்கே அவரைப்பற்றித் தெரிந்தது. தோளில் நீலத்துண்டு, சட்டைப் பையில் திருக்குறள் புத்தகம். இதுவே தமிழன் தன்னைத் தமிழனாக அறிவிக்கும் அடையாளம் என்றார் ஆதித்தனார். அந்த அடையாளத்தை தேனிசை செல்லப்பா இழக்க விரும்புவதில்லை.

ஒருவரை யார் என்று அறிந்துகொள்வதும் அவரைப் பின் தொடர்வதும் அவசியம். ஒருவரையும் தெரிந்துகொள்வதில்லை. தெரிந்தாலும் சொல்வதில்லை என்பதே இன்றைய தமிழ் இசை விமர்சகர்களின் போக்காக இருக்கிறது. ஒரு மேடையில் தேனிசை செல்லப்பா பாடுகிறார் என்றால் அந்தக் கச்சேரியைக் கேட்பது கடமை என்று ஈழத்தமிழர்கள் கருதுகிறார்கள். நாமோ அவர் யாரென்றுகூட அறியாமலிருக்கிறோம். உணவுக்காக ஒரு கூட்டத்தில் கலந்துகொள்ளப்போய் உணர்வு வயப்படுப்பட்டுவிட்ட நாங்கள் அதன்பின் சோம்பிக் கிடந்த சென்னையைச் சொர்க்கபுரியாக்கும் சிந்தனைகளுக்கு இடமளிக்கவில்லை. சோற்றுக்கு வழிதேடி, சொந்த ஊருக்குப் போகாமலிருக்கும் காரியங்களில் ஈடுபடுகிறோம்.

சென்னைதான் உங்களுக்கான களம் என்று சொல்லி, எங்களை வலுக்கட்டாயமாக வெளியேற்றிய தோழர்களுக்கு எங்களை ஆளாக்கிப் பார்க்கவேண்டும் என்னும்

ஆசையிருந்தது. இலக்கியம், சினிமா, அரசியல், பத்திரிகை எனப் பொதுசனத்தோடு தொடர்புடைய ஏதோ ஒரு துறையில், செயலில் நாங்கள் ஈடுபடவேண்டும் என்று அவர்கள் விரும்பினார்கள். அதற்காகவே அவ்வப்போது அவர்கள் எங்கள் கொம்புகளைச் சீவி, ஜரிகை ரிப்பன்களைக் கட்டிவிட்டார்கள்.

அதுபுரியாமல் ஆரம்ப காலங்களில், சமூகத்தை முட்டிமோதி வீழ்த்திவிடலாம் என்னும் மூர்க்கத்தோடு சுற்றிக்கொண்டிருந்தோம். ஒவ்வொரு நாளின் முடிவும் இன்னொரு நாளின் தொடக்கத்தை அல்லாமல் அனுபவங்களையே வழங்குகின்றன. அநேகமாக, தொண்ணூறுகளில் சென்னை நகரில் நடந்த அத்தனை விழாக்களிலும் நாங்கள் கலந்துகொண்டிருக்கிறோம். மதிய உணவோடு கூடிய விழாவென்றால் முதல்நாளே பவுடரடித்துக் கிளம்பியிருக்கிறோம்.

வறுமை சோபித்திருக்கும் காலங்களில் பாடல்களும் கவிதைகளும் அதீத நம்பிக்கையை ஏற்படுத்தும். லட்சிய வாழ்வை நோக்கி நகர்வதற்கும் லட்சோப லட்ச மக்களை அடைவதற்குமான வழியைக் காண்பிக்கும். திலீபனுக்கும் அப்படித்தான் தேனிசை செல்லப்பாவின் குரலில் தோய்ந்திருந்த உண்மை பிடிபட்டிருக்கும். எந்த மக்களுக்காகப் போராடுகிறோமோ அந்த மக்களின் தொன்மங்கள்மீது ஒரு போராளி தன் பார்வையைச் செலுத்த இலக்கியங்களே உதவுகின்றன. இசைப்பாடல்கள் துணைபுரிகின்றன. கண்பார்வையில்லாத இந்தி இசையமைப்பாளர் ரவீந்திர ஜெயினின் அதிகமான பாடல்களை கே.ஜே. யேசுதாஸே பாடியிருக்கிறார். யேசுதாஸ் பாடிய கோரி தேரா போன்ற எண்ணற்ற வெற்றிப் பாடல்களை ரவீந்திரஜெயினின் இசையில் கேட்பது தனி அனுபவம்.

ஒருமுறை ரவீந்திரன் ஜெயினிடம் ஒரு பத்திரிகையாளர் கேட்டார், கண் பார்வையில்லாத உங்களுக்குப் பார்வை வந்தால் யாரை முதலில் பார்க்க விரும்புவீர்கள்? எனக்கேட்க, ரவீந்திரஜெயின் வழக்கமான தன் புன்னகை இழையோட 'யேசுதாஸைப் பார்க்கவே விரும்புவேன். அரூபத்திலிருந்து இசையைக் கொண்டுவந்து என் ரூப லட்சணங்களை

உலகமறியச் செய்தவர் அவரல்லவா? அவரில்லாமல் நானில்லையே. என்னை அவர் பிரதிபலித்திருக்கிறார். சுருதிகளாகவும் ஸ்வரங்களாகவும் மட்டுமே ரூபங்களை அறிந்துவந்த எனக்கு அவரைத்தாண்டி யாரை முதலில் பார்க்கப் பிடிக்கும்' என்றிருக்கிறார்.

தேனிசை செல்லப்பாவும் அத்தகைய சிறப்புடையவரே. இன்றைக்கு உலகமெங்கும் புலம்பெயர்ந்திருக்கும் தமிழர்கள் அவருடைய குரலிலிருந்தே தங்களைப் பார்க்கிறார்கள். மரபார்ந்த தங்கள் இசையின் மூல வடிவை நோக்கிய அவர்களின் தேடலுக்கு தேனிசை செல்லப்பா உதவி வருகிறார். இதுதான் தமிழனின் இசை என்பதுபோல எண்பது வயதிலும் அந்தக்குரல் போராளிகளுக்காக ஓங்கி ஒலித்துக்கொண்டிருக்கிறது.

எங்கு பாடினாலும் தனக்கு எவ்வளவு தருவீர்கள் என்று பெரியாரே அவரைக் கேட்கச் சொல்லியிருக்கிறார். ஆனாலும், அவர் எந்த இடத்திலும் பணத்துக்காகப் பாடுவதில்லை. இனத்துக்காகவே பாடிவருகிறார். போதாமையைப் போக்கக் கிளம்பிய நானும் சரவணனும் செல்லப்பா போன்றோருக்குக் கிடைக்காத அங்கீகாரத்தைத் தேடித்தான் இப்போதும் அலைந்துகொண்டிருக்கிறோம்.

மற்றுமொரு மலை பிரசங்கம்

தோழர் என்ற சொல்லைப் பயன்படுத்தக் கூடியவரிடம் எச்சரிக்கையோடு இருங்கள் எனக் காவல்துறை உயரதிகாரி ஒருவர் கருத்துத் தெரிவித்திருக்கிறார். உண்மையில், அது, கருத்து அல்ல. பிதற்றல். தோழமையின் பொருளை உணராத ஒருவர் காவல்துறையில் உயரதிகாரியாக இருப்பதும் ஊடகங்களில் இப்படியாகப் பிதற்றுவதும் புதிதல்ல. ஆளும் அரசுக்குத் தன்னுடைய விசுவாசத்தைக் காட்ட, அப்பாவி மக்கள்மீது அவதூறு பரப்புவதும் அவர்களின் நியாயமான கோபங்களையும் கோஷங்களையும் முறியடிக்க முயற்சிப்பதும் இயல்புதான்.

சட்டம் ஒழுங்கு சரியாக இருக்கிறது எனச் சொல்லிக்கொள்ள காவல்துறை கையாளும் உத்திகளில் ஒன்றாகவே இதைப் பார்க்கவேண்டும். மேலும், சுதந்திர இந்தியாவில் கடந்த நாற்பதாண்டுகளில் நடந்திராத அரிய அறப்போரைக் கொச்சைப்படுத்த அவர், தோழர் என்ற சொல்லுக்குப் புதுஅர்த்தத்தைக் கற்பித்திருக்கிறார்.

இலட்சோபலட்ச மாணவர்களும் இளைஞர்களும் ஒன்றிணைந்த மாபெரும் மக்கள் போராட்டத்தைக் கீழ்மைப்படுத்தும் தந்திரசாலியாக அவர் தன்னை முன்னிறுத்த

முயன்றிருக்கிறார். தவிர, தோழர் என்ற சொல், அவர் சொல்வதுபோல எச்சரிகைகளோடும் சந்தேகங்களோடும் அணுகவேண்டிய சொல் அல்ல. பொதுவுடைமைக் கொள்கைகளில் தன்னைப் பிணைத்துக்கொண்ட அல்லது பிணைத்துக் கொள்ளவிரும்புகிற ஒவ்வொருவரும் ஆசையோடு உச்சரிக்கும் மந்திரச்சொல் அது. எளிய மனிதர்கள் தங்கள் உணர்வுகளையும் ஆறுதலையும் அச்சொல்லில் இருந்தே பெறுகிறார்கள். துயர்மிகுந்த இக்காலத்தின் சூழ்ச்சியைத் தரைமட்டமாக்க உதவக்கூடிய வலிமை அச்சொல்லுக்கே உண்டு.

தோழர் என்ற சொல்லின் மெய்யான அர்த்தத்தை எனக்குக் கடத்தியவர்களில் முக்கியமானவர் தோழர் இளவேனில். அவருடைய கவிதா, மற்றும் 25, வெண்மணித் தெரு ஆகிய நூல்களைப் பற்றித் தொடங்கியதே என் எழுத்துப் பயணம். அந்நூல்களை வாசிக்காமல் போயிருந்தால் கலை இலக்கியங்கள் குறித்த என் பார்வைகள் கவலைக்குரியதாக மாறியிருக்கும்.

இப்பவும் கலை கலைக்காகவா? கலை மக்களுக்காகவா? என்று நடத்தப்படும் விவாதத்திற்குத் தத்துவார்த்த விளக்கங்களைத் தரக்கூடிய நூல்களாக அவற்றைக் கருதலாம். சௌந்தர்ய உபாசகர்கள் என்னும் பதப்பிரயோகத்தை வைத்துக்கொண்டு அந்நூல்களில் அவர் செய்திருக்கும் எழுத்து உச்சாடனங்கள் குறிப்பிட்டுச் சொல்லத்தக்கவை. உலகப்புரட்சிகளையெல்லாம் தன் எழுத்தின் வாயிலாக அவர் தொட்டுக்காட்டிய கம்பீரத்திற்காக எத்தனை முறை வேண்டுமானாலும் அந்நூல்களை வாசிக்கலாம்.

மயக்குறுநடை என்பார்களே அப்படியான அழகுத் தமிழ் நடை அவருடையது. கவிஞர் விக்ரமாதித்தியன் சொல்வது போல, விவிலிய மொழி நடையில் அவருடைய வாக்கியங்கள் அமைந்திருந்தாலும், அவற்றின் ஊடாக அவர் கட்டமைக்கும் கருத்துகள், புதிய ஏற்பாட்டின் மலைப் பிரசங்கத்திற்கு நிகரானவை. இன்றைக்குத் தமிழில் எழுதிக்கொண்டிருக்கும் இளம் படைப்பாளிகள் பலரையும் அவருடைய எழுத்துகள் கவ்வி இருக்கின்றன. ஆனாலும், அவருக்கே உரிய தனித்துவம் பிறிதொருவருக்கு வாய்க்கவில்லை. எனது

சாளரத்தின் வழியே என்ற தலைப்பில் அவர், கார்க்கி இதழில் எழுதிய கட்டுரைகள் இடதுசாரிகளின் எழுத்துக்களுக்குச் சாட்சியம் கூறுபவை. பகத்சிங்கும் இந்தியவரலாறும் என்ற சுப. வீரபாண்டியனின் நூலுக்குத் தோழர் இளவேனில் எழுதிய முன்னுரை ஒன்றுபோதும் அவருடைய எழுத்துகள் எத்தகையன என்பதை எடுத்துச்சொல்ல. அணிந்துரை என்பது ஒருநூலுக்கு அணி சேர்ப்பது அல்லது அழகு சேர்ப்பது என்று எனக்கிருந்த கருத்தை மாற்றி, அறிவையும் அர்த்தபுஷ்டியையும் உண்டாக்குவதே அணிந்துரை என உணரவைத்தவர் இளவேனில்.

சுப.வீரபாண்டியனின் நூலை வாசிக்கையில் கண்ணீர்விட்டதாக இளவேனில் அந்த அணிந்துரையில் தெரிவித்திருப்பார். உண்மையில், இளவேனிலின் அணிந்துரையை வாசித்தபொழுதே எனக்கு அழுகை வந்தது. நூலிலுள்ள சம்பவங்களைக் கண்ணீரோடு அவர் விவரித்திருக்கும் விதம் இந்திய வரலாற்றின் இருண்ட பக்கங்களை நமக்குக் காட்டும்.

குறிப்பாக, மகாத்மாவாகப் போற்றப்படும் காந்தி, பகத்சிங்கை எப்படிப் பார்த்தார் என்பதை அக்கண்ணீரிலிருந்துதான் நம்மால் கண்டடைய முடியும். ஏறத்தாழ இருபது ஆண்டுகளுக்கு மேலாக இளவேனிலின் எழுத்துகளைத் தொடர்ந்து கொண்டிருக்கிறேன். என்றாலும், அவர் அதே பொலிவோடு அதே தரத்தோடு எழுதிக்கொண்டிருப்பது ஆச்சர்யமளிக்கிறது. காட்சி ரூபங்களாக அவருடைய எழுத்துகள் விரிகின்றன. பிரஞ்சுப் புரட்சியையும் ருஷ்யப் புரட்சியையும் வியட்நாமையும், கியூபாவையும் அவர் சொற்களிலிருந்தே நானும் அறிந்துகொண்டேன்.

கவிதாவும் வெண்மணித் தெருவும் எனக்குள் ஏற்படுத்திய, மாற்றத்தை அவருடைய 'ஆத்மா என்றொரு தெருப்பாடகனும்' 'புயலுக்கு இசை வழங்கும் பேரியக்கமும்' ஏற்படுத்தத் தவறவில்லை. இடைவிடாமல் ஒருநூலை வாசிக்கமுடியும் எனும் நம்பிக்கையை அவர் நூல்களே வழங்கின. விடிய விடிய நூல்களை வாசிக்கும் பழக்கமுடைய யாரையும், அவருடைய நூல்கள் விழிப்பை நோக்கித் தள்ளிவிடும்.

அடித்தட்டு மக்களின் அவலநிலையை ஆவேச நெருப்பால் சுட்டுப்பொசுக்கும் அவருடைய எழுத்துகள் ஏகாதிபத்தியத்தை வீழ்த்தும் வீரியமுடையவை. சென்னைக்கு வந்த புதிதில், யார் யாரையெல்லாம் சந்திக்கவேண்டும் எனப் பட்டியல் வைத்திருந்தேனோ அந்தப்பட்டியலில் முதல் பெயராகத் தோழர் இளவேனிலின் பெயரையே வைத்திருந்தேன்.

எழுத்தில் மட்டுமே அறிந்திருந்த அவரை நேரடியாகச் சந்திக்கும் வாய்ப்பை, மூத்த பத்திரிகையாளரும் என் பத்திரிகை ஆசானுமான துரை என்கிற வித்யாஷங்கர் ஏற்படுத்திக் கொடுத்தார். பதினேழு ஆண்டுகளுக்கு முன், ஒரு மங்கிய மாலையில் சென்னை தி.நகர் இந்தியன் காபி ஹவுஸ் வாசலில் தோழர் இளவேனிலைச் சந்தித்தேன். அவரைச் சந்தித்த அந்தநாள், என் வாழ்வில் மறக்கமுடியாத நாட்களில் ஒன்று. படைப்பாளர்களை நேரில் சந்தித்து அவர்களுடன் புகைப்படங்கள் எடுத்துக்கொள்ள விரும்பாத என்னிலும் அச்சந்திப்பு நிழற்படம்போல் நிலைத்திருக்கிறது.

எத்தனையோ ஆண்டுகளாக எழுத்தில் மட்டுமே நேசித்துவந்த ஒருவரை, நேரில் சந்தித்த அந்தத் தருணம் அதிஅற்புதமானது. எதிர்பார்ப்புகள் மொத்தமும் கைகூடின அந்தத் தருணத்தில் என்னால் எதுவுமே பேசமுடியவில்லை. பிரிந்தவர் சேர்கையில் பேசவும் தோணுமோ? எனக் கண்ணதாசன் எழுதுவார். பார்க்கப் போனால், பிரியமுள்ளவரை சந்திக்கையிலும் அப்படித்தான் நேர்கிறது. பேசுவதற்கு எவ்வளவோ இருந்தும்கூட தோழர் இளவேனிலிடம் என்னை நான் யாரென்று வெளிப்படுத்திக்கொள்ளவில்லை. அது தயக்கமோ பயமோ அல்ல. பிரமிப்பு.

அந்தப் பிரமிப்பிலிருந்து இன்றுவரை என்னால் விடுபடமுடியவில்லை. அமைதியாக அவர் அருகில் நின்று, அவர் யாரிடமாவது விவாதிப்பதை ரசித்துவிட்டு அப்போது போலவே இப்போதும் திரும்பிவிடுகிறேன். மிகவும் சகஜமாகப் பழகக்கூடியவரே அவர். என்றாலும், அவர் எனக்குள் அண்ணாந்து பார்க்கத்தக்க பிரம்மாண்டமான தோற்றத்தைக் கொண்டிருக்கிறார். அந்தப் பிரம்மாண்டத்திற்கு எதிரில் நிற்கையில் என்னை நான் சிறிய புல்லாகக் கருதுகிறேன். பெருக்கெடுக்கும் வார்த்தைகளைப் பாயவிடாமல் ஏதோ

ஒருவித அடர்ந்த அமைதி, என்னுள்ளே அணைகளைக் கட்டி எழுப்புகின்றன. அதைவிட, அவரைப்பற்றி அவரிடமே புகழ்ந்து சொல்ல, அதை அவர் எப்படி எடுத்துக்கொள்வார் என்னும் எண்ணம் அமைதியாக வெளிப்படுகிறது. உலக இலக்கியமானாலும் உலக அரசியலானாலும் அனாயசமாகக் காபி ஹவுஸ் வாசலில் நின்று பேசக்கூடிய ஒருவருக்கு, என்போன்றோர் அள்ளி வழங்கும் புகழுரைகளில் பெருமைப்படவோ பெருமிதப்படவோ ஒன்றுமே இல்லை.

மகரந்தங்களிலிருந்தும் துப்பாக்கி ரவைகள் என்னும் தலைப்பில் கவிஞர் இன்குலாப்பின் கவிதை நூல் குறித்துத் தோழர் இளவேனில் ஒரு முன்னுரை எழுதியிருப்பார். அதில், ஒவ்வொரு சொல்லும் ஒவ்வொரு சிந்தனைக்கும் பின்னே ஒரு வர்க்கத்தின் முத்திரை குத்தப்பட்டிருக்கிறது என மாசேதுங்கை மேற்கோள் காட்டியிருப்பார். என் சொல்லிலும் என் சிந்தனையிலும் அப்படியான வர்க்க முத்திரைகளைப் பதித்ததில் தோழர் இளவேனிலுக்குப் பெரும் பங்குண்டு.

சொல்லாலும் சிந்தனையாலும் என்னை ஈர்த்த அவரைப் பாட்டாளி வர்க்க முத்திரைத்தாளாகவே பார்க்கிறேன். ஒரு காலம்வரை நானுமே தொட்டால் தீப்பிடிக்கும் எழுத்துகளை எழுதக்கூடிய இன்குலாப்பும் இளவேனிலும் ஒருவரே என்றுதான் நினைத்திருந்தேன். காலம் செல்லச்செல்லத்தான் உரைநடையில் இளவேனிலாகவும் கவிதையில் இன்குலாப்பாகவும் வெளிப்பட்ட அவர்கள் இருவரும் ஒருவரல்லர் என்னும் உண்மை தெரிந்தது. ஒத்த சிந்தனையுடையவர்கள் இருவராக இருந்தாலும் ஒருவராகவே அறியப்படுகிறார்கள். அவர்கள் இருவரும் ஒரே மாதிரியான புன்னகையில் ஒரே மாதிரியான கொள்கையில் ஒன்றியிருப்பவர்கள்.

எழுத்துக்கும் வாழ்வுக்கும் இடைவெளியில்லாமல் வாழக் கூடியவர்களாக அவர்கள் தங்களை வடிவமைத்துக்கொள்ள மார்க்சீயச் சிந்தனைகளே அடிப்படை. போலி எழுத்துகளையும் போலி எழுத்தாளர்களையும் அவர்கள் பொறுத்துக் கொள்வதில்லை. வார்த்தைகளை மடக்கிப்போட்டு கவிதை என்று சொல்பவர்களை அவர்கள் ஒருபோதும் ஒப்புக்கொள்ளுவதில்லை. மானுட விடுதலைக்கான

போராட்டத்தில் கலையும் இலக்கியமும் அவர்களுக்கு மற்றுமொரு ஆயுதம் என்றுதான் சொல்கிறார்கள். வாளோடும் தேன்சிந்தும் மலர்களோடும், புரட்சியும் எதிர்ப்புரட்சியும் ஆகிய நூல்கள் சமீபத்தில் வெளிவந்துள்ளன. அதிலும், தோழர் இளவேனில் பழைய பரவசத்தை எனக்கு ஏற்படுத்தத் தவறவில்லை.

எழுத்தாளர் வண்ணநிலவன் உள்படச் சிலர், எழுத்தில் முற்போக்கு பிற்போக்கு என்பதெல்லாம் இல்லை. அப்படி ஒரு பாகுபாடு உள்ளதாகச் சொல்லுவது கம்யூனிஸ்ட்டுகள் ஏற்படுத்தும் மாயை என்று வாதிடுவார்கள். அதற்காக இடதுசாரி இலக்கியங்களாக அறியப்பட்ட பல நூல்களை வாசித்து மதிப்பெண்ணும் போட்டிருக்கிறார்கள். தொ.மு.சி ரகுநாதன், டி.செல்வராஜ், கு.சின்னப்பபாரதி, இராஜேந்திரசோழன், போன்றோரைப் பட்டியலிட்டுச் சங்கப் பிரச்சனைகளை எழுதுவது எப்படி இலக்கியமாகும் என்றும் கேட்கிறார்கள்.

எதுதான் இலக்கியமென்று சொல்லமுடியாத அவர்கள் எல்லோரையும் ஏற்றுக்கொள்வதில் காட்டும் தயக்கம் கவனிக்கத்தக்கது. அவர்கள் அப்படிச்சொன்னாலும், மக்கள் எழுத்து என்ற ஒன்று இல்லாமல் இல்லை. மக்களை எழுதுவதும் மக்களுக்காக எழுதுவதுமே முற்போக்கு இலக்கியம் என்று உலகமே ஒப்புக்கொண்டபின் இவர்களுடைய உசாத்துணைகள் தேவையே இல்லை. யார் நம்மை எழுதவைக்கிறார்கள். யாருக்காக நாம் எழுதுகிறோம் என்ற தெளிவில்லாமல் எழுதுவதும் எழுத்தா?என்பது வேறு விஷயம்.

சுவாரஸ்யத்துக்காகவும் சுயநுகர்வுக்காகவும் எழுதுவது அல்ல எழுத்து. தன்னைப் பின்தொடரும் அல்லது தான் பின்தொடரும் மக்களை முன்வைப்பதே எழுத்து. வெகுசன ஏடுகளில் வெளிவரும் வணிக எழுத்துகளைவிட, வாழ்வை அச்சு அசலாகப் பிரதியெடுக்கும் எதார்த்தப் படைப்புகளுக்கு ஆயுள் அதிகம். வித்வத்துக்காக எழுதுவதும் அவ்வாறு எழுதிக்கொண்டிப்பவர்கள் தங்களுக்குள்ள வித்யா கர்வங்களை வெளிப்படுத்த எண்ணுவதும் விமர்சனத்துக்குரியவை. ஒரு கட்டத்தில், ஒரு குறிப்பிட்ட சிற்றிதழில் கவிதை பிரசுரமானால் இலக்கிய அங்கீகாரம் கிடைத்துவிட்டதாக அதை எழுதியவர் பெருமைகொள்ளும் சூழல் இருந்தது. எதையாவது கவிதை

என்று எழுதுகிறவர்களை ஊக்குவிக்கும் வேலையை அச்சிற்றிதழும் செய்துவந்தது. தோழர் இளவேனில், அச்சிற்றிதழின் உண்மைத் தன்மையை உலகுக்குக் காட்ட ஒரு காரியம் செய்தார். தன்னுடைய நண்பர்கள் சிலரை வரவழைத்து, ஆளுக்கொரு வார்த்தையைச் சொல்லச்சொல்லி கவிதை மாதிரி ஒன்றை அச்சிற்றிதழுக்கு அனுப்பி வைத்தார்.

வெறும் சொற்குவியலாக அமையப்பெற்ற அவ்வாக்கியங்களைக் கவிதை என்னும் பெயரில் அச்சிற்றிதழும் பிரசுரித்தது. சொற்குவியலைக் கவிதையாகப் பார்த்த அச்சிற்றிதழ், அதை எழுதியவர் அரூபசொரூபன் என அச்சிட்டிருந்தது அக்காலத்திய நகைச்சுவை. இப்படித்தான் இன்றைய நவீனக் கவிதைகள் எழுதப்படுகின்றன என நிறுவ, வேடிக்கையாக அவ்விளையாட்டை எண்பதுகளின் இறுதியில் நிகழ்த்தியவர் இளவேனில்.

மக்களை முன்னிறுத்தும் எந்தப் படைப்பாளனும் எழுத்திலுள்ள மோசடிகளை ஏற்கத் துணிவதில்லை. கைக்கு வந்ததை எழுதிவிட்டுக் கதையாகவும் கவிதையாகவும் காட்ட எண்ணுபவர்களிடம் கவனமாக இருக்கவேண்டும் என அவர்கள் அறிவுறுத்துகிறார்கள். தோழர் இளவேனில் பேரன்பும் பெருங்கோபமும் உடையவர். அதனால்தான், தொழிற்சங்க முன்னோடிகளில் ஒருவரான தோழர் வி.பி சிந்தன் தன் எழுத்தாள நண்பர் கேசவதேவிடம், இவனிடம் எனக்குப் பிடித்தது கோபம் என்று இளவேனிலை அறிமுகப்படுத்தியிருக்கிறார்.

தன்னை விமர்சிப்பவனின் நேர்மையை அல்லது தகுதியைப் பறைசாற்ற இம்மாதிரியான வேடிக்கைகளிலும் விளையாட்டுகளிலும் அவ்வப்போது இளவேனில் ஈடுபடத் தயங்கியதில்லை. மக்களை ஏமாற்றும் சக்தி எந்த ரூபத்தில் வந்தாலும் அதை அரூப சொரூபனாக நின்று எதிர்க்கும் திறனும் ஆற்றலும் எல்லோருக்கும் வாய்த்துவிடுவதில்லை. சுயத் தேவைகளைச் சுருக்கிக்கொண்டு, பொது வாழ்வுக்குத் தன்னை ஒப்புக்கொடுக்கும் ஒருசிலரே அத்திறனையும் ஆற்றலையும் பெறுகிறார்கள். எழுத்தில் அரசியலையோ அரசியலை எழுத்திலோ கொண்டுவரக் கூடாதெனச் சிலர் எண்ணுகிறார்கள். நுட்பமான இலக்கிய வடிவங்களில்

அரசியல் நுழைவதால் கலைத்தன்மை கெட்டுவிடும் என அவர்கள் நம்புகிறார்கள். அதுவுமே அரசியல்தான். அரசியலுக்கு இடமளிக்காத படைப்புகள் கால ஓட்டத்தில் கரைந்துவிடும் என்பவர்களே இளவேனிலைப் போன்றோர்.

ஒருவர் அரசியல் அறிவை பெற்றிருப்பதாலேயே அரசியல் கட்டுரைகளை எழுதிவிட முடிவதில்லை. அதற்குமேல் அது, யாருடைய அரசியல் என்று தெரிந்திருக்க வேண்டும். மேலும், ஆளும் தரப்புக்கோ அதிகார அச்சுறுத்தலுக்கோ அஞ்சக்கூடிய ஒருவர், அரசியல் கட்டுரைகளில் சோபிப்பதில்லை. தோழர் இளவேனில் அரசியல் கட்டுரைகளின் வாயிலாகவே தன்னை நிறுவியவர்.

இளவேனில் கவிதைகள் என்ற தலைப்பில் அவருடைய கவிதைகள் வெளிவந்துள்ளன. என்றாலும், அவர் வெகுவாகக் கொண்டாடப்படுவது அரசியல் கட்டுரைகளால்தான். ஒருமுறை அவருடைய கட்டுரையை வாசித்துவிட்டால் அதன்பின் அவரே வேண்டாம் என்றாலும் அவருடைய எழுத்துகளுக்கு நாம் தீவிரத் தோழனாகிவிடுவோம். ஆத்மா என்றொரு தெருப்பாடகனைக் கீழே வைக்கமுடியாத அனுபவத்தை வாசிக்குந்தோறும் பெற்றுவருகிறேன். இதற்குமுன் இப்படியொரு நூலை வாசித்திருக்கிறீர்களா என நண்பர்களிடம் சவால்விட்டுச் சிபாரிசும் செய்திருக்கிறேன்.

கவிதைகள், இலக்கியக் கட்டுரைகள், ஓவியங்கள், அரசியல் விமர்சனங்கள் எனப் பல முகங்களில் இளவேனில் தென்பட்டாலும், பொதுவெளியில் அவரைச் சினிமா இயக்குநராகப் புரிந்துகொண்டவர்களே அதிகம். கலைஞர் எழுதிய சாரப் பள்ளம் சாமுண்டி என்னும் நூலைத் தழுவி, அவர் இயக்கிய ‘உளியின் ஓசை’ திரைப்படத்தை அவ்வளவு எளிதாக யாரும் மறந்துவிடமாட்டார்கள். இளவேனில் தன் எழுத்தில் கொண்டிருந்த அடர்வை அத்திரைப்படம் சிலருக்குக் கொடுக்கவில்லை. மூலக்கதை இன்னொருவருடையது என்பதால் முழு ஆளுமை வெளிப்படாமல் போயிருக்கலாம். ஆனாலும், அத்திரைப்படம் வெளிவந்த சமயத்தில் எழுதப்பட்ட எந்தக் கட்டுரையிலும் இளவேனிலின் முந்தைய எழுத்துச் சாதனைகள் குறிக்கப்படவில்லை. காத்திரமான அவருடைய எத்தனையோ கட்டுரைகளில் ஒன்றைக்கூட

வாசிக்காதவர்களே அவர் திரைப்படத்தை விமர்சிப்பவர்களாக இருந்தார்கள். அவரை வெறுமனே ஒரு சினிமாவை இயக்கிய இயக்குநர் என்றுதான் என் கவனத்துக்கு வந்த எல்லாப் பத்திரிகைகளும் செய்திகளை வெளியிட்டன.

அச்சுக் கோர்க்கப்பட்டுப் புத்தகங்கள் வெளிவந்த அந்தக் காலத்திலேயே எழிலான எழுத்துருக்களை உருவாக்கும் பணியில் இளவேனில் ஈடுபட்டிருக்கிறார். அவருடைய அட்டை வடிவமைப்பில் எத்தனையோ நூல்கள் வெளிவந்துள்ளன. இளவேனில் என அவரே அவர் கைப்பட எழுதிய வடிவத்தில்தான் அவர் பெயர் இன்றும் அச்சாகிக்கொண்டிருக்கின்றன. பத்திரிகையாளராகவும் பணியாற்றிய அனுபவம் இருப்பதால் நூலின் பக்க வடிவமைப்பிலும் அட்டை வடிவமைப்பிலும் அக்கறை செலுத்தக்கூடியவராக அவர் இருந்துவருகிறார். மலையூர் மம்பட்டியான் என்னும் திரைப்படத்தின் எழுத்துருவை உருவாக்கியவர் அவர்தான். அப்படத்தின் கதைவிவாதத்தில் அவருக்கிருந்த பங்குகுறித்துப் பலரும் சொல்லக் கேட்டிருக்கிறேன்.

எழுபதுகளின் இறுதியில் இருந்தே அவர் சினிமாவோடு தொடர்பு கொண்டிருக்கிறார். நூறு பூக்கள் மலரும், வீரவணக்கம் ஆகிய தலைப்புகளில் அவரால் ஆரம்பிக்கப்பட்ட திரைப்படங்கள் என்ன காரணத்தினாலோ தொடரமுடியாமல் போயின. அதை அடுத்து, நெஞ்சில் ஓர் தாஜ்மஹால் என்னும் தலைப்பில் அவர் தொடங்கிய திரைப்படமும் பாடல் பதிவோடு நின்றது. சிவாஜிராஜா என்பவரால் இசையமைக்கப்பட்ட அத்திரைப்படத்தின் பாடல்களை இளவேனிலே எழுதியதாகக் குறிப்பு இருக்கிறது. என்றாலும், அப்பாடல்களைக் கேட்கும் கொடுப்பினை நமக்கு வாய்க்கவில்லை.

உளியின் ஓசையைத் தொடர்ந்து அவர் இயக்குவதாக அறிவிக்கப்பட்ட 'நீயின்றி நானில்லை' திரைப்படமும் தொடங்கிய நிலையிலேயே துவண்ட காரணத்தைத் தேடிக்கொண்டிருப்பதில் நியாயமில்லை. சினிமாவுக்குத் தேவையான சமசரங்களை ஒருவர் செய்துகொள்ளத் துணியாதபோது, அவருக்கான வாய்ப்புகள் கைநழுவிப்

போவது தவிர்க்க முடியாதது. கிடைத்த வாய்ப்பைக் கயிறாகப் பயன்படுத்தி மேலே ஏறுகிறவர்களும் உண்டுதான். என்றாலும், அது கயிறா பாம்பா எனச் சந்தேகிக்க வேண்டியது அவசியம்.

தோழர் இளவேனில் மனதில் பட்டதைச் சட்டென்று சொல்லிவிடுபவர். கட்சிக்குச் சொத்தையெல்லாம் எழுதிவைத்துவிட்டு, கட்சியைத் தன் சொத்தாக்கிக் கொண்டவர் அவர் என, கேரள கம்யூனிஸ்ட் தலைவர் ஒருவரைப்பற்றி அக்காலத்தில் அவர் கூறிய கூற்று ஒன்று பிரசித்திப் பெற்றிருந்தது.

அன்பை அதிர்ந்து வெளிப்படுத்தத் தெரியாத அவருடைய பண்புகளை எழுத்திலிருந்து உணர்ந்துகொள்ளலாம். இடதுசாரித் தோழர்கள் ஆழ்ந்த தமிழ்ப் புலமைக் கொண்டவர்கள் அல்லர் என்று வலதுசாரிகளால் பரப்பப்படும் வதந்திகளுக்குப் பதில் சொல்லக்கூடியவராக இளவேனில் இருந்து வருகிறார். அவருடைய காருவகி நாவல், சரித்திரத் தரவுகளைக் கொண்டு எழுதப்பட்ட மிக அற்புதமான வரலாற்றுப் புதினம். அந்நூலில் கலிங்கத்திற்கும் தமிழகத்திற்குமுள்ள தொடர்புகள் விவரிக்கப்பட்டுள்ளன. கலிங்கப்போரில் அசோகனுடன் போரிட்டமன்னன் யார் என்ற கேள்வியை எழுப்பி, அதற்குச் சரியான விடையைச் சான்றுகளுடன் தந்திருக்கிறார். ஒரு வரலாற்றுப் புதினத்தில் ஆய்வுக்குரிய பகுதிகள் கொஞ்சமாவது இருக்கும்.

காருவகி நாவலிலும் அப்படி விவாதிக்கவும் ஆய்வை மேற்கொள்ளவும் நிறைய உள்ளன. அசோகனின் இறுதிப்போரில் அவனுடன் போரிட்ட மன்னன் ஆரியனாக இருக்க வாய்ப்புக் குறைவு என வரலாற்று ஆய்வாளர் சுனிதிகுமார் சாட்டர்ஜி சொல்லியதற்கும் காருவகியில் இளவேனில் காட்டிய சான்றுகளுக்கும் தொடர்பு இருப்பதை ஆய்வாளர்களே சொல்லவேண்டும். கொடுங்கோலனாக ஆட்சியில் அமர்ந்த அசோகன், மெல்ல மெல்ல பௌத்தத்தைத் தழுவவும் உயிர்களை அருளோடு அணுகவும் காருவகியின் நட்பே காரணம் என்ற கருத்தும் நிலவுகிறது. காருவகி என்பவள் தமிழ்ப்பெண் என்றும் அவளது நட்பினால்தான் கலிங்கப்போர் முடிவுக்கு வந்தது எனவும் இந்நாவல் நிறுவுகிறது. பௌத்தத் துறவியான

காருவகியின் அன்பைப் பெற்ற பிறகே அசோகனுக்குப் போர் குறித்த எண்ணம் மாறியிருக்கிறது. போரிட்டு வெல்வதைவிட அன்பினால் உலகை வெல்வதே உயர்ந்ததென அவன் எண்ணியதாகவும் இளஞ்சேட் சென்னி என்றழைக்கப்பட்ட சோழ மன்னனே கலிங்கப்போரில் அசோகனுடன் போரிட்ட மன்னன் எனவும் நாவல் பேசுகிறது. புனைவை மிக விரிந்த தளத்தில் மேற்கொண்டுள்ள இளவேனில், சங்கப்பாடலில் இருந்து அதற்கான சான்றுகளைக் காட்டியிருப்பது விசேஷம்.

அசோகனின் மனத்தை மாற்றிய காருவகியைக் கதை நாயகியாகக் கொண்டு எழுதப்பட்ட அந்நாவல், ஏனைய வரலாற்றுப் புதினங்களைவிட ஆய்வுக்கான ஊற்றுக்கண்ணை திறந்துவைக்கிறது. சாண்டில்யனோ ஜெகசிற்பியனோ இந்நாவலை எழுதியிருந்தால் காருவகி என்பதற்குப் பதில் மழைமோகினி என்றோ மயில் என்றோ கவர்ச்சிகரமான பெயரை இட்டிருப்பார்கள். ஆனால், இளவேனிலோ காருவகி என்னும் தமிழ்ப் பெயரைச் சூட்டியிருக்கிறார் எனத் திராவிட இயக்க ஆய்வாளர் க.திருநாவுக்கரசு நூல் வெளியீட்டு விழாவில் பேசியது குறிப்பிடத்தக்கது.

உலக ஊடகங்களால் மைக்கேல் ஜாக்ஸன் கொண்டாடப்பட்ட பொழுதும் சரி, அதற்குப்பின் அதே அளவுக்கு விமர்சிக்கப்பட்ட பொழுதும் சரி அதை வெறுமனே பார்த்துக்கொண்டிராமல், மைக்கேல் ஜாக்ஸனுக்குப் பின்னே நிகழ்த்தப்பட்டப் பன்னாட்டு வணிக நிறுவனங்களின் அரசியலை ஆவேசத்தோடு முன்வைத்தவர் இளவேனில் ஒருவரே. இசையிலும் கடைப்பிடிக்கப்பட்ட இனவெறிக்கு எதிராக அவர் தீட்டிய கட்டுரைகள் போற்றிப் பாதுகாக்கத்தக்க ஆவணங்கள். தமிழ் நிலத்தில், இசைஞானி இளையராஜாவுக்கு எதிராகப் பத்மாசுப்ரமணியம் பரப்பிய அவதூறுகளையும்கூட அவர் சுட்டிக்காட்டத் தவறியதில்லை.

நாட்டுப்புற இசையைத் தனதென்று வாதிட்ட பத்மா சுப்ரமணியத்தின் அப்பட்டமான புளுகு மூட்டையை அவிழ்த்துக் கொட்டிய எழுத்து அவருடையது. பாவலர் வரதராஜன்தான் தன் அண்ணன் என்று இளையராஜா சொன்னதைப் பொய்யென்று சொன்னவர் பத்மா சுப்ரமணியம். இல்லாத ஒருவரைத் தன் அண்ணனாக இளையராஜா

சொல்வாரென்று பத்மா சுப்ரமணியம் எப்படித்தான் யோசித்தாரோ தெரியவில்லை. எழுத்தில் இவ்வளவு நெகிழ்வாகத் தன்னைப் பிரகடனப்படுத்தும் இளவேனில், நிஜத்திலும் அப்படியா? என்று வித்யாஷங்கரைக் கேட்டேன். எதார்த்தத்திலிருந்து எழுத்தைச் சமைக்கிற ஒருவர், எதார்த்தத்திற்கு எப்படி முரண்படுவார் என்றார்.

தோழர் இளவேனில் பொதுவாக உணவகங்களில் வைக்கப்படும் டிப்ஸ் தொகைக்கு எதிரானவர். சம்பளம் போதவில்லை என்றால் சங்கம் வைத்து முதலாளியிடம் முறையிட்டுப் பெற வேண்டுமே தவிர, தட்டிலிடும் சில்லறைகளைத் தொழிலாளர்கள் பொறுக்கக்கூடாது என்பவர். ஊழியத்துக்கான கூலியை முதலாளியிடம் போராடிப் பெறுவதுதான் உரிமை. அதைவிடுத்து, யார் யாரோ வைத்துவிட்டுப் போகும் இனாம்களுக்காகக் கையேந்திக் காத்திருக்கக்கூடாது எனச் சொல்லியிருக்கிறார்.

மீதத்தை எடுத்துக்கொள்ள எண்ணுபவன், தன்னையும் மீதமாகவே கருதநேரும் என்றிருக்கிறார். இப்பவும் இந்தியன் காபி ஹவுசில் பணியாற்றும் தொழிலாளர்கள் டிப்ஸ் பெறுவதில்லை என்றே கேள்விப்படுகிறேன். சகமனிதனைச் சமமாகப் பாவிக்கும் பக்குவமுடையவராக அவர் இருப்பதால்தான், இன்றையத் தலைமுறையும் அவருடைய எழுத்துகளை உச்சிமோந்து உச்சரிக்கிறது.

நவீன ஓவியத்தின் தந்தை பிக்காஸோ, தனது இறுதிக் காலத்தில் தன் ஓவியங்களில் ரசிப்பதற்கு ஒன்றுமே இல்லை என ஒப்புதல் வாக்குமூலம் அளித்ததைக் குறிப்பிட்டு, பாதல் சர்க்காரின் நாடகங்களைக் கட்டுடைத்திருக்கிறார். பாதல் சர்க்காரின் நாடகங்களையே கட்டுடைத்தவர் என்றால் உடனே, அவர் ஏதோ நவீனங்களுக்கு எதிரானவர் எனக் கருத வேண்டியதில்லை.

இளவேனில் நவீனங்களுக்கு எதிரானவர் அல்லர். நவீனப் பொய்மைகளுக்கே எதிரானவர். மரபு என்பது மதவகைப்பட்ட ஆசாரமல்ல. அது, கட்டுத்தளையும் அல்ல. ஒரு குறிப்பிட்ட காலத்திய, ஒரு குறிப்பிட்ட மக்களது அனுபவங்களின் முதிர்ச்சியே மரபு. மரபு என்பது

இலக்கணம். அது ஒரு விஞ்ஞானம். விஞ்ஞானம் அறிவுக்கோ கலைக்கோ எதிரானதல்ல என்று சொல்லுவார். இடதுசாரி இலக்கியங்களில் எதுவுமே இல்லை. இலக்கியங்கள் என்னும் பேரில் அவர்கள் சோஷலிசப் போஸ்டர்களை அடித்துக்கொண்டிருக்கிறார்கள் என இப்போதும் பிரச்சாரம் செய்பவர்கள் இல்லாமல் இல்லை. எந்தப் பிரச்சாரத்தினாலும் மக்கள் கலை இலக்கியத்தின் மகத்துவத்தை மறுக்கமுடியாது. அதையும் தாண்டி, சோஷலிசப் போஸ்டர் அடிப்பது ஒன்றும் ரசக்குறைவான காரியமில்லை. அது, வாயில் ஒழுகும் குழந்தையின் வாயைத் துடைத்துவிடும் தாயின் செயலுக்கு ஒப்பானது.

தோழர் இளவேனில் "என் எழுத்திலுள்ள பிழைகளைப் பொறுத்துக்கொள்ளுங்கள்" எனச் சொல்பவரை அங்கீகரிப்பதில்லை. 'உனக்கே பிழையென்று தெரிந்தபின் அதையேன் அச்சிட்டு எனக்குக் கொடுக்கிறாய்" என்றுதான் கேட்பார். எழுத்தை ஆளவேண்டும் எனவும் வாக்கியங்களுக்கு இடையே வாழ்க்கை இருக்கவேண்டும் எனவும் அவர் சொல்லியிருக்கிறார். 'இரண்டாம் உலகைத் தேடி" என்ற எழுத்தாளர் எம்.ஜி.சுரேஷின் புகழ்பெற்ற முதல் சிறுகதை கார்க்கி இதழில்தான் பிரசுரமானது.

ஒரு படைப்பாளரை அடையாளங்கண்டு அவரைத் தொடர்ந்து எழுதவைப்பதில் அக்கறையோடு இருந்திருக்கிறார். இன்குலாப்பின் அநேக கவிதைகள் அவருடைய கார்க்கி இதழில்தான் வெளிவந்தன. "இளவேனில் எழுத்தில்" என்னும் தலைப்பில் அவருடைய எழுத்துகள் யாவும் தொகைநூலாக இப்போது வரத் தொடங்கியுள்ளன. இதுவரை அவரை வாசித்தவர்களும் புதிதாக வாசிக்கப் போகிறவர்களும் மீண்டும் தோழர் எனும் சொல்தரும் இன்பத்தில் லயிக்கக்கூடும்.

மேலும், தோழர் என்ற சொல்லின் ஜீவனுள்ள அர்த்தத்தை உணரக் காவல்துறை உயரதிகாரிகளும் அவர் நூல்களை வாசிக்கவேண்டுமெனக் கேட்டுக்கொள்கிறேன். பதினேழு ஆண்டுகளுக்கு முன் இந்தியன் காபி ஹவுசில் தோழர் இளவேனிலைச் சந்தித்தேன். அன்றுமுதல் இன்றுவரை உருமாறாமல் அந்த நினைவு அப்படியே இருக்கிறது. இப்பொழுதும் அக் காபி ஹவுசைக் கடக்கையில் அனிச்சையாக

என் தலை திரும்பி, சாளரத்தை எட்டிப்பார்க்கிறது. அச்சாளரத்தின் வழியே தோழர் தென்பட்டால், யாரோபோல் அருகிருந்து அவர் விவாதிப்பதைக் கேட்டுவிட்டு அமைதியாகத் திரும்புகிறேன். நானும் தொழிலாளர்களைத் தோழர்களாக ஏந்திக்கொள்ள எண்ணுவதால், உணவு மேசையில் வைக்கப்படும் மீதிச் சில்லறைகளை மறக்காமல் எடுத்துக்கொள்கிறேன். ஆமாம், தோழர்கள் என்பவர்கள் அன்பைக்கூட பிச்சையாக இட விரும்புவதில்லை.

கவிதைகளின் ஒலியழகர்

கவிதையை மனனம் செய்து ஒலியழகோடு ஒப்பிக்கும் பழக்கம் ஒருகாலம்வரை நம்மிடம் இருந்திருக்கிறது என்பதற்கான சாட்சியாக வாழ்ந்தவர் திருலோகசீதாராம். தன்னுடைய கவிதைகளைவிட பிறருடைய கவிதைகள் மேல் அவர் கொண்டிருந்த அன்பும் பற்றும் அலாதியானது. இன்னும் சொல்லப்போனால், பாரதி, பாரதிதாசன் ஆகிய இருபெரும் ஆகிருதிகளின் அடிநாதமாகத் தன்னை வரித்துக்கொண்டவர்களில் முதன்மையானவர் திருலோகம். என்னுடைய பதின்பருவத்தில் திருலோகசீதாராமின் கவிதைகள் குறித்த பிரமிப்பில் தோய்ந்திருக்கிறேன்.

சின்னச் சின்னச் சந்தங்களில் அவர் கட்டியெழுப்பிய மகா கவிமாளிகையில் வாழவும் வசிக்கவும் விரும்பியிருக்கிறேன். கணையாழியில் பணிபுரிந்தபோது விமர்சகர் வெங்கட்சாமிநாதனும் கவிஞர்.க.மோகனரங்கனும் திருலோகத்தைப் பற்றி அவ்வப்போது சொல்லக்கேட்டுச் சிலிர்த்திருக்கிறேன்.

ஓரளவு எனக்குத் தெரிந்திருந்த ஒருவரைப் பற்றி மேலதிகத் தகவல்களோடு முழுமையாகத் தெரிந்துகொள்ள உதவியது திருலோகம் என்னும் கவிஆளுமைக் குறுந்தகடு. நல்ல

234 □ நல்லார் ஒருவர்

முயற்சி என்பதோடு இப்பணியை யாராலும் கடந்துவிட முடியாது. ஏனெனில், இம்முயற்சி செம்மையுற்றிருக்கிறது. தரவு மட்டுமே ஆவணப்படத்திற்குப் போதும் என்றில்லாமல் ரசனையைப் காட்சிதோறும் பரவவிட்டிருகிறார் கவிஞர் ரவிசுப்ரமணியன். 'முன்பொரு பாடல் எழுதினேன், அதன் மூலப்பிரதி கைவசமில்லை' என்னும் கவிதையை மெட்டமைத்துப் பாடியதோடு காட்சிப்படுத்தியிருக்கும் விதம் அருமையிலும் அருமை. என்னே ரசனை என்று சொல்லத்தக்க அற்புதங்களை நிகழ்த்திக் காட்டுகிறார்.

சமீபக்கால இசைப்பயிற்சியும் அவருக்கே உரிய கவிதை மனதும் திருலோகத்தின் சிறப்பை வெளிக் கொணரப் பெருமளவில் உதவியிருக்கின்றன. இசையும் ஒழுங்கும் இயைந்து வந்திருப்பதைச் சொல்லியே ஆக வேண்டும். சங்கப்பாணர்களின் நீட்சியாக திருலோகத்தைப் பார்க்கும் அதே சமயத்தில் அவருடைய தனித்த ஆளுமையை வெளிப்படுத்தும் பல விஷயங்களை இப்படம் பட்டியலிடுகிறது. சிவாஜி இதழில் அவர் ஆசிரியராக இருந்தபோது பாரதிதாசனிடம் அவர் வாங்கி வெளியிட்ட கவிதை, பாரதிதாசனிடம் பிணங்கிக்கொண்ட சம்பவம் என நிறையச் சொல்லலாம்.

ஒரு கவிஞனாக அவர் தன்னை எங்கேயும் நிலைநிறுத்திக்கொள்ள விரும்பியிருக்கவில்லை. பாடகராக, பதிப்பாளராக சொற்பொழிவாளராக பாரதி அன்பராக என்று நீளும் குறிப்பில் இறுதியாக அவர் கவிஞராகவும் இருந்திருக்கிறார். அவ்வளவே. ஆனால், அவரை அப்படி எளிதாகக் கவி உலகம் கடந்துவிட முடியாது. தத்துவ விசாரங்களில் தன்னை ஈடுபடுத்தியிருக்கிறார். கவிதைகளின் ஆத்ம வெளிக்குள் தன்னை ஆராய்ந்துபார்க்கும் முயற்சியாகவே அவருடைய தேவ சபையும் அமரர் சபையும் அசுரர் சபையும் செயல்பட்டிருக்கின்றன.

தேச நலனுக்கு முக்கியத்துவம் கொடுத்த பாரதியையும் திராவிட நலனுக்கு முக்கியத்துவம் கொடுத்த பாரதிதாசனையும் ஒரே கோட்டில் இணைத்துப் பார்த்த ஒப்பற்றவராக அவர் இருந்திருக்கிறார். கவிதைகளில் கருத்துக்களைவிட கவியழகின் திரட்சிக்காகவே இருவரையும் அவர் நேசித்திருக்கிறார் எனலாமா? தெரியவில்லை. யாருடைய கவிதை ஆனாலும்

அதைத் தன் கவிதைபோல் பாவிக்கும் பழக்கம் எல்லோருக்கும் வந்துவிடுவதில்லை. பிறர் கவிதைகளில் என்ன பிழை என்று உற்று நோக்கி ஒவ்வொரு பெருங்கவிகளும் கட்டுரை எழுதும் இன்றைய காலகட்டத்தில் திருலோகம் போன்றோரை எண்ணுவதே ஆச்சர்யத்துக்குரியதுதான். ரவி சுப்ரமணியன் கவிஞராகவும் இருப்பதால் ஓர் ஆவணப்படம் என்பதைத் தாண்டி இப்படம் பொலிவு பெற்றிருக்கிறது. முன்னேயும் பின்னேயும் சொல்லப்பட்டுள்ள தகவல்கள், கவனத்தைச் சிதறடிக்காமல் பார்த்துக்கொள்கிறது.

செய்திகளை எந்த வரிசையில் சொல்ல வேண்டும் எனத் தீர்மானித்துக்கொண்டு செயல்பட்டிருப்பதால் எந்தத் தகவலும் மிகையுணர்ச்சியைக் கொண்டிருக்கவில்லை. ஆவணப்படத்தின் வரையறையைத் தாண்டாமல் கிடைத்த தகவல்களை அழகாக நிரல்படுத்தியிருக்கிறார். இந்த ஆவணப்படத்தில் குறிப்பிட்டுச் சொல்லத்தக்க இன்னொரு அம்சம், சேக்கிழார் அடிப்பொடி டி.என்.ஆரின் உரை. திருலோகத்தோடு அவருக்கிருந்த பழக்கத்தை இவ்வளவு நேர்ந்தியாக எங்கேயும் அவர் சொல்லவில்லை. அன்பின் உச்சப்பட்ச வெளிப்பாடாக இறுதியில் அவர் சிந்தும் கண்ணீர் இதயத்தை நிதானமிழக்கச் செய்கிறது.

டி.என்.ஆருக்கும் ஓர் ஆவணப்படம் தயாரிக்க வேண்டும். அவர் பழகிய புழங்கிய தமிழ் இலக்கியப் பரப்பு பரந்து விரிந்தது. மதிப்புமிக்க பல தமிழ் ஆளுமைகளோடு அவர் கொண்டிருந்த, கொண்டிருக்கும் உறவும் பற்றும் பதிவு செய்யத்தக்கன. திருலோகத்தை மீண்டும் நினைக்கவும் அவர் பணியைப் போற்றவும் கவிஞர் ரவிசுப்ரமணியன் எடுத்துக்கொண்ட அக்கறையே இப்பதிவின் முக்கிய நோக்கம் எனலாம். காழ்ப்பை விடுத்துக் கவிதைகளைக் கவிதைகளாக மட்டுமே பார்க்கவேண்டும் என்னும் உயரிய சிந்தனைகளை இப்படம் உருவாக்குகிறது.

நம்மிடைய வாழ்ந்து மறைந்த எண்ணற்ற தமிழ்க் கவிகளின் மேன்மையை இப்படியான பதிவுகளின் மூலமாவது நாம் மீட்கக் கடமைப்பட்டிருக்கிறோம். ஒருவர் இருவரல்லர். ஒவ்வொருவருமே தனித்த ஆளுமைகளாகக் கருதப்படவேண்டியவர்கள். திருலோகத்தைப்

பற்றி விவரிக்கையில் க.நா.சு.வும் கரிச்சான் குஞ்சும் வருகிறார்கள். வ.ரா.வும் அண்ணாவும் காமராஜரும் தென்படுகிறார்கள். கவிஞர்கள், அவர்கள் வாழுங்காலத்தில் நினைக்கப்படுவதில்லை என்பது உண்மையானாலும் வரலாறு அவர்களை ஒருபோதும் புறந்தள்ளிவிடுவதில்லை. அதற்கான சான்றாக வந்திருக்கும் இவ்வாவணப்படம் பாதுகாக்கப்பட வேண்டியது.

கவிஞர். ரவிசுப்ரமணியன் தன் முன்முயற்சியால் ஒருபடி முன்னே ஏறியிருக்கிறார். தொடரும் அவர் செயல்பாட்டிற்கு வந்தனம் கூறும் பொறுப்பு நம்முடையது. வாழ்த்தவும் உதவவும் நாம் தயாரானால் அவருடைய பணி இன்னும் சிறக்கக்கூடும். முன்னோர்களை நினைக்கவும் ஆவணப்படுத்தவும் ஒருவர் கிடைத்திருக்கிறார் என்னும் நெகிழ்வை ரவிசுப்ரமணியன் உண்டாக்குகிறார். பிறரைத் தாமாகக் கருதும் பெருந்தன்மை திருலோகத்தின் மூலம் ரவியும் பெற்றிருக்கிறார் என்பதுதான் இவ்வாவணப்படத்தின் உட்பொருள். நாம் யாரை வியக்கத் துணிகிறோமோ அவருடைய இயல்பு நம்மிடையேயும் உண்டு என்பார்கள். அவ்விதத்தில் திருலோகத்தோடு சேர்த்து ரவிசுப்ரமணியனையும் கொண்டாடத் தோன்றுகிறது.

முதல்வரான மக்கள் ஊழியர்

மக்களால் தேர்ந்தெடுக்கப்படும் சட்டமன்ற உறுப்பினர்கள் யாரைத் தங்கள் தலைவராகத் தேர்ந்தெடுக்கிறார்களோ அவரே முதல்வராகும் தகுதியுடையவர். இதுவே, இந்திய ஜனநாயகத்தின் நடைமுறை என்று சட்டம் சொல்கிறது. மக்களால் தேர்ந்தெடுக்கப்படும் சட்டமன்ற உறுப்பினர்கள் எப்படிப்பட்டவர்களாக இருக்கவேண்டும் என்றோ தேர்ந்தெடுக்கப்பட்டபின் அவர்களின் சுயரூபம் தெரியவந்தால் அவர்களைத் திரும்ப அழைத்துக்கொள்ளலாம் என்றோ அது சொல்லவில்லை.

இதன் காரணமாக யார் யாரோ முதல்வர் ஆகும் தகுதியைப் பெற்றுவிடுகிறார்கள். யார் வேண்டுமானாலும் முதல்வராகலாம் என்பது ஜனநாயகத்தின் சிறப்பாகக் கருதப்படும் அதே வேளையில், ஜனநாயகத்தின் சிக்கலாகவும் அதுவே அமைந்திருப்பது விவாதத்துக்குரியது. இதுவரை இந்திய ஜனநாயகத்தின் மீது கேள்வி எழுப்பாத தமிழர்கள் சமீபகாலங்களில் அதுகுறித்து ஆழ்ந்து சிந்தித்து விவாதிக்கத் தொடங்கியிருக்கிறார்கள். நாங்கள் யாரை முன்னிறுத்தி வாக்களித்தோமோ அவர் மரணமடைந்துவிட்டால் உருவாக்கப்பட்ட ஆட்சியைக் கலைத்துவிடவேண்டும்

என்று கூக்குரலிடுகிறார்கள். முன்னெப்போதையும்விட தற்போதைய தமிழக அரசியல் களத்தில் நிகழ்ந்துவரும் மாற்றங்கள் அவர்களுக்கு அளவில்லாத அச்சத்தையும் நிலையற்ற தன்மையையும் ஏற்படுத்திக்கொண்டிருக்கின்றன. மக்கள் ஒருமுறை விரும்பி வாக்களித்துவிட்டால் அதன்பின் ஐந்தாண்டுகளுக்குக் கேள்வியே கேட்கமுடியாது என்னும் நிலை ஜனநாயகத்தின் சாதகமா? பாதகமா? என்று யூகிக்க முடியவில்லை. ஏழு மாதத்தில் மூன்று முதல்வர்கள்.

இந்த நிலையில் தற்போது அமைக்கப்பட்டிருக்கும் அமைச்சரவை எத்தனைக் காலத்திற்குத் தாக்குப்பிடிக்கும் எனச் சொல்வதற்கில்லை. ஆட்சியைக் கைப்பற்றியிருக்கும் கட்சியின் பொதுச்செயலாளர் சிறையிலிருக்கிறார். சிறையிலிருக்கும் பொதுச்செயலாளரின் ஆலோசனைப்படி ஆட்சி நடக்கிறது. அவர் சிறையில் இருப்பது தேச நலனுக்காக நடத்திய போராட்டத்திற்காக அல்ல. வருமானத்திற்கு அதிகமாக முந்தைய ஆட்சியில் சொத்து சேர்த்ததற்காக. அமைச்சரவை ஜனநாயக நடைமுறைப்படி ஆட்சிக்கட்டிலில் ஏறியிருந்தாலும், எப்போது இறங்குமோ என்னும் அச்சம் மக்களிடம் பற்றிக்கொண்டிருக்கிறது. இந்த அச்சத்தையும் அதிருப்தியையும் போக்கக்கூடிய வழிகள் சட்டத்தில் இருப்பதாகத் தெரியவில்லை.

கட்சியை வழிநடத்தும் பொறுப்பை வகித்த ஒருவரே ஆட்சியை வழிநடத்தும் அருகதையுடையவர் என மக்கள் நம்புகிறார்கள். நிர்வாகம் என்பது கோப்புகளில் கையெழுத்து போடுவது மட்டுமில்லை. ஒரு முதல்வர், விரைந்து முடிவெடுத்து, சகல துறைகளையும் செயல்படவைக்கும் செயல் ஊக்கியாக இருக்கவேண்டும் என அவர்கள் விரும்புகிறார்கள். தங்களால் தேர்ந்தெடுக்கப்பட்ட சட்டமன்ற உறுப்பினர்களைக் கேள்விகேட்கும் அதிகாரமுடையவராக முதல்வர் இருக்கவேண்டும் என நினைக்கிறார்கள்.

அது சட்டத்தால் வரையறுக்கப்படவில்லை. முதல்வரின் வேலை என்ன என்பதை மக்களாகப் புரிந்துகொண்டதிலிருந்து உருவான சித்திரம். இந்தச் சித்திரத்தை ஏற்கெனவே முதல்வர்களாக இருந்தவர்களே அவர்களுக்கு வடித்துக்கொடுத்தார்கள். ஒருவர் போல் இன்னொருவர்

யுகபாரதி □ 239

இல்லை என்றாலும்கூட தனித்தன்மை வாய்ந்தவர்களாக நம்முடைய முந்தைய முதல்வர்கள் இருந்திருக்கிறார்கள். ஓ.பன்னீர்செல்வம் நீங்கலாக நம்முடைய முதல்வர்கள் அத்தகைய ஆளுமை பொருந்தியவர்களாக இருந்திருக்கிறார்கள். அகில இந்திய அளவில் தங்கள் ஆளுமையினால் ஆதிக்கம் செலுத்தக்கூடியவர்களாக அறியப்பட்டிருக்கிறார்கள்.

சித்தாந்த ரீதியிலும் செயல்பாட்டிலும் அவர்கள் உருவாக்கித் தந்த சித்திரத்தை இழக்க மக்களுக்கு மனமில்லை. ஏற்கெனவே இருந்த தலைவர்களும் முதல்வர்களும் கட்சியாலும் கொள்கையாலும் வேறுபட்டு இருந்தாலும் அவர்கள் தங்கள் தகுதிகளைத் தக்கச் சமயத்தில் நிரூபித்துக்காட்டியிருக்கிறார்கள்.

திராவிட முன்னேற்றக் கழகத்தைத் தோற்றுவித்த சி.என். அண்ணாதுரை ஆட்சிப் பொறுப்பேற்று ஐம்பதாண்டுகள் ஆகும் இத்தருணத்தில், ஒரு முதல்வர் எப்படி இருக்கவேண்டும் என எண்ணும் துர்ப்பாக்கிய நிலைக்குத் தமிழர்களாகிய நாம் தள்ளப்பட்டிருக்கிறோம். இக்காலகட்டத்தைத் திராவிடக் கட்சிகளின் வீழ்ச்சி என்றும் ஊழல்வாதிகளின் கையில் ஆட்சியும் அதிகாரமும் சிக்குண்டுக் கிடக்கின்றன என்றும் பலரும் பலவாறாகப் பேசிக்கொண்டிருக்கிறார்கள்.

இதில் என்ன வேடிக்கை என்றால் நம்முடைய தலைவர்களிலும் முதல்வர்களிலும் முன்மாதிரிகளாக அநேகம்பேர் இருந்திருக்கிறார்கள் என்பதுதான். இவ்வளவு பெருந்தகைகள் இருந்தும்கூட நம்மால் இன்றைக்கு நிகழ்ந்து கொண்டிருக்கும் சர்ச்சைகளுக்கு முடிவுகட்ட இயலவில்லை. எல்லாத் தகுதிகளையும் பெற்ற ஒருவர்தான் முதல்வராக முடியும் என்று சட்டமோ மரபோ வரையறுக்கவில்லை. ஆனால், நம்முடைய எதிர்பார்ப்புகள் சட்டத்தையும் மரபையும் மீறியதாக இருக்கின்றன.

காரணம், யார் யாரெல்லாம் அமர்ந்திருந்த இருக்கை என்று சிலாகிக்கும் அளவுக்கு நம்முடைய முந்தைய முதல்வர்கள் இருந்திருக்கிறார்கள். குறிப்பாக, ஓமந்தூரார். சுதந்திர இந்தியாவின் முதல் சென்னை மாகாண முதல்வராகப் பதவி வகித்த ஓ.பி.ராமசாமி ரெட்டியார், ஓமந்தூரார் என்றே அறியப்படுகிறார். எளிய விவசாயக் குடும்பத்தில் பிறந்த

அவர் முதல்வராகப் பதவியேற்ற பிற்பாடும்கூடத் தன்னை ஒரு விவசாயியாகக் காட்டிக்கொள்ளவே விருப்பப்பட்டிருக்கிறார். இறுதிவரை எளிமையும் நேர்மையுமாகக் காட்சியளித்த அவர், ஆட்சிபுரிந்தது வெறும் இரண்டே இரண்டு ஆண்டுகள்தான். ஆனால், அந்த இரண்டு ஆண்டுகளை விட்டுவிட்டுத் தமிழக அரசியலை எழுதமுடியாது என்னும் நிலையை அவர் ஏற்படுத்தியிருக்கிறார்.

மறைந்த முன்னாள் முதல்வர் ஜெ. ஜெயலலிதா மருத்துவமனையில் அனுமதிக்கப்பட்டது முதல் அவருக்கு உலகத்தரம் வாய்ந்த சிகிச்சைகள் அளிக்கப்படுகின்றனவா? எனும் ஐயம் எல்லாமட்டத்தினராலும் எழுப்பப்பட்டது. அவர் மறைந்துவிட்டாலும்கூட, அவருக்கு அளிக்கப்பட்ட சிகிச்சையில் சிக்கல் இருப்பதாக அவரால் அடையாளங்காட்டப்பட்டவர்களே சொல்லிவருகிறார்கள். உண்மையை அறிய விசாரணைக் கமிஷன் அமைக்கப்பட வேண்டும் என்பதுவரை அவ்விவாதம் போய்க்கொண்டிருக்கிறது. ஆனால், அதே முதல்வர் பதவியை வகித்த ஓமந்தூரார் உடல் சுகமில்லாமல் மருத்துவமனையில் அனுமதிக்கப்பட்டபோது தனக்கு எந்தவிதமான சிறப்புச் சிகிச்சையும் அளிக்கப்படக்கூடாது என்று சொல்லியிருக்கிறார்.

உடல் நலமில்லாமல் சென்னைப் பொதுமருத்துவமனையில் சேர்க்கப்பட்ட அவர், மருத்துவர்களுக்கு இரண்டு நிபந்தனைகளை விதித்திருக்கிறார். முதலாவது நிபந்தனை, எல்லா மக்களுக்கும் கொடுக்கப்படுகின்ற மருந்துகளும் கவனிப்பு முறைகளும்தான் தனக்கும் கொடுக்கப்பட வேண்டும். எனக்கென்று தனியாக மருந்துகளோ கவனிப்புகளோ வெளிநாட்டிலிருந்து மருத்துகளோ மருத்துவர்களோ வரவழைக்கக்கூடாது.

இரண்டாவது நிபந்தனை, எனக்குச் சிகிச்சையளிக்கும் மருத்துவர்கள் சிகிச்சை முடிந்தபிறகு என்னிடம் வந்து எந்தச் சலுகையும் கேட்கக்கூடாது. இரண்டு நிபந்தனைகளுக்கும் மருத்துவக்குழு ஒப்புதல் அளித்தபிறகே மருத்துவமனையில் சேர சம்மதித்திருக்கிறார். தான் மக்களிடமிருந்து எந்தவிதத்திலும் தனிமைப்பட்டுவிடக் கூடாது என்னும் எண்ணமுடையவராக அவர் இருந்திருக்கிறார். பொது மக்களுக்கு அளிக்கப்படும் சிகிச்சை முறையினால்தான் தானும் கவனிக்கப்படவேண்டும்

என அவர் விரும்பியிருக்கிறார். மக்கள் பிரதிநிதியாகத் தன்னை வரித்துக்கொண்ட ஒருவர், மக்களில் ஒருவராகத் தன்னையும் கருதிக்கொள்வதில் உள்ள மகோன்னதத்தை உணர்ந்தவராக அவர் இருந்திருக்கிறார். தவிர, நம்முடைய அரசுப் பொதுமருத்துவமனைகளின் சிகிச்சைமுறைகளில் நம்பிக்கையுடையவராகவும் அவர் இருந்திருக்கிறார்.

அதிகாரமிருக்கிறது என்பதற்காகவோ பணமிருக்கிறது என்பதற்காகவோ தான் ஒரு விசேஷ ஜந்து என்று அவர் தன்னைக் கருதிக்கொள்ளவில்லை. இன்றைக்குச் செய்தித்தாளைப் பிரித்தால் தமிழக மீனவர்கள் இலங்கைக் கடற்படையினரால் கைது செய்யப்படுவதும் சுட்டுக்கொல்லப்படுவதும் தலைப்புச் செய்தியாக இருக்கிறது. கேள்விகேட்க நாதியற்றவர்களாகத் தமிழக மீனவர்கள் நிறுத்தப்படுகிறார்கள்.

கடலுக்கு மீன்பிடிக்கச் செல்லும் அவர்கள், வீடு திரும்புவார்களா? என்பதற்கு உத்தரவாதமில்லை. மீனை அவர்கள் பிடிப்பார்களா இல்லை இலங்கைக் கடற்படை அவர்களைப் பிடித்துப்போகுமா என்னும் நிலைதான் நிலவுகிறது. மீன்வளத்துறை அதிகாரிகளோ மந்திரிகளோ இந்த அசம்பாவிதங்களை தடுக்கக்கூடியவர்களாக இல்லை. மாறாக, நம்முடைய மீனவர்கள் எல்லைதாண்டிப் போய் மீன்பிடிப்பதால்தான் இப்படியெல்லாம் நடக்கின்றன என்கிறார்கள். மீனவர்களைக் கேட்டால் மீன் இருக்கும் இடத்தில்தானே வலையை வீசமுடியும் எனப் பதிலளிக்கிறார்கள். ஓமந்தூரார் காலத்திலும் மீன் வளத்துறையைச் சேர்ந்த அதிகாரிகள் இப்படித்தான் இருந்திருக்கிறார்கள்.

உணவுப் பற்றாக்குறை நிலவிக்கொண்டிருந்த அச்சூழலில், கடலில் மீன்வளத்தைப் பெருக்க வேண்டும் என அதிகாரிகளை அழைத்து ஓமந்தூரார் கோரிக்கை வைக்கிறார். கடல் வளத்தைப் பன்மடங்காக்க, “ப்ளூ ரெவல்யூசனை” உருவாக்க வேண்டும் என்பது அவர் திட்டமாயிருக்கிறது. அதுகுறித்து அதிகாரிகளுடன் தீவிர ஆலோசனையில் ஈடுபடுகிறார். அப்போது மீன்வளத்துறை இயக்குநராக இருந்த அப்பாஸ் கலிலீ, “அது அவ்வளவு எளிதன்று. கடல் என்றால் அதில் எல்லா இடங்களிலும் மீன் கிடைத்துவிடாது” என அலட்சியமாக மறுத்துவிடுகிறார். “ஆம், கடலிலும்

‘காண்டினண்டல் ஷெல்ப்’ என்று குறிக்கப்படும் பகுதிகள் மட்டும்தான் மீன்பிடிக்க ஏற்றன. அதற்கும் நார்வே போன்ற நாடுகளில் பல புதிய முறைகளைக் கையாளுகிறார்கள்” என ஓமந்தூரார் சொல்லியதும் கலிலீ வாயடைத்துப்போயிருக்கிறார்.

சைவ உணவை மட்டுமே உட்கொண்ட ஓமந்தூரார், அசைவ உணவு மூலமாவது மக்களின் உணவுப் பற்றாக்குறையைத் தீர்க்க முயன்றிருக்கிறார். ஐ.சி.எஸ் படித்த அதிகாரிகளால் யோசிக்க முடியாதவற்றைக்கூட பட்டிக்காட்டு முதலமைச்சர் என்று சொல்லக்கூடிய ஓமந்தூரார் யோசித்திருக்கிறார்.

அப்போதெல்லாம் பண்ணைகளில் உபயோகிக்க ஆயில் எஞ்சின்களை அரசாங்கமே வாடகைக்குக் கொடுத்துவந்தது. வேளாண்மைத் துறையிடம் பெயரைப் பதிந்துவிட்டுவந்தால் வரிசைக்கிரமமாக ஆயில் எஞ்சின்கள் வாடகைக்கு வழங்கப்படும். எண்ணிக்கையில் குறைந்த அளவே ஆயில் எஞ்சின்கள் இருந்ததால் உடனுக்குடன் கிடைக்கக்கூடிய சூழல் இல்லை. காத்திருந்துதான் ஆயில் எஞ்சின்களை பெறவேண்டியிருந்தது. அப்படியான சூழலில், ஓமந்தூராரின் சகோதரர் லெட்சுமண ரெட்டியார் வேளாண்மைத்துறைக்கு ஆயில் எஞ்சின் வேண்டி விண்ணப்பிக்கிறார். முதல்வரின் தம்பி என்பதால் அவ்விண்ணப்பம் உடனே பரிசீலிக்கப்பட்டு, ஆயில் எஞ்சின் அனுப்பப்படுகிறது.

தகவல் அறிந்த ஓமந்தூரார், தன்னுடைய தம்பி என்பதால் உடனே வழங்க அனுமதியளித்த அதிகாரிகளைக் கடிந்துகொள்கிறார். “ஐநூறுபேர் காத்திருக்கும்போது முதலமைச்சரின் தம்பி என்பதால் நீங்கள் உடனே வழங்கியிருப்பது ஊழலுக்கு வழிவகுக்கும். யாராக இருந்தாலும் காத்திருந்து பெறுவதுதான் நடைமுறை என்றிருக்கும்பொழுது, என்னுடைய தம்பிக்கு நீங்கள் காட்டிய சலுகை அதிகாரத் துஷ்பிரயோகம்” என்று கூறி ஆணையை ரத்து செய்திருக்கிறார். ஒரு முன்னாள் முதல்வருடன் உடனிருந்தேன் என்பதால் எனக்கும் முதல்வராகும் தகுதியிருக்கிறது என வாதிடும் இக்காலகட்டத்தில், சொந்தச் சகோதரன் தன்னுடைய பெயரைப் பயன்படுத்தி ஆயில் எஞ்சினைக்கூட வாடகைக்கு எடுக்க முடியாதென்னும் கண்டிப்புடன் ஓமந்தூரார் வாழ்ந்திருக்கிறார். ஒருமுறை

ஓமந்தூராரின் உறவினரும் இளமை முதலே அவருடன் தொடர்பு கொண்டிருந்தவருமான ரெட்டணை சுப்பராம ரெட்டியார் ஓமந்தூராரைச் சந்திக்கக் கூவம் மாளிகைக்கு வந்திருக்கிறார். அப்போது கூவம் மாளிகை சமையல்காரர் அவரிடம் சர்க்கரை தீர்ந்துவிட்டது என்றிருக்கிறார். உடனே ரெட்டணை சுப்பராமன் சர்க்கரை அனுப்பும்படி ரேஷன் கடைக்குப் போன் செய்திருக்கிறார். போன் செய்த சில நிமிடங்களில் லாரியில் ஒருமூட்டை சர்க்கரை வந்து இறங்குகிறது.

பணம் எதுவும் பெறவில்லை. இதுநடந்த கொஞ்ச நேரத்தில் ஓமந்தூரார் வழக்கம்போல் கோட்டையிலிருந்து கூவம் மாளிகைக்கு வருகிறார். இதுவரை இல்லாத புதுமூட்டை ஒன்று வந்திருக்கிறதே இது என்ன என்று சுப்புராமனைக் கேட்கிறார். அவர் நடந்த விஷயங்களைச் சொல்கிறார். உடனே, ஓமந்தூராருக்குக் கோபம் கொப்பளிக்கிறது. உடனே கடைக்காரருக்குப் போன் செய்து "என் கோட்டாவுக்கு ரேஷன் கார்டில் உள்ள பதினைந்து வீசை சர்க்கரையையும் பில்லையும் அனுப்பிவிட்டு, மூட்டையைத் தூக்கிக்கொண்டு போ" எனக் கட்டளையிடுகிறார்.

அத்தோடு நில்லாமல் தன் இளவயதுமுதலே தனக்கு நெருக்கமாயிருந்த சுப்பராமனை ஊருக்கு அனுப்பிவிடுகிறார். "நீ என் உடனிருந்தால் எனக்கு மட்டுமல்ல, ஆட்சிக்கே கெட்டப் பெயரை ஏற்படுத்திவிடுவாய்" எனச் சொல்லி "சர்க்கரை மூட்டையை எடுப்பதற்குள் நீ உன் மூட்டையைக் கட்டிக்கொண்டு கிளம்பு" என்றிருக்கிறார்.

தனிமனித ஒழுக்கமும் நேர்மையும் ஆட்சியதிகாரங்களில் இருப்பவர்களுக்கு அவசியம். அதைவிட அவசியம், அதே ஒழுக்கமும் நேர்மையும் தன்னை ஒத்தவர்களிடமும் தன்னைச் சார்ந்தவர்களிடமும் இருக்கிறதா எனப் பரிசோதிக்க வேண்டியது. நீ எக்கேடு கெட்டிருந்தாலும் பரவாயில்லை. என்னிடம் ஒழுக்கமாகவும் நேர்மையாகவும் நடந்துகொண்டால் போதுமென்பது நல்ல தலைமைக்கு அழகல்ல. ஆனால், கடந்த நாற்பது ஆண்டுகளாக நம்முடைய அரசியல் களத்தில் தனிமனித ஒழுக்கத்திலோ நேர்மையிலோ சந்தேகத்திற்கு இடமுள்ளவர்களே பதவிகளைப் பற்றிக்கொண்டிருக்கிறார்கள்,

ஓரிருவரைத் தவிர. பதவியைப் பெறுவதற்காக அவர்கள் எந்தக் கேட்டையும் செய்யத் துணிகிறார்கள். மக்கள் விரோத நடவடிக்கைகளில் ஈடுபடும் ஒருவரே மக்கள் பிரதிநிதியாக வலம்வரும் கேவலம்தான் அரங்கேறிக்கொண்டிருக்கிறது. பதவிக்கு வரக்கூடிய வாய்ப்பிருந்தால் ஒருவர் எப்படி வேண்டுமானாலும் நடந்துகொள்ளலாம் என்னும் நிலையே நீடிக்கிறது.

இந்தக் கேவலங்களைக் கண்டும் காணாமல் இருக்கக்கூடிய தலைமைகளே மாறி மாறி ஆட்சியையும் அதிகாரத்தையும் கைப்பற்றும் இடத்தில் இருக்கின்றன. கொள்கைகளையும் கோட்பாடுகளையும் விட்டுவிட்டுப் பார்த்தால்கூட, எந்தத் தகுதியுமே இல்லாதவர்கள் நம்மை நிர்வகிக்கும் நிலையை ஜனநாயக நடைமுறையாகச் சொல்லிக்கொண்டிருக்கிறோம். தகுதியை எதை வைத்து அளவிடுவது என்பது இன்னொரு பிரச்சனை.

இனாம்களை அல்லது இலவசங்களை மக்களுக்கு வழங்குவதாக வாக்குறுதியளித்து, வெற்றிபெறக்கூடிய நிகழ்வுகளை நான் விமர்சிக்க விரும்பவில்லை. நலத்திட்டங்களின் வாயிலாகவாவது நம்முடைய ஏழை எளிய மக்களுக்குக் கால்வயிறோ அரைவயிறோ நிரம்புகிறதே என்றுதான் எண்ணுகிறேன். அதுவும் தமிழகம் போன்ற சமூக நீதியில் பின்தங்கியுள்ள பிராந்தியங்களில் அத்தகைய நலத்திட்டங்களே ஆட்சியையும் அதிகாரத்தையும் உயிர்ப்போடு வைத்திருக்கின்றன.

இந்த இடத்தில்தான் ஓமந்தூரார் கொண்டுவந்த இனாம் ஒழிப்புச் சட்டத்தை நினைத்துப் பார்க்கவேண்டி வருகிறது. அரசுமூலம் சில தனியார் நிறுவனங்களும் ஆதீனங்களும் பெற்றுவந்த சலுகைகளை ஒழிக்க வேண்டுமென ஓமந்தூரார் விரும்புகிறார். அரசின் செலவினங்களில் பெரும்பகுதி இந்த இனாம்களுக்குப் போய்விடுவதால் மக்களுக்குச் செய்ய வேண்டிய உதவிகளையும் காரியங்களையும் அரசால் செய்யமுடியாமல் போகிறது என எண்ணியதன் விளைவாக இனாம் ஒழிப்புச் சட்டத்தைக் கொண்டுவர முடிவெடுக்கிறார். அந்தச் சந்தர்ப்பத்தில் வட்டார வளர்ச்சிப் பணிகளைக் கவனித்துவந்த வினாயகம்பிள்ளை, நிர்மாணப் பணிகளில்

ஈடுபட்டுள்ள ஊழியர்களுக்கு ஒரு பயிற்சி முகாமை நடத்தத் திட்டமிடுகிறார். அந்த முகாமிற்குச் சிறப்பு விருந்தினராக வந்திருந்து ஊழியர்களைக் கௌரவிக்க வரவேண்டுமென ஓமந்தூராரைக் கேட்டுக்கொள்கிறார்.

முகாம் ஏற்பாடு செய்யப்பட்டிருக்கும் இடம் திருவாவடுதுறை ஆதீனத்தைச் சேர்ந்த ஒரு சிற்றூர். விவரத்தைக் கேட்டுக்கொண்ட ஓமந்தூரார், வினாயகம்பிள்ளைமீது நன்மதிப்புக் கொண்டவர் என்றபோதிலும், ஓமந்தூரார் அம்முகாமில் கலந்துகொள்ள மறுத்துவிடுகிறார். காரணம், இனாம் ஒழிப்புச் சட்டத்தினால் அதிகப் பாதிப்புக்கு ஆளாகப்போவது ஆதீனங்கள்தான். அப்படியிருக்கையில், முகாமிற்கு வரும் தம்மிடம் ஆதீனக் கர்த்தாக்களில் ஒருசிலர், இனாம் ஒழிப்புச் சட்டத்தில் ஒருசில திருத்தங்களை அல்லது மாறுதல்களைக் கோர வாய்ப்பிருக்கிறது.

என்னுடைய விஜயத்தினால் எதைக் கொண்டுவர அரசு முனைப்போடு செயல்படுகிறதோ அதை நிறைவேற்ற முடியாமல் போய்விடக்கூடும். எனவே, எனக்குப் பதிலாக அமைச்சர் டி.எஸ்.எஸ். ராஜனை அனுப்பிவைக்கிறேன் என்கிறார். சொன்னதுபோலவே முகாமில் அமைச்சரைக் கலந்துகொள்ளச் செய்த அவர், ஆதீனகர்த்தாக்கள் விருந்துக்கு அழைத்தால் அன்போடு தவிர்த்துவிடுங்கள் என்றும் எச்சரித்திருக்கிறார். பதவிக்காக எதைவேண்டுமானாலும் செய்யக்கூடியவர்களாக இன்றைய அரசியல்வாதிகள் இருக்கிறார்கள்.

அரசியல்வாதிகள் அப்படி இருப்பதைக்கூடப் பொறுத்துக்கொள்ளலாம். ஆனால், அதிகாரிகளும் கல்வியாளர்களும் எழுத்தாளர்களும்கூட அதே செயலைக் கூச்ச நாச்சமில்லாமல் செய்யத் துணிகிறார்களே அதுதான் வேதனையளிக்கிறது. தம்முடைய அமைச்சரவையில் தேசபக்தரும் பத்திரிகையாசிரியருமான கல்கியை சேர்த்துக்கொள்ள ஓமந்தூரார் பிரியப்படுகிறார். இருபத்தி நான்குமணி நேரத்திற்குள் தங்கள் முடிவைத் தெரிவியுங்கள் என்றும் கல்கிக்குக் கடிதம் எழுதுகிறார். கல்கியோ ரசிகமணி டி.கே.சி.யை நாடி அறிவுரை கேட்கிறார். அவரும் "அமைச்சர் பதவி என்பது இரண்டு அல்லது மூன்று ஆண்டுகளுக்கு

மட்டுமே இருக்கும். ஆனால், நீங்கள் வகித்துவரும் பத்திரிகையாசிரியர் பதவியோ வாழ்நாள் முழுவதும் இருக்கும். வந்துபோகிற பதவியைவிட வாழ்நாள் பதவியே முக்கியம்'' என்கிறார். அறிவுரையைப் பெற்ற கல்கி, அமைச்சரவையில் பங்குபெற விருப்பமில்லை எனத் தெரிவித்துவிடுகிறார். இதைக்கேட்ட ஓமந்தூரார் "மந்திரி வேலை கொடு என்று பலபேர் என்னைத் தொந்தரவு செய்கிறார்கள். மந்திரி உத்தியோகம் கிடைக்காவிட்டால் கடலிலே விழுந்து செத்துவிடுவேன் என்றுகூட சிலர் மிரட்டுகிறார்கள்.

அப்படியிருக்கையில், பதவியே வேண்டாம் என்று சொல்லும் உங்களை மதிக்கிறேன். ஏற்கெனவே உங்கள் மீது மதிப்பும் மரியாதையும் கொண்டிருந்த நான், உங்கள் மறுப்பினால் உங்கள் மீது கூடுதலான மதிப்பையும் மரியாதையும் கொள்கிறேன். மந்திரியாக இல்லாவிட்டலும் தமிழ் வளர்ச்சிக்குத் தேவையான ஆலோசனைகளைத் தங்களிடம் எதிர்பார்க்கிறேன்'' என்றிருக்கிறார். அதன் விளைவாக, தமிழ் வளர்ச்சிக் கழகத்தின் செயலாளராகக் கல்கி நியமிக்கப்படுகிறார்.

பதவிக்குத் தகுதியானவர்கள் வெளியே இருந்தாலும் தம்மோடு இணைத்துக்கொள்ள வேண்டும் என எண்ணிய ஓமந்தூரார் வாழ்ந்த தமிழகத்தில்தான் பதவிக்காகக் கூட இருந்தவர்களை வெளியே அனுப்பும் விபரீதமும் நடந்துகொண்டிருக்கிறது. விசுவாசமில்லாதவர்களைச் சந்தேகி என்பதும் சந்தேகப்படாதவாறு விசுவாசம் காட்டுபவர்களை பதவியில் அமர்த்து என்பதும் இன்றைய அரசியலாக மாறியிருக்கிறது. எப்படியாவது பதவியைப் பெற்றுவிடுவதில் குறியாயிருப்பவர்கள், குற்றவாளிகளாக நீதிமன்றத்தால் தண்டிக்கப்பட்டவர்களிடமும் அறியவே சாத்தியமில்லாத ஆத்மாக்களிடமும் தங்கள் விசுவாசத்திற்கான வெகுமதியைக் கோரிக்கொண்டிருக்கிறார்கள்.

தங்களிடமுள்ள குறைகளை மறைத்துக்கொண்டு தங்களை நல்லவர்களாகவும் வல்லவர்களாகவும் நிறுவிக்கொள்ள முயல்கிறார்கள். ஆனால், ஓமந்தூரார் தன்னுடைய குறையை மறைத்துக்கொள்ள ஒருபோதும் எண்ணியதில்லை. குறையைத் திருத்திக்கொள்ளவே முயன்றிருக்கிறார். ஆங்கிலத்தில்

அவ்வளவு புலமையில்லாத ஓமந்தூரார், அதற்காகக் கூச்சமோ வருத்தமோ படவில்லை. ஒருமுறை மத்திய அரசு ஒரு பிரச்சனை குறித்து முதலமைச்சர் ஓ.பி.ஆரிடம் கருத்துக் கேட்கிறது. அலுவல் தொடர்பான அவ்விஷயத்தில் கருத்துச்சொல்ல விழைந்த அவர், “இன் மை ஒப்பீனியன்” என்று ஒரு கடிதத்தை எழுத முற்படுகிறார். அவர், எழுதிய அக்கடிதத்தில் எழுத்துப்பிழைகள் மிகுந்திருக்கின்றன.

அதைக் கண்ட அவருடைய நேர்முக உதவியாளர். பி.வி. கிருஷ்ணய்யா, “உங்கள் கடிதத்தில் பிழைகள் இருக்கின்றன. குறிப்பாக ஒப்பீனியன் என்ற வார்த்தையில் ஸ்பெல்லிங் தப்பாக இருக்கிறது. மாற்றிவிடட்டுமா” எனக்கேட்கிறார். “பரவாயில்லை. நான் எழுதியபடியே டைப்படித்து அனுப்பிவிடு. அவர்கள் என்னுடைய ஒப்பீனியனைத் தானே கேட்கிறார்கள். ஒப்பீனியன் என்பதற்கு எனக்கு ஸ்பெல்லிங் தெரியுமா? என்று கேட்கவில்லையே” என்றிருக்கிறார்.

முதலமைச்சராக இருக்கக்கூடிய ஒருவர், தன்னுடைய உதவியாளர் சொல்லியும் தவறான தன்னுடைய ஆங்கிலப் பிரயோகத்தை ஏன் மாற்ற வேண்டாமெனச் சொன்னார் என்பதிலுள்ள மர்மத்தைப் புரிந்துகொள்ளமுடியவில்லை. தான் தவறாக எழுதியிருக்கிறோம் எனத் தெரிந்திருந்தும் திருத்திக்கொள்ள ஏன் ஒப்புக்கொள்ளவில்லையோ? ஒருவேளை ஆங்கிலப் புலமைமிக்கத் தன்னுடைய உதவியாளர், இதையே காரணமாகக் காட்டி தன்னுடைய இதர வேலைகளிலும் குறுக்கீடு செய்யக்கூடும் எனக் கருதியிருக்கலாம்.

தமிழகத்தின் அடிப்படைக் கட்டுமானங்கள் குறித்து அதிகம் சிந்தித்தவராகக் காமராஜர் அறியப்படுகிறார். அவருக்கு முன்பாகவே ஓமந்தூரார் அவ்வழியே பயணப்பட்டிருக்கிறார். ஏரி, குளங்களை ஏற்படுத்துவதிலும் ஆறுகளை அகலப்படுத்துவதிலும் நீர்த்தேக்கங்களை உண்டாக்குவதிலும் உறுதியோடு இருந்திருக்கிறார். என்ன கொடுமையென்றால், காமராஜரும் ஓமந்தூராரும் ஏற்படுத்திய ஆறு குளங்களிலிருந்துதான் இன்றைய ஆட்சியாளர்கள் மணலைக் கொள்ளையடித்துக்கொண்டிருக்கிறார்கள். லோடுலாரிகளில் மணலை ஏற்றிக்கொண்டிருந்தவர்கள், தற்போது அதே லாரிகளில் ஆறுகளையும் ஏற்றுமதிசெய்துவிடலாமா என

ஆலோசித்துக்கொண்டிருக்கிறார்கள். மணலை அள்ளுவதில் என்ன தவறு, மணலை அள்ளுவதால் ஆறு ஆழப்படுகிறதே, அதனால் தண்ணீரை அதிகமாகத் தேக்கமுடியுமே என்று பொதுப்பணித்துறை அமைச்சரே கேட்டதாக "பூவுலகின் நண்பர்கள்" அமைப்பைச் சேர்ந்த கோ.சுந்தர்ராஜன் ஒரு விழாவில் பகிர்ந்துகொண்டார். நம்முடைய பொதுப்பணித்துறை அமைச்சர்கள் பொதுஅறிவு எந்த அளவுக்கு இருக்கிறது எனப் பார்த்துக்கொள்ளுங்கள்.

ஓமந்தூரார் ஒருவர்தான், நீர்நிலைகள் மீது அக்கறையில்லாத அரசால் விவசாயத்தைப் பெருக்கவோ பஞ்சத்தைக் குறைக்கவோ முடியாதென்று திடமாக நம்பியவர். நீர் நிலைகளைப் பராமரிக்கவும் மராமத்துச் செய்யவும் பொது நிதியிலிருந்து ஒதுக்கீடு செய்தவர். அதே சமயத்தில் புதிய கிணறுகளை வெட்டும்படி விவசாயிகளை ஊக்குவித்தவர்.

ஒரு கிணறுவெட்ட ரூபாய் இரண்டாயிரம் செலவாகிறது என்றால் அரசு ஐந்நூறு ரூபாயை மானியமாக வழங்கும் என்றார். மீதமுள்ள ஆயிரத்தி ஐநூறு ரூபாயைப் பத்து ஆண்டுகளில் விவசாயிகள் கட்டினால் போதுமென்றும் அறிவித்து ஆணை பிறப்பித்தார். அதன் விளைவாகவே ஊர்தோறும் கிணறுகள் வெட்டப்பட்டன. ஒரே ஆண்டில் ஒரு லட்சம் கிணறுகள் தமிழகமெங்கும் தோண்டப்பட்டன. ஏறக்குறைய நான்கு லட்சம் ஏக்கர் நிலங்கள் நீர் வளம் பெற்றன. ஆற்றுப்பாசனம் ஏரிப் பாசனம் இவற்றுடன் நிலத்தடி நீரையும் விவசாயத்திற்குப் பயன்படுத்தும்படி விவசாயிகளை ஓமந்தூரார் கேட்டுக்கொண்டார். ஆனால், இன்றைக்கோ மத்திய மாநில அரசுகள் மீத்தேன் வாயு எடுக்கவும் ஹைட்ரோகார்பன் எடுக்கவும் தனியார் பெருமுதலாளிகளுக்குக் கிணறுவெட்டும் வாய்ப்பை வழங்கிக்கொண்டிருக்கின்றன.

கிணறுவெட்ட பூதம் கிளம்பும் என்னும் பழமொழி வழக்கொழிந்து ஊர்தோறும் பன்னாட்டு நிறுவனங்கள் கிணறுகளை வெட்ட மக்கள் புரட்சிகள் வெடித்துக்கொண்டிருக்கிறது. நிலவளம், நீர் வளம் இரண்டையும் சூறையாடித் தங்கள் வாழ்வையும் வசதியையும் உயர்த்திக்கொள்ள எண்ணுபவர்களுக்கு ஓமந்தூரார் போன்றவர்கள் உட்கார்ந்திருந்த நாற்காலிக்குத்தான் நாமெல்லாம்

அடித்துக்கொள்கிறோம் என்பதாவது தெரியுமா?எந்தத்துறையை எடுத்தாலும் அந்தத் துறையின் ஆரம்பக்கட்ட வேலைகளை அவரே ஆரம்பித்துவைத்திருக்கிறார். ஒரு தலைவர் எனப்படுபவர் கைச்சுத்தம், வாய்ச்சுத்தம், கௌபீனச்சுத்தம் கொண்டிருக்கவேண்டும் என அவர் கருதியிருக்கிறார். தன் கை மட்டுமல்ல, தன்னை நம்பியிருக்கும் மக்களின் கைகளும் சுத்தமாக இருக்க வேண்டும் எனவும் கருதியிருக்கிறார்.

இல்லையென்றால், இந்தியாவிலேயே முதல்முறையாகத் தொழுநோய் நிவாரண நிலையத்தை அவரால் ஆரம்பித்திருக்க முடியாது. வள்ளலாரைப் பின்பற்றிய ஓமந்தூரார் ரமண மகரிஷியின் பக்தராகவும் இருந்திருக்கிறார். தனக்கு முதலமைச்சர் பதவி கிடைக்க இருக்கும் செய்தியறிந்த அவர், தொடக்கத்தில் தயங்கியிருக்கிறார். ரமணரின் ஒப்புதல் கிட்டிய பிறகே பதவியை ஏற்றுக்கொண்டிருக்கிறார்.

பதவியை ஏற்றுக்கொள்வதில் தயங்கிய அவர், அப்பதவியைக் கௌரவப்படுத்தும்விதமாகச் செயல்பட்டிருப்பது குறிப்பிடத்தக்கது. எந்தத் துறையிலும் தயக்கத்தோடு அடியெடுத்து வைப்பவர்களே பின்னாட்களில் அத்துறையில் தனித்துத் தெரிகிறார்கள். ஓமந்தூராரை நான் வியந்தபடியே இருக்க இன்னுமொரு காரணம், அவரே பாரதியின் பாடல்களை நாட்டுடைமையாக்கியவர். பாரதி விடுதலைக் கழகம் என்னும் அமைப்பு 1948இல் கவிஞர். ச.து.சு. யோகியார் தலைமையில் ஒரு மாநாட்டை நடத்தியது. அந்த மாநாட்டின் வாயிலாகத்தான் எழுத்தாளர் வ.ரா., நாரண துரைக்கண்ணன், அ. சீனிவாசராகவன், திருலோக சீத்தாராம், வல்லிக்கண்ணன் போன்றோர் பாரதியின் பாடல்களை நாட்டுடைமையாக்கும் கோரிக்கையை முன்வைத்தனர்.

சுதந்திரக் கவியாகச் சுற்றிவந்த பாரதியின் பாடல்கள் அப்போது ஏ.வி.மெய்யப்பச் செட்டியாரிடம் சிறைப்பட்டிருந்தது. அன்று புகழ்பெற்றிருந்த நாடக நடிகர் டி.கே.சண்முகம் இவ்விஷயத்தில் முழு மூச்சுடன் ஈடுபட்டதை மறப்பதற்கில்லை. தன்னுடைய நாடகங்களில் பாரதியின் பாடல்களைப் பயன்படுத்த முடியாமலிருந்த துக்கத்தை 'எனது நாடக வாழ்க்கை' என்னும் நூலில் குறிப்பிட்டிருக்கிறார். அதுவரை பாரதியின் பாடல்களை

ஒலிபரப்புவதற்கும் அச்சிடுவதற்குமான உரிமையை ஏ.வி.மெய்யப்பச் செட்டியாரே வைத்திருந்தார். அவர் அவ்வுரிமையை ரூபாய் இருபத்தைந்தாயிரத்துக்குப் பாரதியின் குடும்ப உறுப்பினர்களிடம் இருந்து பெற்றிருந்தார். என்றாலும், அரசு ஆர்வம் காட்டியதை அடுத்துத் தனக்கு எந்த தொகையும் திருப்பித்தரத் தேவையில்லை என்று ஏ.வி.எம். செட்டியார் காமராஜர் மூலம் அரசுக்குத் தெரிவிக்கிறார். உரிய தஸ்தாவேஜுகள் நாரண துரைக்கண்ணன் மூலம் அரசுக்கு அனுப்பப்பட்டன. அதன்பின்பு எல்லா இடத்திலும் பற்றிப்பரவும் தீயாக, பாரதியின் பாடல்கள் பெருகின. இன்றைக்குப் பாரதியின் பாடல்கள் உலகமயமாகக் காரணம் ஓமந்தூராரே என்பதுதான் வரலாறு.

பாரதி தன் பாடல்களால் வாழ்கிறான் என்றால் அப்பாடல்களை நாட்டுடைமையாக்கியதால் ஓமந்தூராரும் அப்பாடல்களில் வாழ்கிறார் என்று விளங்கிக்கொள்ளலாம். அதேபோல அரசவைக் கவிஞர் என்னும் பதவியும் அவர்காலத்தில்தான் ஏற்படுத்தப்பட்டது. தமிழ் வளர்ச்சிக் கழகத்தினரால் முன்மொழியப்பட்ட நாமக்கல் ராமலிங்கம்பிள்ளை அரசவைக் கவிஞராக நியமிக்கப்பட்டார்.

அன்றைக்குச் சென்னை மாகாணத்தோடு இணைந்திருந்த பகுதிகளில் பல்வேறு மொழிகள் பேசப்பட்டு வந்தன. எனவே, சட்ட ஆலோசகர்களின் கருத்துக்களுக்கு இணங்க, அந்தந்த மொழிகளில் யார் யாரை அரசவைக் கவிஞராக நியமிப்பது என்னும் முடிவு எடுக்கப்பட்டிருக்கிறது. இத்தனைக்கும் ரெட்டியார் தெலுங்கைத் தாய்மொழியாகக் கொண்டவர் என்றே விமர்சிக்கப்பட்டார். அவர் தமிழரில்லை. தமிழ் மொழியைக் காக்கக் கூடியவரில்லை என்னும் கருத்துகள் தமிழ்த் தேசியவாதிகளால் பரப்பப்பட்டன. அதையெல்லாம் அவர் ஒரு பொருட்டாகவே எடுத்துக்கொள்ளவில்லை. சமயம் வரும்பொழுது பதில் சொல்லலாம் என்று காத்திருந்தார்.

அதற்கேற்ப ஒருமுறை திருப்பதிமலைக்குச் சென்ற ஓமந்தூரார் பிரார்த்தனை முடித்துத் திருமலையிலிருந்து கீழே இறங்குகிறார். இவ்வளவு தூரம் வந்த நாம், நகரியிலுள்ள ஓலைச் சுவடி நிலையத்தைப் பார்வையிடலாமே எனச் செல்லுகிறார். போனால், கூடியிருந்தவர்கள் ஓமந்தூராரைச்

சொற்பொழிவாற்றச் சொல்லுகிறார்கள். சரியென்று அவர் தமிழில் பேச ஆரம்பிக்கிறார். உடனே கூடியிருந்தவர்கள் தெலுங்கில் பேசுங்கள் எனக் கத்துகிறார்கள். "நான் தமிழன். தமிழில் மட்டுமே என்னால் பேசமுடியும். தெலுங்கில் ஏதோ சில வார்த்தைகள் தெரியும் என்பதற்காக நான் தெலுங்கனாகிவிடமாட்டேன். என் அம்மாவுக்கு முந்நூறு அல்லது நானூறு கொச்சையான தெலுங்குச் சொற்கள் தெரியும்.

அதனால், அவர் பெற்ற பிள்ளையான நான், என்னுடைய தாய்மொழி தெலுங்கென்று சொல்லிக்கொள்ள மாட்டேன். என் மொழி தமிழ் என்பதையும் நான் தமிழன் என்பதையும் தெளிவாகச் சொல்லிக்கொள்ள விரும்புகிறேன்" என்று அக்கூட்டத்தில் பேசி, தன்மீது பரப்பப்பட்டு வந்த அவதூறுக்கு முற்றுப்புள்ளி வைத்திருக்கிறார். பதவியில் இருக்கும் பொழுது மட்டுமில்லை. பதவியில் இருந்து விலகி ஊருக்குக் கிளம்பும் கடைசி நொடிவரை ஓமந்தூரார் நேர்மைக்கு இலக்கணமாகத் திகழ்ந்திருக்கிறார்.

பதவியை இழந்தவுடனேயே தான் தங்கியிருந்த கூவம் மாளிகையை அவர் பிற்பகலுக்குள் காலி செய்து கொடுக்கிறார். வங்கியில் சேர்த்துவைத்திருந்த தன் சொந்தப் பணமான ஆயிரத்தி நூறு ரூபாயை எடுத்துவரச் சொல்லி, தமக்குக் கார் ஓட்டியவருக்கும் சமைத்தவருக்கும் மற்ற பணியாளர்களுக்கும் திரிபுரா முதல்வராக இருந்த மாணிக் சர்க்காரைப் போல பிரித்துக்கொடுக்கிறார். கலங்கிய கண்களோடு ஊழியர்கள் பார்த்துக்கொண்டிருக்கிறார்கள். ஓமந்தூரார் சிரித்துக்கொண்டே விடைபெறுகிறார்.

அதுவரை தான் பயன்படுத்தி வந்த பொருட்களை எல்லாம் சொந்த ஊருக்கு எடுத்துப்போக அவருக்குக் கார் தேவைப்படுகிறது. அரசாங்கக் காரை இனியும் பயன்படுத்தக்கூடாது என எண்ணிய அவர், தன்னுடைய நண்பரான முலசூர் மாதவ ரெட்டியார் மூலம் புதிதாக பதவியேற்றிருக்கும் முதல்வர் குமாரசாமிராஜாவைச் சந்தித்து ஊர்வரை காரை எடுத்துச்செல்ல அனுமதி கேட்கச் சொல்கிறார். நண்பரும் புதிய முதல்வரிடம் உதவிகேட்கிறார். புதியமுதல்வரோ பதறிப்போய் "இதென்ன பைத்தியகாரத்தனமாக இருக்கிறது. அவர் அரசாங்கக் காரை

ஒருமாத காலம்வரை வைத்துக்கொண்டு திருப்பித்தரலாம். எந்தத் தடையுமில்லை" என்கிறார். கார் கிளம்புகிறது. அப்படிக் கிளம்பிய கார் மறுநாளே உரிய வாடகையுடன் அரசாங்கத்திடம் ஒப்படைக்கப்படுகிறது. இப்படியான முதல்வரைக் கொண்டிருந்த தமிழ்நாடுதான் நம்முடையது என்று சொன்னால், இப்போதைய நிலைமையை யோசித்து நீங்களும் நானும் சிரித்துக்கொள்ள வேண்டியிருக்கும்.